உலக சினிமா வரலாறு
நவீன யுகம்

பாகம் : மூன்று
(1972-1995)

அஜயன் பாலா

நாதன்
பதிப்பகம்

உலக சினிமா வரலாறு - நவீன யுகம் பாகம் : 3 | அஜயன் பாலா | முதல் பதிப்பு: டிசம்பர் 2017 | நூல் வடிவமைப்பு : மெய்யருள் | அட்டை வடிவமைப்பு : விஜயன் | வெளியீடு: நாதன் பதிப்பகம், 16/10, பாஸ்கர் தெரு, நேரு நகர், சாலிகிராமம், சென்னை—93| தொடர்புக்கு: 98840 60274

விலை : ரூ.300

சமர்ப்பணம்
நா.முத்துக்குமாருக்கு...

நவீன யுகம் - நுழைவாயில் 09

அமெரிக்கா

காட்ஃபாதர் 15

பிரான்சிஸ் போர்ட் கொப்போலா 21

போனி அண்ட் க்ளைட் 28

மார்ட்டின் ஸ்கார்சஸி 35

ஜார்ஜ் லூகாஸ் 43

ஸ்டீவன் ஸ்பீல்பர்க் 49

துருக்கி

இல்மாஸ் குணே 58

போலந்து

கிரிஸ்டோஃப் கிஸ்லோவ்ஸ்கி 67

கிரிஸ்டோஃப் ஜனுசி 74

ஜப்பான்

டெர்ஜு உஜாலா 84

நகிஸா ஓஷியாமா 90

மிஷிமா வாழ்க்கையின் நான்கு பகுதிகள் - 96

ஜெர்மன்

ரெய்னர் வெர்னர் பாஸ் பைண்டர் 109

விம் வெண்டர்ஸ் 115

ஹங்கேரி

சுல்தான் பாப்ரி 125

வெர்னர் ஹெர்சாக் 129

ரஷ்யா

ஆந்த்ரே தார்க்கோவ்ஸ்கி 136

இத்தாலி
- பியர் பவ்லோ பசோலினி — 156
- பெர்னாட்டோ பெர்ட்டலூச்சி — 162
- குஸப்பே டொர்னாட்டோர் — 168
- ராபர்ட்டொ பெனிகினி — 178
- எனியோ மரிக்கோன் — 184

ஈரான்
- அப்பாஸ் கியாரோஸ்தமி — 196
- மோஷன் மக்பல்ஃப் — 202
- மஜித் மஜிதி — 208
- ஜாபர் பனாஹி — 217

சீனா
- ருவான் லிங்க்யூ — 228
- கென் காய்ஜி — 234
- ழாங் யீமு

ஹாங்காங்
- ப்ரூஸ் லீ — 252
- ஜாக்கி சான் — 255
- வோங் கார் - வாய் — 259

தைவான்
- ஆங் லீ — 268

இந்தியா
- 1972க்கு முன் உலக சினிமாவில் இந்தியத் தடங்கள் — 276
- பேரலல் சினிமா — 286

அமெரிக்கா
- ஹாலிவுட் அத்திப்பூக்கள் : — 306

டென்மார்க்
- டாக்மே - 95 — 320

அற்புதமான புத்தகம்!
அரிய பொக்கிஷம்!

இனிவரும் சந்ததியின் சினிமா பற்றிய பிரக்ஞையையும், புரிதலையும், அறிவையும் வளர்க்கும் விதத்தில் அஜயன் பாலா போன்ற சினிமாவை நேசிக்கும் சில இளைஞர்கள் ஈடுபட்டு வருவது மிகுந்த மகிழ்வைத் தருகிறது. பள்ளிக்கூடப் பாடத்திட்டங்களில் சேர்க்கப்பட வேண்டிய அரிய பொக்கிஷம். சினிமாவையும், தமிழையும் நெஞ்சார நேசிப்பவன் என்ற வகையில் இப்படி ஒரு புத்தகத்தைத் தமிழுக்குத் தந்ததற்காக அஜயனுக்கு என் மனமார்ந்த நன்றி.

வாழ்த்துகளுடன்
பாலுமகேந்திரா

(உலக சினிமா வரலாறு முதல் பாகம் மௌன யுகம் தொகுப்புக்கு எனது மானசிக குருநாதர் பாலு மகேந்திரா எழுதிய முன்னுரையிலிருந்து சிலவரிகள்...)

GENEVA
LABOUR FILM
FESTIVAL

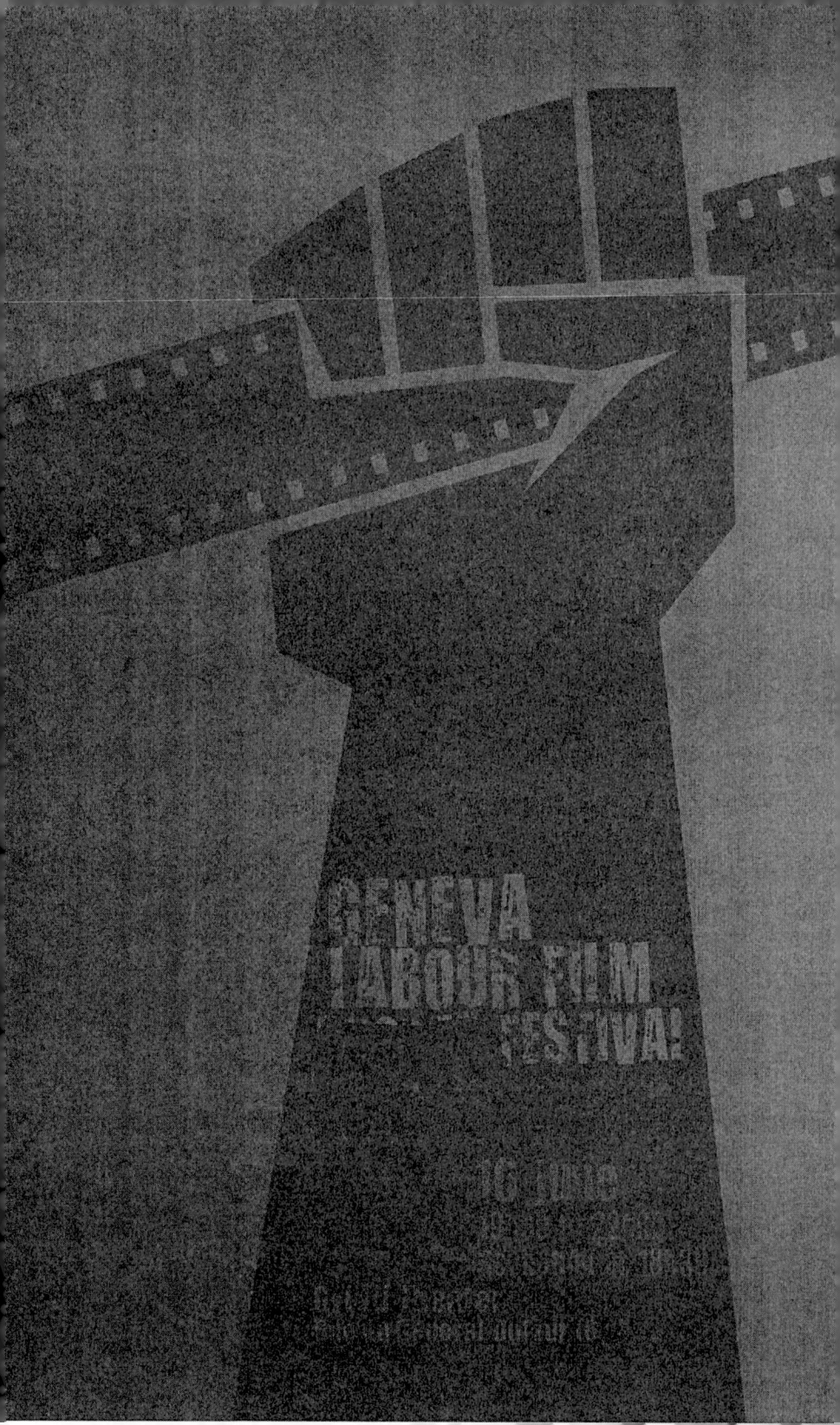

உலக சினிமா வரலாறு
நவீன யுகம் - நுழைவாயில்

உலக சினிமா வரலாறு முதல் இரண்டு பாகங்கள் (முதல் பாகம் — மவுனயுகம்—(1805—1927) இரண்டாம் பாகம் — மறுமலர்ச்சி யுகம் (1927—1972)) என இரண்டு தொகுதிகள் ஏற்கனவே வந்துள்ள நிலையில் மூன்றாவது பாகம் நவீன யுகம் (1972— 1994) என்ற தலைப்பில் உங்கள் கைகளில் தவழ்கிறது. இரண்டாம் பாகம் வெளிவந்து ஏறக்குறைய ஐந்து வருடங்கள் இடைவெளியில் இந்த நூல் வருகிறது. இதன் முந்தைய இரண்டுபகுதிகள் பலரும் வாசித்திருப்பீர்கள். இல்லாவிட்டாலும் உங்களுக்கு இதோ அந்த இரு நூல்கள் சிறு அறிமுகம்

முதல் பாகம் — மவுனயுகம் — (1805 1927):

மவுனயுகம், சினிமா கண்டுபிடிக்கப்பட்ட வரலாற்றுடன் அது மெல்ல கதை சொல்லும் சினிமாவாக மாறி பின் எப்படி சினிமா எனும் கலை வடிவமாக பல கலைஞர்களால் வடிவம் கண்டது என்றும்...அமெரிக்கா தவிர இதர உலக நாடுகளில் மவுன சினிமா என்ன சாதனை செய்தது என்றும் பார்த்தோம்.

இரண்டாம் பாகம் — மறுமலர்ச்சியுகம் (1927 1972):

மறுமலர்ச்சியுகத்தில் சினிமா பேச ஆரம்பித்த கையோடு அது தனக்கான கலையை, மொழியை வடிவம் கண்டுக்கொண்ட விதம் குறித்தும் தனது கலையின் மகத்தான படைப்புகளையும் மகோன்னத கலைஞர்களையும் அது எப்படி அடையாளம் கண்டுக்கொண்டது. என்பதையும் சினிமா எனும் கலையை வளர்க்க பல சினிமா இயக்கங்கள் காலம்தோறும் எப்படி தோன்றி வளர்ந்து வந்திருக்கிறது என்பதையும் எழுதியிருந்தேன்.

அப்படியானால் நவீன யுகம் ?

கடவுளின் இன்மை தான், நவீனயுகம் பிரதானப்படுத்திய ஒற்றை கோஷம் .

"கடவுள் இறந்துவிட்டார்" என்ற நீட்ஷேவின் புகழ்பெற்ற வாசகத்தை அந்த தத்துவத்துக்குப் பின்னாலிருந்த அரசியல்

9

காரணங்களை முன்னிறுத்துவதாக அமைந்தது நவீனயுகத்தின் ஆகச்சிறந்த திரைப்படங்கள்.

அதுவரை கலை சினிமாவுக்கும் வணிக சினிமாவுக்கும் இடையில் இருந்த கோடு மெல்லஅழியத்துவங்கியது. நவீனயுகத்தின் மிக முக்கியவிளைவு.. இரண்டுக்குமிடைப்பட்ட பேர்லல் சினிமா எனும் புதிய ரசனை உலகமெங்கும் வரவேற்பைப் பெறத் துவங்கியது. இதனால் பலன் அடைந்தது என்னவோ அமெரிக்க சினிமாக்கள்தான். இதனால் வன்முறையின் மூலம் புதிய அறங்கள் அதிகம் வெளிச்சமிடப்பட்டன.

மறுமலர்ச்சி யுகத்தில் பிரதானப்படுத்தப்பட்ட மனிதமனம் நவீன யுகத்தில் அதாவது 80பதுகளில் முழுவதுமாக பின்னுக்குத் தள்ளப்பட்டது வெற்று ரசனைகளை கடந்து சமூகத்தின் அவலங்கள் வன்முறை எனும் கவர்ச்சியின் மூலம் வெளிக்கொணரப்பட்டன.

மேலும் தனிமனித இருப்பு குறித்த கேள்வி? இயற்கைக்கும் மனிதனுக்குமான உறவு குறித்த தேடல், ஆகியவற்றுடன் கற்பனையின் முழுவீச்சில் அறிவியலின் சாத்தியங்களை, தொழில் நுட்பத்தின் உதவியுடன் வெளிப்படுத்துவது ஆகிய அம்சங்கள் இந்த யுகத்தை ஆக்கிரமித்திருந்தன.

ஆனாலும் 90களில் ஈரானிய மற்றும் இத்தாலியபடங்கள் மீண்டும் மனிதம் எப்படி இந்த உலகின் அவசியம்,தேவை என்பதை தங்கள் திரைப்படங்கள் வழி நிருபித்துவிட்டன. என்னைகேட்டால் இந்த நூற்றாண்டின் மிகப்பெரிய சாதனை என்றே ஈரான் சினிமாவை சொல்லலாம்.

மேலும் இந்தயுகத்தின் ஆகச்சிறந்த படங்கள் பெரும்பாலும் சிறுவர் சம்பந்தப்பட்ட படமாகவே இருந்துள்ளது கவனிக்க வேண்டியது.

Cinema Paradiso, Life Is Beautiful, Not One Less, The White Balloon, Children of Heaven, Where Is My Friend's Home,

அது பெரியவர்களின் அறிவில் தீவிரவாதம், வன்முறை, போர் என அனைத்து கேடுகளும் நிரம்பிகிடப்பதால் இயக்குனர்கள் சிறுவர்களின் இதயம் வழியாக மனிதம் போதிக்க படமாக எடுத்து உலகை ஆசுவாசப்படுத்தியுள்ளனரோ என எண்ணத் தோன்றுகிறது. இதுவரை நான் எழுதியுள்ள சினிமா சார்ந்த புத்தகங்களில் எனக்கு மிகப்பிடித்த புத்தகமாக இந்த

மூன்றாம் பாகம் வந்துள்ளது. பல இரவுகள் தூங்காமல் தகவலைத் திரட்டுவதற்கும் சரிபார்ப்பதற்கும் பார்த்த படங்களையே திரும்பத் திரும்பப் பார்ப்பதற்கும் இந்நூல் எழுதும் நேரம் தாண்டி பல மணி நேரங்களை எடுத்துக் கொண்டிருக்கிறது.

2013ல் இரண்டாம் பாகம் வெளியாகி கிட்டத்தட்ட ஐந்து வருட இடைவெளிக்குப்பின் மூன்றாம் பாகம் வருகிறது. இதில் தொகுக்கப்பட்டுள்ள கட்டுரைகளில் பல புத்தகம் பேசுது இதழில் தொடராக வெளிவந்தவை. பிற்பாடு சினிமா வேலைகள் ஆக்கிரமிக்க பாதியில் தொடரமுடியாமல் போனது. பிற்பாடு கடந்தவருடம் பல்சுவைக் காவியம் இதழிலும் அயல் சினிமா இதழிலும் எழுதினாலும் பாதிக்கு மேற்பட்ட கட்டுரைகள் கடந்த இரண்டு மாதங்கள் இடைவிடாத பணியில் உட்கார்ந்து எழுதி முடித்தேன். வெவ்வேறு காலகட்டங்களின் மனோநிலைக்கு ஏற்ப எழுத்து நடையும் மாறியிருப்பதை மொத்தமாய் படிக்கும் போது உணரமுடிகிறது.

இந்த புத்தகத்தின் தொடர்ச்சியாக நான்காவது பாகமாக பின் நவீனத்துவ யுகம் எழுத வேண்டும் ஆனால் இனிமேல் இதை தொடரும் மன நிலை வாய்க்குமா என தெரியவில்லை. சினிமாவின் மேல் காதல்கொண்ட வேறு ஒருவனால் இப்பணி தொடருமாயின் அது எனக்கு மிக மகிழ்ச்சியான விடயம்

சினிமாவில் எழுத்து, நடிப்புப்பணி என பல பணிகள் செய்துகொண்டிருந்தாலும் நான் அடிப்படையில் சினிமாவின் ரசிகன். சினிமா பாரடைசோவில் வரும் சிறுவன் போல கண்கள் விரிய ஒவ்வொரு நல்ல சினிமாவையும் வியந்து பார்த்துக்கொண்டேயிருக்கிறேன் பைசைக்கிள் தீவ்ஸ், தி கிரேட் டிக்டேட்டர், பாரஸ்ட் கம்ப் போன்ற படங்களைப் பார்த்துவிட்டு அறைக்கு திரும்பும் போது பேருந்தை புறக்கணித்துவிட்டு அழுதுகொண்டே நடந்து வந்தேன். அப்போது நானடைந்த உணர்ச்சியில் சரி பாதிக் காரணம், நம் தமிழ் சினிமாவில் இப்படி படங்கள் வராதா என்ற ஏக்கம் தான்.

என் அப்போதைய எண்ணம் தான் இப்படிப்பட்ட புத்தகம் எழுதத்தூண்டியது..

உலக சினிமா வரலாறு இரண்டாம் பதிப்புக்காக முன்னுரை வாங்க என் ஆசான் திரு.பாலுமகேந்திரா அவர்களை அணுகிய போது .. "அதான் முத பாகத்துக்கே எழுதிட்டேனடா .. அதையே பயன்படுத்திக்கோ" என்றார் .. "இல்ல சார் நீங்க படிச்சி பாத்துட்டு" என நான் இழுக்க.. "நீ எப்படி எழுதுவேன்னு எனக்கு நல்லா தெரியும் அதனால தாரளமா போட்டுக்கோ" என சுதந்திரம் கொடுத்தார்.ஆகவே அந்த முன்னுரையை திரும்பவும் பயன்படுத்துவதில் ஒரு சிறுவனைப்போன்ற மகிழ்ச்சி.

இந்த நூலைப் படித்து இதன் குறை நிறைகளை கீழே தந்திருக்கும் என் இணைய முகவரிக்கோ அல்லது தொலைபேசி எண்ணுக்கோ தொடர்பு கொண்டு தெரிவியுங்கள்

அனைவருக்கும் என் அன்பும் நன்றியும்

அஜயன் பாலா
9884060274
ajayanbala@gmail.com

அமெரிக்கா

காட்ஃபாதர் GOD FATHER : I & II (1972 & 1974)
கெட்டவர்களின் அறம்

"காட்ஃபாதர் உண்மையிலே.. தலைசிறந்த படங்களில் ஒன்றா"?

இன்னமும் இந்தக் கேள்வி உலகம் முழுக்க சினிமா விமர்சகர்களின் மனசாட்சியை உலுக்கிக் கொண்டிருக்கிறது.

ஒரு மாபியா கும்பல் தலைவனைப் பற்றிய கதை எப்படி கலைப்படமாக அங்கீகரிக்கப்படும்?

மேலும் வணிக சினிமாக்களின் குணம் என அது வரை கருதப்பட்ட மிகை கூறல், அதீத வன்முறை பிரம்மாண்ட தயாரிப்பு. பெரிய விநியோகம் போன்ற அத்தனை இலக்கணங்களும் கொண்ட இப்படம் சிறந்த உலகப் படம் என்றால் இதரப் படங்கள் என்ன?

இந்த கேள்விகளுக்கெல்லாம் இன்று வரை யாரும் சரியான பதிலை சொல்ல முடியவில்லை, ஆனாலும் இன்றும் உலகசினிமா தளத்தில் காட்ஃபாதர் எல்லா காலத்திலும் ஆகச்சிறந்தப் பத்துப் படங்களுக்குள் ஒன்றாகவே கருதப்படுகிறது.

சினிமா நூற்றாண்டை ஒட்டி உலகம் முழுக்க நூறு முக்கிய விமர்சகர்களிடம் அவர்களுக்குப் பிடித்த பத்துப் படங்களை ஒரு ஆங்கில இதழ் கேட்டு வாங்கி தொகுத்து வெளியிட்டிருந்தது. அதில் பரவலாக அனைவராலும் அங்கீகரிக்கப்பட்ட முதல் படம் காட்ஃபாதர் தான். இதன் மூலம் காட்ஃபாதர் படத்தின் வெற்றி சினிமா என்றால் என்ன என்ற கேள்விக்கு புதிய அர்த்தத்தை எழுதியுள்ளது. அதுவரை சினிமா மொழி என்பது ஒளிப்பதிவு, எடிட்டிங் என்ற இரு பதங்கள் மட்டுமே என்ற எண்ணத்தை இத் திரைப்படம் முழுமையாக மாற்றியது. சினிமா என்ற கலையின் ரகசியங்களில் அரங்க நிர்மாணம், ஆடை வடிவமைப்பு, மேக் அப் எனப்படும் சிகை மற்றும் முக அலங்காரம், சப்தங்கள் மற்றும் பின்னணி இசை ஆகியவற்றின் கலை பங்களிப்பும் அதன் தரத்தை தீர்மானிக்க வல்லது என்பது இதன் மூலம் நிருபணமானது.

1972—ல் முதல் பாகம் அடைந்த வெற்றி 1974—ல் இரண்டாம் பாகத்தையும் 1987ல் மூன்றாம் பாகத்தையும் உருவாக்கித்தந்தது. இந்த மூன்று பாகத்திற்கும் அமெரிக்க எழுத்தாளரான மரியா புஸோவின் காட்ஃபாதர் எனும் நாவல்தான் அடிப்படை. தீமையின் அறம் என்பது பொருளாதாரத்தால் நசுக்கப்பட்டவர்களின் நியாயம் எனும் புதிய பரிணாமத்தை கவர்ச்சியான கதையாடல் மூலம் கூறிய இந்நாவலின் ஆசிரியர் மரியா புஸோ அமெரிக்க வாழ் இத்தாலியர். வளர்ந்தது அமெரிக்காவில் மன்ஹாட்டனில், இருக்கும் "நகரத்தின் சமயலைறையில்" ஆம். Hells kitchen. இதுதான் அந்த இடத்தின் பெயர்.

அமெரிக்காவில் ஹட்சன் நதியோரம் இருக்கக்கூடிய மன்ஹாட்டன் பகுதியின் 8—வது அவென்யூவில் 34 வது தெருவுக்கும் 54வது தெருவுக்கும் இடைப்பட்ட இந்த பகுதிதான் ஹெல்ஸ் கிச்சன் எப்போதும் கொலை கொள்ளை வழிப்பறி ஆகியவற்றுக்கு ஆதிகாலம் முதலே அடைக்கலமாக இருந்த காரணத்தால் இதற்கு இந்தப் பெயர் வாய்த்துவிட்டிருந்தது.

மரியா புஸோ

மஞ்சள் பத்திரிக்கையில் சிறிதுகாலம் வேலைசெய்த மரியா புஸோ 1969—ல் எழுதிய மூன்றாவது நாவல்தான் காட்ஃபாதர். வெளியான நாளிலிருந்தே பெரும் வரவேற்பைப் பெறத் துவங்கிய இந்நாவல் ஏறக்குறைய எட்டு பதிப்பகங்களால். நிராகரிக்கப்பட்டது. பெரும் சூதாடியும் குடிகாரனுமான மரியா புசோவுக்கு இருந்த கடன்தான் இந்த நாவலை எழுதவும் எழுதிய பக்கங்களை தூக்கிக்கொண்டு தயாரிப்பாளர்களிடம் ஓடவும் வைத்தது.

அப்போது பாரமவுண்ட் சினிமா கம்பெனியின் பொறுப்பிலிருந்த ராபர்ட் இவான்ஸ் மரியா புஸோவின் நாவல்மீது ஒரு கண்வைத்து கணக்கு போட்டார். காரணம் அதில் இருந்த மசாலா வாசம் மற்றும் கொள்ளைக் கூட்ட குண்டர்கள் பின்புலம் உடன் கொஞ்சம் இத்தாலிய கவ்பாய் படங்களின் சாயல். இந்த காம்பினேஷனில் வெளிவந்தால் எந்த படமும் நிச்சயம் கல்லாபெட்டி கலகலக்கும் என கணக்குப் போட்டார். அந்த கணக்குக்கு காரணம் அப்போது செர்ஜியோனி லியோணியின் கவ்பாய் படங்கள் கமர்ஷியலாக உலகம் முழுக்கவும் பெரும் வெற்றிக் கொண்டாட்டத்தை

நிகழ்த்திக்கொண்டிருந்தன. அட்வான்ஸாக ஒரு தொகை கொடுத்து கதை உரிமையை வாங்கிய ராபர்ட் இவான்ஸ் இயக்குனராக யாரைப் போடலாம் என மண்டையைப் போட்டு உழப்பிக்கொண்டிருந்த போது ஆர்தர் பென், கோஸ்டா காவ்ரஸ்,எலியா கஸன், பிரட் ஜின்னமன் என பல பெயர்கள் பரிசீலனைக்கு வந்தன. யாராக இருந்தாலும் ஒரு இத்தாலியர் இயக்கினால்தான் அந்த மாபியா குண்டர் தன்மையை படத்தில் கொண்டுவரமுடியும் என முடிவு கட்டினார்.சிலரை அழைத்தார்,ஆனால் அவர் அழைத்த யாரும் முன் வரவில்லை. இறுதியாக கவ்பாய் படங்களை இயக்கி புகழ் உச்சத்தில் இருந்த செர்ஜியோ லியோனியையே (Sergio Leone) இயக்குனராக முடிவெடுத்தார். ஆனால் அவருக்கோ தன் முன் வந்திருக்கும் வாய்ப்பு உலக சினிமா வரலாற்றில் அழுத்தமான முத்திரை பதிக்கப் போகும் படம் என தெரியவில்லை. இச்சமயத்தில்தான் வாய்ப்பு எனும் பகடை இத்தாலியை பூர்வீகமாக கொண்ட இன்னொரு புதிய இயக்குனரான கொப்போலாவை நோக்கி உருண்டது.

இதற்கு முன் கொப்போலா நான்கு படங்கள் இயக்கி யிருந்தார். அதில் ஒருபடம் மிகப்பெரிய வெற்றி. அப்படம் Finian's Rainbow, அப்போது பல பிரச்சனை. அவரும் அவரது நண்பரும் இயக்குனருமான ஜார்ஜ் லூகாசும் இணைந்து உருவாக்கிய ஜியோட்ரோப் எனும் ஸ்டூடியோ அப்போது

பெரும் நஷ்டத்தை ஏற்படுத்திவிட்டிருந்தது. அதை சமாளிக்க உடனடியாக அவர் படம் பண்ணியாக வேண்டிய சூழல், .அதனால் காட்ஃபாதர் இயக்க ஒத்துக்கொண்டார்.

சரி இயக்குனர் தேர்வாகிவிட்டது அடுத்தப் பிரச்சனை நடிகர் குறிப்பாக நாயகன் பாத்திரமான டான் கர்லோன் .

யாரைப் போடலாம் என்ற கேள்விக்கு பேரமவுண்ட் நிறுவனம் இயக்குனருக்கு சொன்ன ஒரே பதில் "யாரை வேண்டுமானாலும் போடுங்கள் ஆனால் அந்த நபர் மட்டும் வேண்டாம்".. யார் அந்த நபர்.. பிராண்டோ.. மார்லன் பிராண்டோ(Marlon Brando)"அந்த ஆள் ஒரு முரடன். எதற்கும் அடங்க மாட்டான் அவன் நடித்த சமீபத்திய படங்களும் தோல்வி வேறு. ஆனால் பந்தாவுக்கு மட்டும் குறைவில்லை. அவனை மட்டும் போடாதீர்கள்," என திட்டவட்டமாக ஸ்டூடியோ நிர்வாகம் கொப்போலாவுக்கு சொல்லிவிட்டது.

ஆனால் எழுத்தாளரான மரியா புசோவுக்கும் இயக்குனருக்கும் இந்த வேடத்தில் மார்லன் பிராண்டோ மட்டும்தான் அச்சு அசலாக பொருந்துவார் என்பது அசைக்க முடியாத நம்பிக்கை .

தயாரிப்பாளர்களின் வறுபுறுத்தலுக்காக பலரையும் அழைத்து வசனம் பேசிக் காட்டச் சொன்னார்கள் . இத்தாலிய நடிகர்களான லாரன்ஸ் ஒலிவர் முதல் பைசைக்கிள் தீவ்ஸ் இயக்குனர் விட்டோரியா டிசிகா(vittorio De sica) வரை எத்தனையோ பேரை வரவழைத்தார்கள். ம்ஹூம் கொப்போலா பிடிவாதமாக மறுத்தார்.

இறுதியில் மார்லன் பிராண்டோ ஒருவருக்குதான் இந்த பாத்திரம் பொருந்தும் என திட்டவட்டமாக சொல்லிவிட்டார். ஆனால் பேரமவுண்ட் நிர்வாகமோ மசியவே இல்லை. நாம் கேட்கப் போனால் அந்த ஆளுக்கு இன்னும் கொஞ்சம் திமிர் ஏறும் அதனால் பிடிவாதமாக மறுத்துவிட்டனர் . இப்படியாக இயக்குனருக்கும் தயாரிப்பாளருக்கும் டான் கர்லோன் பாத்திரத்துக்கு இழுபறி நீடிக்க இன்னொருபுறம் இதர பாத்திரங்களுக்கு ஆட்கள் தேர்ந்தெடுக்கப்பட்டனர். டான் கர்லோனின் இளைய மகன் மைக்கேல் கர்லோன் பாத்திரத்துக்கு அல்பாசினொவும் (Al Pacino) மூத்த மகன் பாத்திரத்துக்கு ஜேம்ஸ் கேன் (james cann) உட்பட பலரும் தேர்வு செய்யப்பட்டு விட்டனர். இதர தொழில் நுட்பக்

கலைஞர்களும் முடிவாகிவிட்டது .ஆனால் இன்னமும் யார் அந்த நாயகன்? அதுமட்டும் முடிவாகவில்லை. தயாரிப்பு நிறுவனம் கையை பிசைந்தது.

திறமையின் செருக்குக்கு முன் இறுதியில் பணம் பணிந்தது. மார்லன் பிராண்டோவுக்கு தகவல் சொல்லப்பட்டது . மரியா புசோ எப்போதோ அனுப்பியிருந்த நாவலை

பிராண்டோவும் அவரது உதவியாளரும் தேடி எடுத்தனர். உதவியாளர் அலிஸ் இந்த வாய்ப்பை விட்டுவிடாதீர்கள் மிக சிறந்த பாத்திரம் என அழுத்தம் கொடுக்க பிராண்டோ கண்ணாடியில் முகம் பார்த்தார். தன் மேக்கப் மேனிடம் ஒரு க்ளீப்பை எடுத்துவரச் சொன்னார், தலைக்கு ஜெல் போட்டு பின்னால் இழுத்து வாரினார். அடுத்த பத்தாவது நிமிடம் எதற்கும் அசையாத இரும்புத்தலையன். டான் கர்லோன் அங்கு தயாராக அதை அப்படியே வீடியோவில் பதிவு செய்து கொப்போலாவுக்கு அனுப்பி வைத்ததுதான் பின் நிகழ்ந்தது வரலாறு.

படப்பிடிப்பு துவங்கியது. கொப்போலா தன் கற்பனையின் அனைத்து ஜன்னல்களையும் திறந்தபடி காமிரா்முன் இருந்தார். இதனால் படப்பிடிப்பில் நொடிக்கு நொடி மாற்றங்கள் தொடர்கதையாகின . இது தயரிப்பாளர்களுக்கு பெரும் தலைவலியை உண்டாக்கியது . பாரமவுண்ட் நிறுவனம் சட்டென கொப்போலாவை இயக்குனர் பதவியிலிருந்து தூக்கிவிட்டு அந்த இடத்தில் எலியாகஸனை கொண்டுவர முடிவு செய்துவிட்டது.

இளம் இயக்குனரான கொப்போலாவுக்கு இந்த செய்தி தெரியவந்தது. இது அவருக்கு பெரிய அவமானம் அது மட்டுமல்லாமல் எதிர்கால வாழ்க்கைக்கே இது முற்றுப் புள்ளியாகிவிடும்.. படப்பிடிப்பில் கொப்போலாவின் முகத்தில் தென்பட்ட சோக ரேகை பிராண்டோவின் கூரிய விழிகளுக்குத் தப்பவில்லை. விஷயம் அவருக்கு தெரிய வந்தது.

ஒரு தாளை கொண்டுவரச் சொல்லி அவசரமாக அதில் இரண்டு வரி எழுதி தயாரிப்பு நிறுவனத்துக்கு கொடுத்தனுப்பினார். அதை படித்த தயாரிப்பாளர்கள் முகம் அதிர்ச்சியில் விக்கித்துக் கொண்டது. “கொப்போலாவைத் தவிர வேறு ஒரு இயக்குனர் இங்கு வந்தால் அடுத்த நிமிடம் நான் வெளியேறிவிடுவேன் ”.

பாரமவுண்ட் அடுத்த நாளே படப்பிடிப்பைத் தொடருமாறு கொப்பலோவுக்கு உத்தரவிட்டது.

பிரான்சிஸ் போர்ட் கொப்போலா

Francis Ford Coppola (b.7 April 1939)

அமெரிக்க கலை சினிமாவுக்கென ஒரு அடையாளத்தை ஏற்படுத்திய இயக்குனர் என்பதுதான் பிரான்சிஸ் போர்ட் கொப்போலா எனும் பெயருக்கான சரியான பதவுரையாக இருக்கமுடியும். உலகம் முழுக்க உள்ள சினிமா இயக்குனர்களைப் பாதித்த இரண்டு இயக்குனர்களில் ஒருவர் அகிராகுரோசவா என்றால் இன்னொருவர் நிச்சயம் கொப்போலாவாகத்தான் இருக்க முடியும். அதிலும் ஆர்ட் பிலிம் எனப்படும் கலைப்பட இயக்குனர்கள் மட்டும் அல்லாமல் வணிக இயக்குனர்களையும் பாதித்த ஒரே இயக்குனர் கொப்போலாதான்..

1970 களில் அமெரிக்க சினிமாவில் புதிய அலை வீசியது. George Lucas, Martin Scorsese , Robert Altman , Woody Allen ,William Friedkin, Peter Bogdanovich , Steven Spielberg மற்றும் Brian De Palma எனப்பல புதிய இயக்குனர்கள் மடைதிறந்த வெள்ளமென வந்தனர். அந்த அலையின் முன்னோடி மற்றும் முதன்மை இயக்குனர் என்ற பெருமை கொப்போலாவுக்கு உண்டு.

இத்தாலியை பூர்வீகமாகக் கொண்ட இசைக்குடும்பத்தின் மூன்று குழந்தைகளில் நடுவனாக பிறந்த கொப்போலா பிறந்தது நியூயார்க்கின் ஹென்றி போர்ட் மருத்துவமனையில்.பையனுக்கு என்ன பெயர் வைக்கலாம் என அவரது பெற்றோர் மண்டையைப் போட்டு பெரிதாக குழப்பிக் கொள்ளாமல் பையன் பிறந்த மருத்துவமனையின் பெயரில் இருந்த ”போர்ட்”டுடன் குடும்பப் பெயரையும் சேர்த்து பிரான்சிஸ் போர்ட் கொப்போலா என்ற நீளப்பெயரை சூட்டிவிட்டார்கள். சிறு வயதில் தாக்கிய இளம்பிள்ளைவாதம் காரணமாக படிப்பில் சோம்பிக்கொண்டிருந்த கொப்போலாவின் கையில் ஒரு நாள் கிடைத்தது ஒரு புத்தகம், டென்னிஸ் வில்லியம்ஸ் எழுதிய ”ஸ்ட்ரீட் கார் நேம்டு டிசையர்” எனும் நாடகம் அது.

அது உண்டாக்கிய தாக்கத்தில் நாடகத்தின் பக்கம் கவனம் தூண்டப்பட்ட கொப்போலா பின் வெகு சீக்கிரமே சினிமாப் பக்கம் திரும்பினார். அதற்குக் காரணமாக இருந்தது ஐஸன்ஸ்டைனின் அக்டோபர்(October: Ten Days That Shook

the World) திரைப்படம். அதன் படத்தொகுப்பு முறையால் ஈர்க்கப்பட்டு வீட்டிலேயே 8 எம் எம் காமராவில் பல குட்டிப்படங்களை எடுத்து அவரே எடிட் செய்து அறிவை வளர்த்துக்கொண்டார். கல்லூரி படிப்புக்கு அவர் தயாரான போது அவரது அப்பா பொறியியல் கல்லூரி நோக்கி கை நீட்ட இவரது கால்களோ சினிமா கல்லூரிப் பக்கம் திரும்பியது.

அமெரிக்கவின் புகழ்பெற்ற UCLA பல்கலைக்கழகத்தில் திரைப்படப் பிரிவில் மாணவராக சேர்ந்து பயின்று வெளிவந்த கையுடன் முதல்படமாக 1962ல் Tonight for Sure எனும் படத்தை இயக்கினார். உண்மையில் அவர் எடுக்க நினைத்ததோ ஒரு கலைப்படம். ஆனால் வெளியான போது அது கிட்டத்தட்ட நீலப்படமாக அங்கீகாரம் பெற்று அவருக்கு ஒரு அவப்பெயரை வாங்கித்தந்தது.

ரோஜர் கார்மன்

அதேவேகத்தில் The Bellboy and the Playgirls. எனும் பெயரில் அடுத்த படம் எடுக்க அதுவும் மண்ணைக் கவ்விக்கொண்டது. இனி படம் எடுப்பதை விட்டு யாரிடமாவது உருப்படியாக அசிஸ்டண்டாய் சேர்ந்து தொழிலைக் கற்பதுதான் உத்தமம் எனும் முடிவோடு இயக்குனர் ரோஜர் கார்மன் என்பவரிடம் உதவியாளராக சேர்ந்தார். இந்த ரோஜர் கார்மன் அப்படி ஒன்றும் பெரிய இயக்குனர் இல்லை ஆனால் பிறகாலத்தில் பெரிய இயக்குனர்களாக அறியப்பட்ட அனைவரும் இவரிடம் உதவியாளராக இருந்தவர்கள். டைட்டானிக்

எடுத்த ஜேம்ஸ் காமரூன்(James cameron) , தி சைலன்ஸ் ஆப் தி லாம்ப்(The silence of the Lamb) எடுத்த ஜொனதன் டம்மி(Jonathan Demme) ,ரேகிங் பல்(Ragging bull) , டிபார்டட் ஆகிய படங்களை எடுத்த மார்டின் ஸ்கார்சஸி. எ ப்யூட்டிபுல் மைண்ட்(A beautiful mind) மற்றும் தி டாவின்சி கோட்(The Davinci code) ஆகிய படங்களை இயக்கிய ரான் ஹாவர்ட் போன்றவர்கள் இவரிடம் உதவியாளராக இருந்தவர்கள் என்பது மட்டுமே இந்த ரோஜர் கார்மனுக்கு ஒரு சரித்திரப் புகழை உண்டாக்கி தந்துள்ளது.

அவருடன் Tower of London உள்ளிட்ட சிலப் படங்களில் பணி புரிந்த பின் கொப்போலாவுக்கு மீண்டும் இயக்குனர் ஆசை துளிர் விட்டது . இது இரண்டாவது ஆட்டம். முதல் முறை கண்ட தோல்விகளின் வலி இன்னமும் அவரது முதுகை அழுத்தியது. 1966 ஆம் ஆண்டு வெளியான You're a Big Boy Now படம் அவர் நினைத்த வெற்றியை அவருக்கு உருவாக்கித்தந்தது. கணக்குப்படிப் பார்த்தால் அது அவருக்கு ஐந்தாவது படம். அவர் எதிர்பார்ப்புக்கு இணங்க பல விழாக்களில் இப்படம் பங்கேற்று விருது கமிட்டிகளுக்கு பரிந்துரைக்கப்பட்டது.

அதன் பிறகு அவர் இயக்கத்தில் வெளியான Finian's Rainbow , The Rain People இரண்டு படங்களும் அவருக்கு சிறந்த இயக்குனர் எனும் அடையாளத்தை உருவாக்கித் தந்தன. இந்த சூழலில் அவர் தன்னைப் போலவே புதுமைகளிலும் புதிய தொழில்நுட்பங்களிலும் ஆர்வம் கொண்ட ஒரு துறுதுறு இளைஞனை சந்தித்தார். அவர் பெயர் ஜார்ஜ் லூக்காஸ். பின்னாளில் ஸ்டார் வார்ஸ்(Star Wars) எனும் அமெரிக்க சினிமாவின் ஆகச்சிறந்த அறிவியல் புனைவை உருவாக்கிய மேதை.

அவரது கற்பனைத்திறத்தால் வசீகரம் கொண்ட கொப்போலா நண்பன் ஜார்ஜ் லூக்காஸின் முதல் படத்துக்கு அவரே தயாரிப்பு வடிவமைப்பாளராக பணிபுரிந்தார். இந்த சந்தர்ப்பத்தில்தான் பாரமவுண்ட் கம்பெனியிலிருந்து ஒரு அழைப்பு, அக்கம்பெனி காட்ஃபாதர் படத்துக்கு கொப்போலாவை இயக்குனராக நியமித்தது அதன்பிறகு புகழ் சூரியன் கொப்போலாவின் வீடுதேடி வந்து ஹலோ சொல்ல துவங்கியது. 1972—ல் காட்ஃபாதர் உலக சினிமா ரசிகர்களை புருவம் நெறிக்கச் செய்தது.

தொடர்ந்து காட்ஃபாதர் இரண்டாம் பாகம் 1974—ல் வெளியான பிறகு உலகசினிமாவின் மிகச்சிறந்த இயக்குனர்களில் ஒருவராக மாற்றியது. கொப்போலாவின் தனித்திறமை கத்தோலிக்க கிறித்துவத்தின் ஆன்மீகத்தை உள்ளடக்கிய அழகியல். அந்த உயர்ந்தபட்ச அழகியல்தன்மைதான் அவரது வன்முறை படங்களையும் கூட கலைப்படங்களாக மாற்றுகிறது.

காட்ஃபாதர் படத்தில் டான் பனூசியை இளவயது டான் கர்லோனாக நடிக்கும் ராபர்ட் டி நீரோ சுட்டுக்கொள்ளும் காட்சியின்போது உடன் இணையாக ஏசுவின் ஊர்வல காட்சியும் இடைவெட்டாக காண்பிக்கப்படுகிறது. பின்னணியில் ஆன்மிக இசையுடன் ஒரு நியாயமான கொலை நிகழ்த்தப்படும்போது உண்டாகும் சமூகத்தின் இருண்ட தன்மைகளுக்கு பின்னால் அழகியலை ஏற்றி அதற்கான நியாயத்தை நம் ஆழ்மனதில் கற்பிப்பதாக உள்ளது.

இப்படத்தின் ஒளிப்பதிவு அதுவரையிலான சினிமா ஒளிப்பதிவு முறைமைகளை தலைகீழாக மாற்றியது. கதாபத்திரங்களின் முகத்துக்கு வெளிச்சம் அதிகம் கூட்டும் விதமாக ஒளியமைப்புகளை செய்து வந்த விதம் மாற்றப்பட்டது. கார்டன் வில்லிஸ் அதிக லைட்டுகளை உபயோகப்படுத்தி அவற்றை பேக்லைட் எனப்படும் உத்தியில் பாத்திரங்களின் பின்புலத்தில் இருக்கும் மேசை நாற்காலி திரைச்சீலை ஆகியவற்றின் மீது ஒளி விழச்செய்து புதிய தன்மையை உருவாக்கினார். அது போலப் படத்தின் மூலக்கதை குற்றப்பின்னணி கொண்டிருப்பதால் உச்சந்தலையிலும் நெற்றியிலும் ஒளி விழும் வகையில் டாப் லைட் உத்தியைப் பயன்படுத்தியிருப்பார். இதன் மூலம் கண் புருவங்கள் இருள் மண்டி காணப்படும்.

அண்டர் கிரவுண்ட் எனப்படும் கீழுலகம் அல்லது நிழல் உலக மாந்தர்கள் எனும் மனப்பிரதிமைக்கு இத்தகைய ஒளிப்பதிவு உத்திகள் காட்சியமைப்புகளில் பெரும் ஒத்துழைப்பு செய்தன. அதே சமயம் நிழல் உலகக்கதை என்பதற்காக பார்வையாளனை அயர்வுறச்செய்யாமல் இருக்கவும் படம் கனவுத் தன்மையை கொண்டிருக்கவும் பில்டர் லென்ஸ்களை ஒளிப்பதிவாளர் கார்டன் வில்லிஸ் பயன்படுத்திய விதம் இப்படத்தின் தொழில்நுட்ப மேதமைகளுக்கு தக்க சான்று.

அபகலிப்ஸ் நவ்

இரண்டு காட்பாதர்களுக்கும் இடையில் வெளியான கான்வர்சேஷன்ஸ்(The conversation) அவரது பெருமையை தக்க வைத்தாலும் அதன்பின் ஐந்து வருட தயாரிப்பில் பல சிரமங்களுக்கிடையில் அவர் இயக்கி 1979—ல் வெளியிட்ட அபாக்கலிப்ஸ் நவ் (Apocalypse now) படம். அவரது அரசியல் நேர்மைக்கு சான்றாகவும் ஹாலிவுட்டின் தலைசிறந்த நூறுப் படங்களில் ஒன்றாகவும் தன்னை தக்க வைத்துக்கொண்டது. ஜோசப் கான்ராட்டின் ஹார்ட் ஆப் டார்க்னெஸ்(Heart of Darkness) கதையை மையமாகக் கொண்டிருந்த திரைப்படம் வியட்நாம் போரையும் அதனால் அப்பாவி மக்கள் எதிர்கொண்ட வலிகளையும் போரின் தீமைகளையும் வலியுறுத்தியது. இடைப்பட்ட ஐந்து வருட காலங்களில் பல பொருட்சேதம் காரணமாக படம் நாள் தள்ளிக்கொண்டே போக கொப்போலா பெரும் மன உளைச்சல்களை சந்தித்தார். இறுதியில் படம் 1979—ல் வெளியாகி கேன்ஸ் திரைப்பட விழாவில் சிறந்த படத்துக்கான பரிசை பெற்றபோது தன் மன உளைச்சல்களுக்கு காரணமான பத்திரிக்கையாளர்களை வெளுத்து வாங்கினார்.

டிராகுலா

“அபகலிப்ஸ் நவ்” படத்துக்குப் பின் இன்று வரை தொடர்ந்து அவர் திரைப்படங்களை இயக்கிவந்தாலும் காட்ஃபாதர் III, டிராகுலா, ரெயின் மேக்கர் போன்ற ஒரு சில படங்களில் மட்டுமே அவரது கவித்துவமான காட்சி மொழிவளத்தை காண முடிந்தது. அதிலும் 1992—ல் வெளியான ட்ராகுலா மூன்று வெவ்வேறு காலம் மற்றும் இடங்களுடனான காட்சி வெளிகளுடன் உலகவரலாற்றை குறியீடுகளாக பயன்படுத்தியவிதம் இன்றும் திரைக்கதை மற்றும் இயக்கம் குறித்த பயிற்சிகளுக்கு சிறந்த அகராதி. ஒருகுறிப்பிட்ட காட்சியின் போது பெரும் எலிக்கூட்டம் காண்பிக்கபடும் அச்சமயம் ஐரோப்பாவே ப்ளேக் நோயால் அவதிப்பட்டக் காலம் என்பது அவர் அதன்மூலம் மறைமுகமாக உணர்த்தும் இடம். இது போல படம் நெடுக வரும் மிகச்சிறந்த (டிஸ்ஸால்வ்) காட்சிகள் பார்வையாளர்களை பரவசத்துக்கு அழைத்து செல்லக்கூடியவை. உதராணத்துக்கு குறிப்பு எழுதும் மயிலிறகின் வட்ட கருமையிலிருந்து புகைவண்டி ரயில்

வருவது, பூனையின் கண்களிலிருந்து காரின் ஹெட்லைட் வெளிச்சத்துக்கு காட்சிமாறுவது போன்றவை பெரும் காட்சி இன்ப அனுபவத்துக்குள் நம்மைதள்ளிச் செல்பவை.

கொப்போலா, சாத்தானுக்கும் கடவுளுக்கும் இடையிலான ஊடாட்டம் கொண்ட அவரது படங்கள் ஒவ்வொரு திரைப்பட மாணவனுக்கும் மிகச்சிறந்த பயில் பிரதிகள். கொப்போலா வெறும் இயக்குனர் மட்டுமல்ல மிகச்சிறந்த திரைக்கதைகள் எழுதியவர்.

அவர் தனது படம் தவிர்த்து பல படங்களுக்குத் திரைக்கதைகள் எழுதித்தந்துள்ளார். கிட்டத்தட்ட 25 படங்களுக்குமேல் தயாரித்துள்ளார் என்பது கொப்போலாவை பற்றிய கூடுதல் தகவல்கள்.

காட்ஃபாதர் நாயகன் விட்டோ கர்லோன் போல கொப்பலோவும் குடும்ப சமேதரர். அவரது குடும்பம் பெரிய குடும்பம் அப்பா இசைக்கலைஞர். அம்மா அக்கா ஆகியோர் நடிகை. அவரது மகள் சோபியா கொப்போலா புகழ்பெற்ற நடிகையாக இருந்து புகழ்பெற்ற பெண் இயக்குனராக மாறியிருப்பவர். ஆஸ்கார் விருதுக்கு பரிந்துரைக்கப்பட்ட முதல் அமெரிக்கப் பெண் இயக்குனர் என்ற பெருமையும் அவருக்கு உண்டு. இவர்கள் மட்டுமல்லாமல் சிட்டி ஆப் ஏஞ்சல்ஸ், பேஸ் ஆப் ஆகிய படங்களில் நடித்த நிக்கோலஸ் கேஜ் எனும் புகழ்மிக்க நடிகர் இவரது நெருங்கிய உறவினர் என்பது பலரும் அறியாத சேதி. கிட்டத்தட்ட தன் குடும்பத்தினர் அனைவரையுமே அவர் சினிமாவில் பங்கேற்க வைத்துள்ளார். பதின்மூன்று வயதில் டெலிகிராம்களை சைக்கிளில் வீடுவீடாக விநியோகிக்கும் பணிசெய்து வந்த கொப்போலா தன் இளவயதில் அப்பாவுக்கு ஒரு டெலிகிராம் அவரே எழுதி அனுப்பி வைத்தார்." அப்பா உங்கள் கனவு நனவாகபோகிறது.என் படத்துக்கு பின்னணி இசையமைக்க உடனே புறப்பட்டு வாருங்கள் ".

சில கேள்வி பதில்கள்

கே: உங்கள் அனுபவத்தில் திரைப்பட மேதைகள் என யாரை குறிப்பிடுவீர்கள்

ப: அகிரா குரசோவா, ரோமன் பொலான்ஸ்கி

இயக்குனர் ஆக விரும்புபவர்களுக்கு நீங்கள் சொல்ல விரும்பும் பயனுள்ள ஆலோசனை ?

எப்போதும் கையில் சிறிய நோட்டுபுத்தகத்தை வைத்துக் கொள்ளுங்கள். மனதில் தோன்றும் ஐடியாக்களை தேதி போட்டு குறிப்பெடுத்துக்கொள்ளுங்கள். பின்னொரு நாளில் அந்த குறிப்புகள் மிகுந்த பயனளிக்கும்.

பல புதிய இயக்குனர்கள் சொந்த கற்பனைகளைத் தவிர்த்து ஏற்கனவே புகழ்பெற்ற படைப்பிலிருந்து எடுத்தாள்கிறார்களே அவர்களுக்கு நீங்கள் சொல்ல வரும் சேதி?

இது குறித்து புகழ்மிக்க எழுத்தாளர் பால்சாக் ஒருமுறை கூறியிருப்பதை இங்கு குறிப்பிடுவது பொருத்தமாக இருக்கும். அவரது கதையிலிருந்து சில பத்திகளை அப்படியே ஒரு இளம் எழுத்தாளன் கையாண்டு தன் கதையில் சேர்த்துக் கொண்டான்.

இதுகுறித்து அவரிடம் கேட்கப்பட்டபோது அவர் அவன் உண்மையில் ஒரு சிறந்த காரியத்தைச் செய்துள்ளான். அவன் மட்டுமல்ல இன்னும் சில நாளில் அவனிடமிருந்து இன்னொருவன் அதனைத் திருடி தன் கதையில் பயன்படுத்துவான். அதுவும் மிகச்சிறந்த காரியம். இப்படியாக இது தொடர்ந்து நிகழும்.

ஒருநாள் அப்போதும் பலர் என்ன சொல்வார்கள் இவன் பால்சாக்கின் கதையை திருடிவிட்டான் என கூறுவார்கள். இப்படியாக அவர்கள் என் கதையை திருடுவதோடு நில்லாமல் என் புகழை எல்லாகாலத்துக்கும் எடுத்துச் செல்லும் சீரிய பணியைச் செய்கிறார்கள். அதனால் என்னை பொறுத்தவரை இப்படியாக எடுத்தாள்வது திருடுவது அனைத்தும் மூலப்படைப்பை பெருமை படுத்தும் ஒரு சிறந்த காரியமே! இல்லாவிட்டால் அந்த சிறந்த படைப்பு பலருக்கும் தெரியாமல் குறிப்பிட்ட காலத்தோடு மறைந்துவிடும் அபாயம் உள்ளது.

போனி அண்ட் க்ளைட் (Bonnie and Clyde): (1967)
ஹாலிவுட் லும்பர்கள்

போனி அண்ட் க்ளைட் .
யார் இவர்கள்?
அமெரிக்காவின் இளம் காதலர்கள்
காதல் மட்டுமா செய்தார்கள்?
கார்களை கொள்ளையடித்தார்கள்,
போலீஸ் துரத்தும் போது கவிதை எழுதினார்கள்..
வங்கிகளை கொள்ளையடித்தார்கள்.
போலீஸை திணறடித்தார்கள்.

கொள்ளையடித்ததைக் கொண்டு வாழாமல் கொள்ளையடிப்பதற்காக வாழ்ந்தார்கள். தடுத்தவர்களை கொலை செய்தார்கள். அதிகாரத்துக்கு எதிரானவர்களாக பத்திரிக்கைகளால் கொண்டாடப்பட்டார்கள்.

இறுதியில் அவர்களை போலீஸ் சுட்டுப் பிணமாக்கிய போது அமெரிக்காவின் புகழ்பெற்ற லும்பர்களாக அடையாளம் பெற்றார்கள். அமெரிக்காவின் கலாச்சார அடையாளங்களாக மாறி மதிப்பைப் பெற்றார்கள்..

1930—ல் வாழ்ந்த போனி அண்ட் க்ளைட் (Bonnie and Clyde) காதலர்களின் இந்த நிஜ வாழ்க்கை 1967—ல் ஆர்தர் பென்(Arthur penn) இயக்கத்தில் ஹாலிவுட்டில் சினிமாவாக எடுக்கப்பட்டு வெளியானபோது அதன் வசீகர காட்சி மொழியாலும் தனித்த பாணி கதை சொல்லல் தன்மையாலும் ஈர்க்கப்பட்ட விமர்சகர்கள். அமெரிக்காவின் புதிய அலைவீச துவங்கிவிட்டது என கூக்குரலிட்டார்கள் .

காட்சி அமைப்புகள், பயன்படுத்தப்பட்ட உத்திகள் ஆகியவை பிரெஞ்சு புதிய அலை பாணியில் இருந்த காரணத்தால் இப்படியாக அவர்கள் கூறிகொண்டனர்.

இன்றும் விமர்சகர்கள் பலர்,அமெரிக்காவின் நவீன யுகத்தின் முதல் திரைப்படமாக போனி அண்ட் க்ளைட் திரைப்படத்தைத்தான் குறிப்பிடுகின்றனர். 1930—ல் ஏற்பட்ட பொருளாதார நெருக்கடி, பல விதமான உள்வியல்

பாதிப்புகளை அமெரிக்க மக்கள் மத்தியில் உண்டாக்கியது. வறுமை, வேலையில்லா திண்டாட்டம் அதிகரித்த இக்காலத்தில் சிலரிடம் மட்டும் பணம் அளவுக்கதிகமாக சேர்ந்து கொண்டிருந்தது. இன்னொருபக்கம் அல்கொப்போன் போன்ற மாபியா தலைவர்கள் அதிகார வர்க்கங்களை தம் பிடியில் வைத்துக்கொண்டு நாகரீக குண்டர் தொழிலை நடத்தி பெரும் கொள்ளையடித்து வந்தனர்.

இதனால் பெரும் அவதிக்குள்ளான கடைநிலை மக்களின் மனதில் அமைப்பின் மீதும் ஆட்சியின் மீதும் கோபம் அதிகமாக கனன்று கொண்டிருந்தது. அப்படிப்பட்ட சூழலில் உருவானவர்கள் தான் இந்த காதல் கொள்ளையர்கள்

அவள் பெயர் போனி எலிசபெத் பார்கர்

அவன் பெயர் க்ளைட் செஸ்ட் நெட் பாரோ

போனியை விட இரண்டு வயது இளையவன்

இருவரும் முதன் முதலாக சந்தித்துக்கொண்ட போது காதலன் க்ளைட்டுக்கு 21 வயது காதலி போனிக்கு 23 வயது

இருவரது முதல் சந்திப்பே ஒரு கார் திருட்டில்தான்.

அதுவும் யாருடைய கார் தெரியுமா போனியின் அம்மாவுடையது அப்போது போனிக்கு ஒரு கல்யாணம் ஆகி பிரிந்திருந்த நேரம். ரெஸ்டாரண்ட் வெயிட்டர் வேலை அவளுக்கு அலுத்துப் போக வாழ்க்கையில் புதியதாக செய்ய மனம் அலைந்துக் கொண்டிருந்த ஒரு தருணத்தில் சத்தம் கேட்டு ஜன்னலைத் திறந்து பார்க்கிறாள், அங்கு தன் அம்மாவின் காரை ஒருவன் மும்முரமாக திருட முயல்வதைப் பார்க்கிறாள். ஆனால் இச்செயல் அவளைக் கோபப்படுத்தவில்லை. மாறாக வெறுமையில் இருந்த அவளுக்கு அவனது துணிச்சல் ஈர்ப்பைத் தருகிறது. காரை திருடிக் கொண்டிருந்த க்ளைட்டும் தலைநிமிர்ந்து போனியைப் பார்க்கிறான். ஜன்னல் கண்ணாடி வழியாக தெரியும் அவளது ஆடையற்ற கவர்ச்சியானத் தோற்றம் கடல் காற்றை அவனுக்குள் வீசச் செய்கிறது.

தன் அசுவாரசியமான வாழ்க்கைக்கு முடிவு கட்ட போனி பார்க்கர்.. க்ளைட் பாரோவின் குற்ற வாழ்க்கையின்

மர்மங்களுக்குள் பயணிக்க முடிவெடுக்கிறாள்.இருவரும் வழியில் தென்படும் வங்கிகளில் கொள்ளையடிக்கின்றனர். க்ளைட் அவளுக்கு துப்பாக்கியால் சுட பயிற்றுவிக்கிறான். வழியில் ஒரு பெட்ரோல் பங்கில் இவர்களிடம் நட்பு கொள்ளும் யாருமற்ற ஒரு இளைஞனுக்கு இவர்களது வாழ்க்கையின் வசீகரம் தொற்றுகிறது. அவனும் இவர்களுடன் சேர்ந்து கொள்கிறான்.

உடன் க்ளைட்டின் அண்ணண் மற்றும் அண்ணியும் சேர்ந்து கொள்ள ஐவரும் சேர்ந்து கொள்ளையடிப்பது,கார்களை திருடுவது,தப்பிப்பது என வாழ்க்கையை கொண்டாடுகின்றனர். போலீஸ் அவர்களைத் துரத்தி வர ஓக்கலாமா மகாணத்திலிருந்து டெக்ஸாசுக்குள் புகுந்துவிடுகிறார்கள். இத்தோடு அவர்கள் பாதையில் குறுக்கிடும் சில மனிதர்கள், சுவாரசியாமான திருப்பங்கள் என திரைக்கதையும் படு விறுவிறுப்பாய் நகர்கிறது . க்ளைட் ஒரு ஆண்மையற்றவனாக இருந்தும் போனிக்கும் அவனுக்குமிடையிலான காதலில் அது ஒரு பொருட்டாக இல்லை இதனால்தான் இருவர் மீதும் நமக்கு இறுதிவரை கசப்புணர்ச்சி தோன்றுவதில்லை மாறாக இறுதியில் காவலர்களால் இருவரும் சுடப்பட்டு இறக்கும்போது மனதை நெகிழ்த்திவிடுகிறார்கள்.

போனி பார்க்கர் அவ்வப்போது இந்த பயணத்தினூடே கவிதைகள் எழுதுகிறாள்.அதை அனைவரிடமும் வாசித்து காட்டுகிறாள் . நிஜ வாழ்க்கையில் போனி பார்க்கர் எழுதிய அதே கவிதைகளே ஆர்தர் பென் படத்திலும் பயன்படுத்தியிருந்தார்.

அந்த கவிதைகள் அவர்களது வாழ்க்கையைச் சித்தரிக்கிறது. அவர்கள் வெறும் கொள்ளையர்கள் அல்ல சமூக அழுத்தங்களால் உருவான கலகக்காரர்கள் என்பதற்கு அந்த கவிதைகளே சாட்சி.

1967—ஆம் ஆண்டு இப்படம் வெளியானபோது துவக்கத்தில் பலர் கொள்ளையர்களை, கொலைக்காரர்களை இப்படம் போற்றுகிறது என கடுமையாக விமர்சித்தாலும் அப்படி விமர்சித்தவர்களே இரண்டாம் முறையாக ஹாலிவுட்டின் புதிய அலை இப்படம் மூலம் உருவாக்கப்படுகிறது . மிகசிறந்தப் படம் என திரும்ப எழுதி தன் தவற்றை திருத்திக்கொண்டனர். க்ளைட் பாத்திரத்தில் நாயகனாக நடித்த வாரன் பெட்டியே(warren beatty) இப்படத்தை

தயாரிக்கவும் செய்திருந்தார். போனி பார்க்கராக ஃபேய் துனவேவும் க்ளைட்டின் அண்ணன் பாத்திரத்தில் ஜெனே ஹாக்மெனும் நடித்தனர். ஜெனே ஹக் மண் மனைவியாகவும் க்ளைட்டின் அண்ணியாகவும் படத்தில் நடித்த எஸ்டெல் பார்சன்ஸ் சிறந்த துணை நடிகைக்கான ஆஸ்கார் பரிசை இப்படத்தில் நடித்தமைக்காகப் பெற்றிருந்தார்.

துவக்கத்தில் இப்படம் அக்காலத்தில் புகழ் உச்சியில் இருந்த பிரெஞ்சு புதிய அலை இயக்குனர்களில் தலைமகனான பிரான்ஸ் வா த்ரூபோதான் இயக்குவதாக இருந்தது. அவரும் திரைக்கதையில் தன் பங்களிப்பை செய்ய துவக்கி யிருந்த நிலையில் வேறு பட வேலைக்காரணமாக விலகிக் கொள்ள இன்னொரு புதிய அலை இயக்குனரான கோதார்த்தை(Godard) அணுகினர்.கோதார்த் இயல்பாக அமெரிக்காவை நிராகரிப்பவர், கதைக்களம் ஜப்பானில் நடப்பதாக மாற்றிக்கொள்ள சம்மதித்தால் தான் இயக்கத் தயார் என அறிவித்தார். இறுதியில் வாரன் பெட்டியின் நண்பரான ஆர்தர் பென் கையில் படம் ஒப்படைக்கப்பட்டது. படத்தில் போனி பார்க்கராக ஷெர்லி மெக்லிந்தான்

துவக்கத்தில் நடிப்பதாக இருந்தது .பிற்பாடு அவளுடைய சகோதரனான வார்ன் பெட்டியே க்ளைட்டாக நடிக்க ஒப்பந்தம் ஆன காரணத்தால் அந்த பாத்திரத்துக்கு Faye Dunaway நடிக்க ஒப்பந்தம் செய்யப்பட்டார்.

படத்தின் திரைக்கதையை எழுதிய டேவிட் நீயுமன்(David newman) மற்றும் ராபர்ட்பெண்டன்(Robert Benton) இருவரும் சூப்பர்மேன்(Super man), ஷீனா(Sheena) உள்ளிட்ட பலப் படங்களுக்கு திரைக்கதை எழுதிய ஹாலிவுட்டின் புகழ்பெற்ற திரைக்கதை ஆசிரியர்கள். இவர்களுள் ராபர்ட் பெண்டன் கிராமர் வெர்ஸஸ் கிராமர்(Kramer Vs Kramer) உள்ளிட்டப் படங்களை இயக்கி சிறந்த இயக்குனராகவும் புகழ்பெற்றார். படத்தில் சில இடங்களில் வரும் உரையாடல்கள் பாத்திரங்களின் இயல்பை துல்லியமாக நமக்கு விவரித்து காட்டுகின்றன . படத்தின் துவக்க காட்சியில் வரும் உரையடல் இது

போனி : ஒரு கிழவியின் காரை திருடுகிறாயே உனக்கு வெட்கமாக இல்லை

க்ளைட் : இல்லை இதை நான் வாங்க நினைத்தேன்

போனி: சாப்பாட்டுக்கே வழியில்லாதவனின் பேச்சைப் பார்

க்ளைட் : என்னிடம் இப்போது கோக் குடிக்கக் காசு இருக்கிறது.

பரவாயில்லை அதான் சாப்பிடவே வழியில்லை என தெரிகிறதல்லவா வீட்டுக்குள் அழைத்து போய் சாப்பாடு போடலாமே

போனி : ம்ம் உன்னை நம்பியா .. உள்ளே விட்டால் டைனிங் டேபிளையே திருடிவிடுவாய்

இப்படியாக செல்லும் முதல்காட்சியில் இருவரும் ஒருவரை ஒருவர் பெயர் கூட கேட்டுக்கொள்ளவிலை .

தொடர்ந்து அவள் கேட்டுக் கொண்டதற்கிணங்க ஒரு மளிகைக் கடையில் கொள்ளையடித்துவிட்டு அவசரமாக வெளியில் நிற்கும் காரைத் திருடிக்கொண்டு இருவரும் புறப்படும் போது அவசரமாக க்ளைட் வண்டியின் ஸ்டியரிங்கை திருப்பும் தருணத்தில்

போனி : ஏய் உன் பேரென்ன

க்ளைட் : க்ளைட் பாரோ

போனி: என் பெயர் போனி பார்க்கர்

என பின்னால் ஆட்கள் துரத்திவரும் இக்கட்டான தருணத்தில் தங்களுக்குள் அறிமுகப்படுத்திக்கொள்கிறார்கள். இதேபோல படத்தின் இன்னொரு குறிப்பிடத்தக்க அம்சம் பின்னணி இசை... மேக்சென்னட்டின் கீ ஸ்டொன் கம்பெனியின் ஸ்லாப்ஸ்டிக் படங்களில் வருவது போன்ற பின்னணி இசை மிகவும் புத்திசாலித்தனத்துடன் கோர்க்கப் பட்டு தொடர் குற்றச் செயல்களால் பார்வையாளர்களிடம் உண்டாகும் கசப்புணர்வை நீக்கித் தொடர்ந்து அவர்களை ரசிக்கும்படி செய்துவிடுகிறது .

போனியும் க்ளைட்டும் சுற்றிவளைத்து போலீசாரால் சுட்டுக் கொல்லப்படும் படத்தின் இறுதிக் காட்சி படத்

தொகுப்பின் சாகித்யத்தை கற்றுணர்த்தக்கூடியது. போனி பார்க்கர் எழுதிய திரைப்படத்தில் பயன்படுத்தப்பட்ட நீள் கவிதையின் ஒரு பகுதி

போனியும் க்ளைட்டும் இப்போது

கொள்ளைக்காரர்கள்

மோசமானவர்கள்

கொலையாளிகள்

இப்படித்தான் நீங்களும் செய்திகளைப் படித்திருப்பீர்கள்

இதில் பல பொய்தகவல்கள்

அவர்கள் அப்படி ஒன்றும் கொடூரமானவர்கள் அல்லர்

வித்தியாசமானவர்கள்

அவர்களின் இயைபு பக்குவப்படாதது

கடினமானது அவ்வளவுதான்

சட்டத்தை அவர்கள் புறக்கணிக்கிறார்கள்

புறாக்களை எலிகளை நாற்காலிகளை

காட்டிக்கொடுப்பவர்களை

எல்லோரும் சொல்கிறார்கள்

இவர்கள் இரக்கம் இல்லாதவர்கள் என்று

ஆனால் நான் சொல்கிறேன்

பெருமையோடு முழுமனதோடு க்ளைட்

உயர்வானவன் ,சுத்தமானவன் நேர்மையானவன்.

மார்ட்டின் ஸ்கார்சஸி Martin Scorsese :

(b.17 november 1942)

அமெரிக்காவின் மனசாட்சி

மார்ட்டின் ஸ்கார்சஸியின் படங்கள் அமெரிக்க மனசாட்சி. அதன் தீமைகளை பார்வையாளர்கள் முன் விவரித்துக் காட்டுவதை தன் திரைப்பணியாகக் கொண்டவர். பொதுவாக ஹாலிவுட் படங்கள் அனைத்துமே அமெரிக்கத்தனத்துக்கு வரிந்துகட்டிக்கொண்டு ஒரு பெரிய பிம்பத்தை உருவாக்க முயற்சிக்கும்போது மார்டின்ஸ்கார்சஸி அதிலிருந்து விலகி அந்த பிம்பங்களை தன் படங்களில் அதன் உச்சத்தில் நின்று எதிர்ப்பவராக இருக்கிறார், கலைத்து ஆடும் ஆட்டத்தில் அவர் இன்றைய க்வாண்டின் டொரண்டினோ(Quentin Tarantino) மற்றும் இனோரிடோவுக்கு (Alejandro González Iñárritu) முன்னோடியாக திகழ்ந்தவர். கட்டுமஸ்தான உடலின் திமிர், மூர்க்கமான வன்முறை, கத்தோலிக்க மனசாட்சி இத்தாலிய அமெரிக்க சாயல் இவைதான் மார்டின் ஸ்கார்சஸியின் ஆயுதங்கள். எழுபதுகளில் அறிவியல் துணையும் நவீன தொழில் நுட்பங்களுடன் இவரது சகாக்களான ஸ்பீல்பெர்க், ஜார்ஜ் லூகாஸ் கொப்போலா ஆகியோர் களமிறங்கிய போது அப்பட்டமான ரத்தமும் சதையுமான வாழ்க்கையை எதார்த்தமான காட்சிகளுடன், கொஞ்சம் பதட்டமான உணர்ச்சிகளுமாய் களமிறங்கியவர் மார்ட்டின் ஸ்கார்சஸி. அறிவியலை அவர்கள் சொல்லட்டும் நான் வாழ்க்கையைச் சொல்பவன். இங்கு என் கண்முன் நடக்கும் அக்கிரமங்களை தோலுரிக்காமால் கற்பனையுலகுக்குள் செல்லுமளவுக்கு எனக்கு பொறுமையில்லை என அறிவித்தபடி போட்டியிட்டு அவர்களைவிடவும் தரமான இயக்குனர் என பெயர் பெற்றவர்.அப்பெயரை இன்றளவும் தக்கவைத்து வெற்றி இயக்குனராக நிலைத்து வருபவர். சமீபத்தில் கூட அவரது படமான ஹியூகோ(Hugo) சிறந்த ஒளிப்பதிவு உட்பட ஐந்து விருதுகளை பெற்று தந்துள்ளதே இதற்குத் தக்க சான்று.

நியூயார்க் நகரில் 1942—ல் பிறந்தவர் மார்டின் ஸ்கார்சஸி. இத்தாலிய வம்சாவளியைச் சார்ந்த தாய் தந்தை இருவருமே நடிகர்கள். அவரது அப்பா சலவைத் தொழிலையும் கூடுதலாகச் செய்து வந்தமையால் மார்டின் ஸ்கார்சஸிக்கு

ஒரு நல்ல பாதையை அமைத்து தர முடிந்தது. இளவயதில் மார்டின்ஸ்கார்சஸியை தாக்கிய ஆஸ்துமா அவரை இதர சிறுவர்களுடன் விளையாடும் வாய்ப்பை பறித்துக்கொண்டு வெறும் பார்வையாளராக ஜன்னலுக்கு பின்னால் அமர வைத்துவிட்டது. மகனை உற்சாகப்படுத்த அவரது அம்மா கண்டுப்பிடித்த வழி சினிமா மார்டின் ஸ்கார்சஸிக்கும் சினிமாவுக்குமான உறவு இப்படியாகத்தான் துவங்கியது.

அவரது பால்யகாலத்தில் வெளியான நியோ ரியலிசப் படங்களான பைசைக்கிள் திவ்ஸூம்(Bicycle Thieves), ரோம் ஓபன் தி சிட்டியும்(Rome open city) அவருக்குள் ஆழமான சிசிலியன் பாதிப்பை உருவாக்கிவிட்டன.

ஏற்கனவே அவரது ஜீனில் உறங்கிக் கிடந்த இத்தாலிய சிசிலிய மனோபாவம் கலைபடிமமாக உருவாக துவங்கி பிற்பாடான அவரதுப் படங்கள் அனைத்திலும் அது பிரதிபலிக்கத் துவங்கியது.

பின் திரைப்படத்துறைக்கான பட்டப்படிப்பையும் முதுகலைப் படிப்பையும் முடித்த மார்டின் ஸ்கார்சஸி துவக்கத்தில் குறும்படங்களை இயக்கினார். What's a Nice Girl Like You Doing in a Place Like This? (1963) It's Not Just You, Murray! (1964). The Big Shave (1967), பின் 1967-ல் முதல் முழு நீளப் படமான Who's That Knocking at My Door -ம் வெளியாகியது.

நியூயார்க்கில் வசிக்கும் இத்தாலிய கலப்பின இளைஞன் ஒருவனைப் பற்றிய இக்கதையில் அவன் காதல் வசப்படும் பெண், சிலரால் கற்பழிக்கப்படுகிறாள் அதன் பின் அவளைத் தொடர்ந்து காதலிக்க அவனது கத்தோலிக்க மனம் மறுக்கிறது. பின் இந்தப் பிரச்சனையை அவன் எவ்வாறு கடக்கிறான் என்பது திரைக்கதை. இன்றைய சினிமாக்களில் பயன்படுத்தப்படும் அதிவேக படத்தொகுப்பும் இலகுவான தன்னியல்பான காட்சிப் போக்கையும். சுதந்திரமான கோணங்களைக்கொண்ட இப்படத்தில் பயன்படுத்தப்பட்டிருப்பது மார்டின் ஸ்கார்சஸியின் சினிமாமொழிக்கும் அவரது கலையின் மீதான காதலுக்குமான சான்று.

இப்படம் அவருக்கு வாங்கித்தந்த அந்த பெருமையில் தெல்மா ஷூமேக்கர்(Thelma shoonmaker) என்பவருக்கும் மிக முக்கியப் பங்கிருக்கிறது. அவர்தான் இப்படத்தின் படத்தொகுப்பாளர். இந்த முதல் படத்தை தொடர்ந்து

கடந்த 40 வருடங்களாக மார்டின் ஸ்கார்ஸிஸ் இயக்கிய அனைத்துப் படங்களுக்கும் அவர்தான் எடிட்டர் என்றால் பார்த்துக் கொள்ளுங்கள். முதல் படம் 1968—ல் சிக்காகோ பிலிம் பெஸ்டிவலில் சிறந்த படத்துக்கான விருதைப் பெற்று அவரை அடையாளம் காட்டியது.

இப்படத்தை ரோஜர் கார்மன்(Roger corman) பார்த்து வியந்து தனக்கு லோ பட்ஜெட்டில் முழு நீளப்படம் எடுத்து தரும் வாய்ப்பை மார்டின் ஸ்கார்சஸிக்கு வழங்கினார். ரோஜர்

கார்மன் ஹாலிவுட்டின் ஒரு வித்தியாசமான தயாரிப்பாளர். திறமையுள்ள இயக்குனர்களை அறிமுகப்படுத்துவதும் அவர்களோடு இயங்கி ஹாலிவுட்டின் சினிமாத் தரத்தை உயர்த்துவதையும் கனவாகக்கொண்டவர். கொப்போலா , ஜார்ஜ் லூக்காஸ் முதற்கொண்டு நம் டைட்டானிக் மற்றும் அவதார்(Avatar) படங்களை இயக்கிய ஜேம்ஸ் காமரூன்(James Cameron) வரை பலரும் வளரக் காரணமாக இருந்தவர். அவர் கேட்டுக் கொண்டதற்கிணங்க1972ல் Boxcar Bertha எனும் படத்தை இயக்கினார். இப்படம் பெரிதாக யாரையும் ஈர்க்காவிட்டாலும் அவரது மூன்றாவது படமான மீன்

37
ௐ நாதன் பதிப்பகம் ௐ

ஸ்ட்ரீட்தான் (Mean streets) ஹாலிவுட்டின் புதிய தலைமுறை நட்சத்திரங்களுள் ஒருவராக அவரை அடையாளம் காட்டியது.

Mean streets

Mean streets 1972—ல் வெளியாகியது. உண்மையில் மார்டின் ஸ்கார்சஸி வன்முறை மூலமாக உலகுக்கு உண்மைகளை கற்றுக்கொடுக்க துவங்கியதும் இப்படத்திலிருந்துதான். அவரது இந்த வன்முறையின் இதிகாசங்களுக்கு தகுந்த நாயகனான ராபர்ட் டி நீரோவை(Robert De Niro) கண்டெடுத்ததும் இப்படம் மூலமாகத்தான். . வன்முறைகளுக்கு அவசியமான உடற்கட்டும் உணர்ச்சிகளை உச்சத்தில் வெளிப்படுத்த அவசியமான இத்தாலிய முக அமைப்பும் ராபர்ட் டி நீரோவுக்குள் ஸ்கார்சஸி தன்னை கண்டுப்பிடிக்க பெரிதும் உதவியது.

கத்தோலிக்க மதம் சார்ந்த நன்மைக்கும் தீமைக்குமான ஊடாட்டம் மிகுந்த நீரோவின் ஆழமான கண்கள் ஸ்கார்சஸியை பெரிதும் கவர்ந்திழுத்ததில் வியப்பேதுமில்லை. மீன்ஸ்ட்ரீட் தந்த வெற்றி இருவரையும் அடுத்த வெற்றிக்கு அழைத்துச் சென்றது.

டாக்ஸி ட்ரைவர்

1976—ல் வெளியாகியது டாக்ஸி ட்ரைவர்(Taxi Driver). மன்ஹாட்டன் தீவில் இரவு முழுக்க உறங்காமல் டாக்சி ஓட்டியபடி வெறுப்புடன் நாளைக் கடக்கும் ஒரு இளைஞனின் கதை இது . மன அழுத்தம் கொண்ட அந்த இளைஞன்மூலமாக நகரத்தின் இன்னொரு கோரமுகத்தை பார்வையாளர்களுக்கு வெளிப்படுத்துகிறார் இயக்குனர். அரசியல் சமூகத்தின் சீரழிவும் அதனால் மன அழுத்தம் அதிகமாகும் இளைஞனின் கோபமும் படத்திற்கான திரைக்கதை வடிவத்தை தீர்மானித்துள்ளன. கசப்பான உண்மைகளை அதிர்ச்சியான காட்சிகள் மூலம் நம்மை அதிரவைக்கும் ஸ்கார்சஸி தன் அடையாளத்தை இப்படத்தில் அழுத்தமாக பதிய வைத்து வெற்றி இயக்குனராக தக்க வைத்துக் கொண்டார். கான் திரைப்பட விழாவில் சிறந்த படத்துக்கான தங்க பனை விருதுடன் உலகம் முழுக்க பல விருதுகளையும் இப்படம் மார்டின் ஸ்கார்சஸிக்கு பெற்றுத் தந்தது.

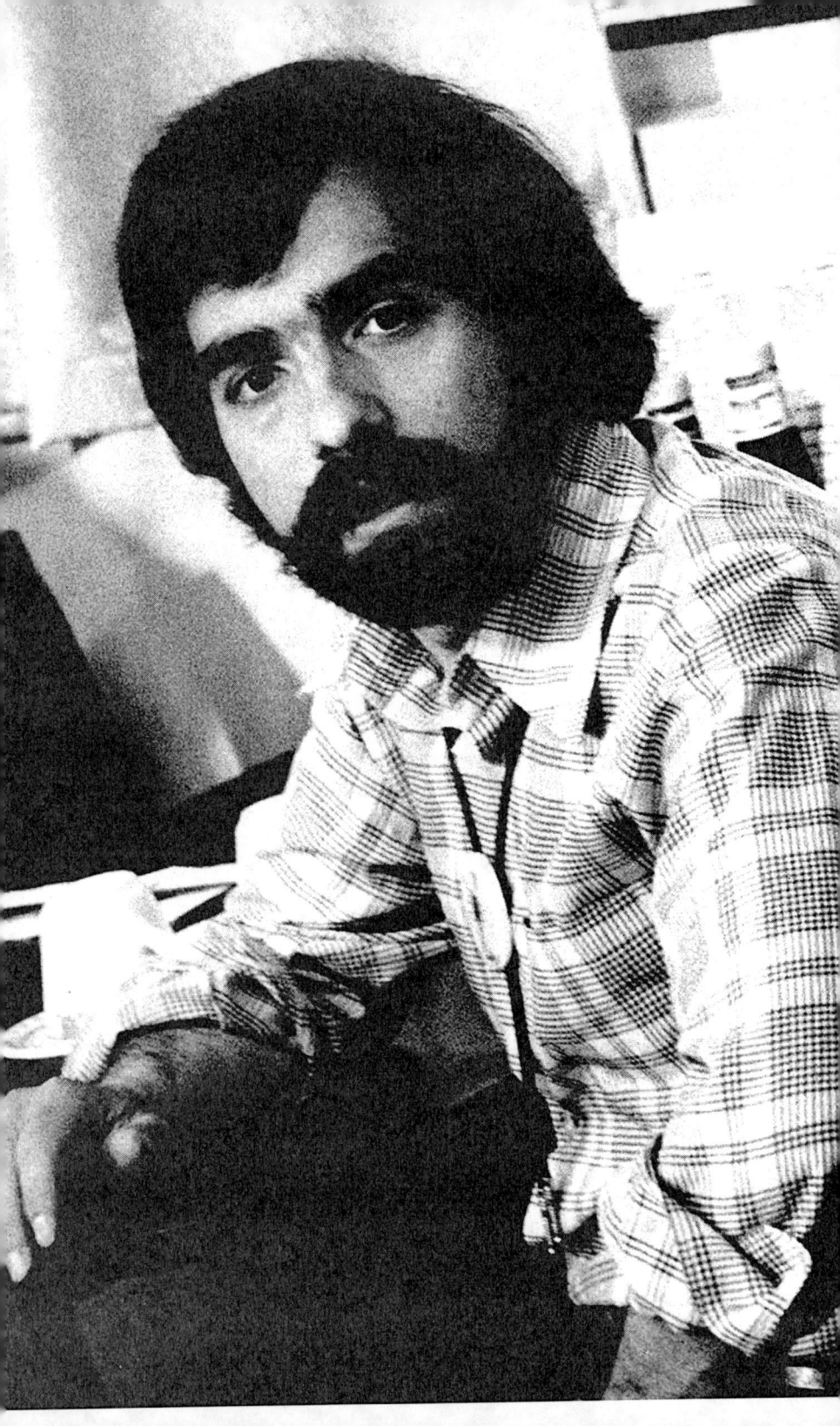

1980,மார்டின் ஸ்கார்சஸி தன் கலையுலக வாழ்வில் அதிக உயரத்தை கண்டடைந்த வருடம் எனலாம். காரணம் அவ்வாண்டில்தான் அவரது ஆகச்சிறந்த படமாகக் கருதப்படும் ராக்கிங் புல்(Raging Bull) வெளியாகியது. ஜாக்லமோட்டா எனும் நடு எடை குத்துச் சண்டைக்காரனின் வாழ்வைச் சொல்லும் இப்படத்தை மார்டின் ஸ்கார்சஸியின் வன்முறை இதிகாசங்களின் அதிகபட்ச சாதனை என்றுகூட சொல்லலாம் . ஜாக்லமோட்டா நல்லவனா கெட்டவனா என்பதையெல்லாம் நம்மால் தீர்மானிக்க முடியாது. ஒரு பக்கம் அவன் ஒவ்வொரு போட்டியிலும் வெற்றியைடையவேண்டும் என நினைக்கும் நாம் அதே சமயம் இன்னொரு பக்கம் மனைவியை அடித்து உதைக்கும் காட்சியின் போது அவன் மேல் கோபமும் வெறுப்பும் நம்மைச் சூழ்கிறது. ஆனாலும் ஒரு மனிதனாக நம்மால் அவனை நேசிக்காமல் இருக்கமுடியாது. ராக்கிங் புல் வன்முறையின் அதீத கவர்ச்சியை நமக்குள் விதைக்கும் படம்.

வழக்கம் போல பின்னோக்கிய கதை சொல்லலுடன் துவங்கும் இப்படத்தின் ஒளிப்பதிவு கறுப்பு வெள்ளையில் கவித்துவமான காட்சி கோணங்களுடன் நம்மை புதிய அனுபவத்துக்கு அழைத்துச் செல்கிறது. வெற்றி என்பது வானவில் போல வந்து மறையக் கூடியது எனும் வாழ்வனுபவ பாடம் சொல்லும் இப்படத்தை மார்டின் ஸ்கார்சஸியின் படங்களுள் பலரும் சிறந்தப்படமாக குறிப்பிடுகின்றனர்.

தொடர்ந்து மார்டின் ஸ்கார்சஸி ராபர்ட்டை வைத்து வித்தியாசமாக படம் எடுக்கும் முயற்சியில் இறங்கினார்.

தி கிங் ஆப் காமடி(The King of Comedy) எனும் அடுத்த இப்படம் வர்த்த கரீதியாக படுதோல்வியானாலும் விம் வெண்டர் போன்ற உலக இயக்குனர்கள் அப்படத்தையும் அதில் நீரோவின் நடிப்பையும் பெரிதும் பாராட்டினர். மார்டின் ஸ்கார்சிஸின் படங்களுள் மிகவும் சர்ச்சைக்குள்ளான திரைப்படம் தி லாஸ்ட் டெம்ப்டேஷன் ஆப் ஜீஸஸ் கிரைஸ்ட்(The Last Temptation Of Christ). கத்தோலிக்க திருச்சபை குருமார்கள் இப்படத்தை வெளியிடக்கூடாது என உலகம் முழுவதும் ஆட்சேபத்தை தெரிவித்தனர். இதனால் படம் எடுப்பது மிகவும் சிரமத்துக்குள்ளானது. ஆனாலும் இந்தப் பிரச்சனையால் உலகின் பட்டித்தொட்டி முழுக்க மார்டின் ஸ்கார்சஸியின் புகழ் தெரிய துவங்கியது.

தொடர்ந்து நீரோவுடன் அவர் இணைந்து வெளியிட்ட கேப்ஃபியர்(Cape Fear), குட் பெலாஸ்(Good Fellas) போன்ற படங்கள் வர்த்தக ரீதியாகவும் விமர்சன ரீதியாகவும் அவருக்கு வெற்றியைத் தேடித்தந்தன. ராபர்ட் டி நீரோவுக்கு அடுத்தபடியாக ஸ்கார்சிஸின் படங்களில் அதிகமாக நடித்த நாயகன் லியார்னோடா டிகாப்ரியோ(Leonardo dicaprio) மார்டின் ஸ்கார்சிஸின் காலத்தை நீரோவின் காலம் என்றும் டி காப்ரியோவின் காலம் என்றும் கூட இரண்டாகப் பிரிக்கலாம். அந்த அளவுக்கு இரண்டின் வழியாகவும் அவரது உளவியல் மாற்றத்தை நம்மால் புரிந்துகொள்ள முடியும். நீரோவின் படங்களில் காணப்பட்ட வன்முறையை கலையாக்கும் உத்தி எதுவும் டி காப்ரியோவின் படங்களில் பயன்படுத்தப்படவில்லை. டிகாப்ரியோவை வைத்து அவர் உருவாக்கிய, ஏவியேட்டர்(Aviator), கேங்க்ஸ் ஆப் நியூயார்க்(Gangs of newyork), தி டிபார்ட்டட்(The Departed) போன்ற அனைத்துப் படங்களிலும் பதட்டம் குறைந்து கலை அமைதியுடன் வெளிவந்தன. இந்த மாற்றத்துக்கு காரணம் அவரது வயதாகக் கூட இருக்கலாம். மொத்தம் 23 படங்களை இயக்கியுள்ள ஸ்கார்சஸியின் ஹியூகோ (Hugo)2011. ஐந்துக்கும் மேற்பட்ட ஆஸ்கார் விருதுகளை வாங்கியுள்ள இப்படம் மூலம் மார்டின் ஸ்கார்சஸி இன்னும் தான் காலத்தின் அவசியமான உன்னத கலைஞன் என்பதை நிரூபித்துள்ளார். தொடர்ந்து த வுல்ஃப் ஆஃப் வால்ஸ்ட்ரீட் 2013 ல் வெளியாகி மிகு வரவேற்பைப் பெற்றது.

Star Wars
The complete guide to The Phantom Menace
GEORGE LUCAS talks to Bill Moyers about the spiritual side of the Force
EXCLUSIVE PICTURES from the movie

ஜார்ஜ் லூகாஸ் (George Lucas) (b.14 May 1944)
கற்பனைச் சிகரம்

எத்தனைப் படம் எனும் எண்ணிக்கைகள் இங்கு கேள்வி இல்லை.

ஒரு படம் வரலாற்றில் அழுந்தப் பதிக்கும் ஒரு படம் இருந்தால் போதும் உலகசினிமாவின் வரலாற்றில் அந்த இயக்குனரின் பெயர் பொன்னெழுத்தால் அலங்காரம் பெறும் என்பதற்கு முக்கிய உதாரணமாக இருப்பவர் ஜார்ஜ் லூகாஸ் (George Lucas) எனும் பெயர் பெற்ற ஜார்ஜ் வால்ட்ன் லூகாஸ்.

அமெரிக்க அறிவியல் படங்களின் பிதாமகனாக அறியப்படும் ஸ்டார் வார்ஸ்(Star Wars) எனும் ஒரு படம் தான் ஜார்ஜ் லூகாசின் இந்த உயரங்களுக்கு மிக முக்கிய காரணம். கற்பனையின் எல்லைகளுக்கெல்லாம் சவால் விடும் இதன் படைப்பாற்றல் திறனை விஞ்சும் வகையில் மற்றுமொரு அறிவியல் புனைகதை படம் இதுவரை வரவில்லை என்பதும் இதே வரிசையில் இருபது வருடங்களுக்குப் பிறகு மூன்று தொடர் திரைப்படங்கள் எடுத்து அவையும் வசூல் வரலாற்றில் சாதனை படைத்ததும் ஸ்டார் வார்ஸ் தொடர் படங்களின் அழுத்தமான சாதனை.

அமெரிக்காவின் கலிபோர்னியா மாகாணத்தில் மாடெஸ்டோ நகரில் சிறு பல்பொருள் அங்காடி நடத்தி வந்த ஜார்ஜ் வால்டன் என்பவருக்கும் எலினோர் என்பவருக்கும் மகனாக 1944—ல் பிறந்த ஜார்ஜ் லூகாசுக்கு பள்ளி பருவத்திலிருந்தே சிறு மனக்குறை.தனக்கு நீச்சல் தெரியவில்லையே என்பதுதான் அந்தக் குறை. குளத்தில் இறங்கி சக நண்பர்களைப் போல நீந்தவும் பயம். இந்தப் பயம் அவருக்குள் உண்டாக்கிய தாழ்வு மனப்பான்மை உள்ளுக்குள் ஏதாவது ஒரு விடயத்தில் அனைவரையும் தாண்டிய சாதனையை படைக்கத் தூண்டியது. இதன் காரணமாக அவரது பார்வைகள் கார் பந்தயங்களின் மீது திரும்பியது. அனைவரையும் விட மிகப்பெரிய பந்தயக்காரனாக வேண்டி தன் வீட்டின் அருகிலிருந்த மெக்கானிக் ஷெட்டுகள் பக்கம் மோப்பம் பிடித்து திரிந்தார்.

பள்ளிப்படிப்பு முடியும் தருவாயில் அவருக்கு ஏற்பட்ட கார்விபத்து அவரது எண்ணங்களை முழுவதுமாக மாற்றியது. ஆந்த்ரோபயலாஜி பட்டப்படிப்பில் சேர்ந்தவர் அப்படியே திரைத்துறையின் மீது உண்டான ஆர்வம் காரணமாக கலிபோர்னியாவிலிருந்த திரைப்படக் கல்லூரியில் சினிமாட்டோகிராபி மற்றும் கேமரா ட்ரிக்ஸ் ஆகியவைத் தொடர்பாக படித்து இயக்குனருக்கான தகுதியை அடைந்தார்.

துவக்கக் காலங்களில் கலைகளின் மீது கொலைவெறி கொண்டவரும் பரிசோதனை சினிமாக்களின் மீது ஆர்வம் கொண்டவருமான ப்ரூஸ் பெய்லி என்பவர்தான் லூகாஸின் சினிமா கனவுகளுக்கு துப்பட்டா விரித்தார்.

அவர் அதில் காண்பித்த படங்கள் வழக்கமான கமர்ஷியல் படங்கள் அல்ல. பத்து முறை பார்த்தால் மட்டுமே விளங்கிக்கொள்ள முடியும். பரிசோதனை ரீதியான 16 எம்.எம்.படங்கள்StanBrakhageh, jordanBelson , மற்றும் BruceConner ஆகியோர் இயக்கிய இந்தப்பரிசோதனைப் படங்களை திரையரங்குகளில் காண முடியாது. காரணம் அந்தப் படங்கள் பார்க்கக் கூட்டம் வருவதில்லை கேனியன் சினிமா எனும் அமைப்பின் பேரில் லூகாஸ் தன் வழிகாட்டியான பெய்லியுடன் இணைந்து அருகிலிருந்த காபி ஷாப்களில் திரையிட்டு வந்தனர். இந்த நடவடிக்கைகள் லூகாஸுக்கும் அவரது நண்பரான ஜான் புல்மருக்கும் பெரும் சாதனையுணர்வை தூண்டின. இச்சமயத்தில் இது போன்றப் படங்களுக்கான திரைப்பட விழா சான் பிரான்சிஸ்கோ நகரில் நடைபெறவிருக்கும் தகவல் தெரியவந்து இருவரும் உற்சாகமாக சான்பிரான்சிஸ்கோவுக்கு புறப்பட்டனர். அங்கு பித்து பிடித்தார் போல திரிந்தபடி பல திரையீடுகளில் கலந்துக் கொண்டனர். அங்கு படங்களைப் பார்ப்பதைக் காட்டிலும் தங்களைப் போல ஒத்த ரசனை கொண்ட சினிமா விரும்பிகளைப் பார்ப்பதும் திரைப்படத் துறையில் பணியாற்றும் ஒளிப்பதிவாளர்கள் மற்றும் இயக்குனர்களிடம் சுலபமாக கலந்துரையாடுவதும் அவர்களுக்குள் பெரும் இன்பத்தை உருவாக்கின.

அங்குதான் லூக்காஸ் திரைத்துறையின் தன் முதல் கைக்காட்டி மரத்தைச் சந்தித்தார். அவர் பெயர் ஹாக்ஸ்கெல் வெக்ஸ்லர். அவரது அறிமுகம் லூக்காசுக்கு

சினிமா காமராவை முதலில் தொட்டுணரும் வாய்ப்பை உண்டாக்கியது.

அக்கணத்தில் பதட்டமும் பரவசமுமாக காணப்பட்ட அந்த பதின் வயது மாணவனிடம் அப்போதே ஒரு தீவிரத்தை உணர்ந்தேன் என ஹெக்ஸ்லர் பின்னாளில் தன் மாணவன் குறித்து நினைவு கூர்ந்தார். அவனிடம் காமிராவுக்கான பிரத்யோக கண் இருந்தது. காரணம் அவன் மனதால் காட்சிகளை முன்கூட்டி தீர்மானிக்கும் ஆற்றலை பெற்றிருந்தான் என பெருமையுடன் குறிப்பிடுகிறார்.

கலிபோர்னியா திரைப்படக் கல்லூரியில் படிக்கும் காலங்களிலும் அவருக்கு இதே போல ஒரு திறமையும் சூட்டிகையும் நிரம்பிய மாணவன் என்ற பெயர் இருந்தது. பின்னாளில் இயக்குனர்களாக புகழ்பெற்ற வால்டர் முர்ச்(Walter Murch), ஜான் மில்லினுஸ்(John Millius) உள்ளிட்ட பன்னிரண்டு நண்பர்கள் கொண்ட சினிமா வெறியர் குழு

ஜார்ஜ் லூகாஸ் & வால்டர் முர்ச்

அவர்களுடையது. அந்த குழுவுக்குப் பெயரே டர்ட்டி டஜன்ஸ்(The Dirty Dozen) தான்.

கல்லூரிக் காலத்தில் அவரது ஆசிரியர்களுள் லெஸ்டர் நெவ்ரோஸ்(Lester Novros) என்பவர் வகுப்புகளை மட்டும் லூக்காஸ் தவறவிட்டதில்லை காரணம் அவர்தான் காமிராவின் தொழில்நுட்பம் மட்டுமல்லாமல் வண்ணம், காமிரா நகர்வு , ஒளி, ஒலி ஆகியவற்றுடன் காலம் மற்றும் வெளி குறித்த நுணுக்கமானப் பாடங்களை முழுமையாகப் பயிற்றுவித்தார். இவற்றுடன் ரஷ்ய மேதை செர்கய் ஐஸன்ஸ்டைன் மற்றும் செர்பிய படத்தொகுப்பாளர் ஸ்லோவாக்க வொர்க்காபிச் (Slavko Vorcapic)ஆகியோருடைய தொகுப்புக் காட்சிகள் உத்திகளையும் கற்றுத் தேர்ந்து தன்னை முழுமையாக வளர்த்துக்கொண்டார்.

இக்காலங்களில் அவருக்கு இன்னொரு அதிமுக்கிய நண்பரும் பழக்கமானார். அவரோடு பின்னாளில் இணைந்து திரைப்படத்தயாரிப்பு கம்பெனியை உருவாக்கி உலகபுகழும் அடைந்தார். அந்த நண்பர் ஸ்டீவன் ஸ்பீல்பர்க். இருவரும் ஒருவரை ஒருவர் பார்க்கும் போது கண்ணாடியில் தங்களது உருவங்களைக் கண்டு அதிசயிப்பது போல ஒத்த எண்ணங்களால் நிரம்பிக்கிடந்தனர்.

இக்காலங்களில் ஒளிப்பதிவுக்கும் படத்தொகுப்புக்கும் முக்கியத்துவம் தரும் வகையில்தான் சான்பிரான்சிஸ்கோ விழாவில் கண்ட கானியன் படங்களைப் போன்ற பரிசோதனைப் படங்கள் பலவற்றை இயக்கி தன் ஆசிரியர்கள் தமது நெற்றியில் வியர்வைத்துளிகளை வர வைத்தார்.ஆனாலும் படிப்பு முழுவதுமாக முடித்தபின் இவருக்கு திரைத்துறையில் வாய்ப்புகள் எதுவும் உடனடியாக கிடைக்கவில்லை.

தன் 23—ஆம் வயதில் விமான நிறுவனமொன்றில் வேலைக்குச் சேர்ந்தார் அந்த வேலை இவருக்கு ஒத்து வரவில்லை. பின் இராணுவப் பணி நிமித்தம் அப்போது போர் நடைபெற்ற வியட்நாமுக்குச் சென்றார். ஆனால் இவருடைய பரம்பரை சர்க்கரை நோய் காரணமாக அங்கிருந்து விலக்கப்பட மீண்டும் வேறுவழியில்லாமல் அமெரிக்கா திருப்பி அனுப்பப்பட்டு அமெரிக்க கப்பல் படைப் பிரிவில் அங்கிருப்பவர்களுக்கு டாக்குமெண்டரி படம் எடுப்பது குறித்த வகுப்பு எடுக்கும் பணியில் சேர்ந்தார்.

இச்சூழலில் அவரது வாழ்வின் மிக முக்கிய திருப்பமாக ஒரு சம்பவம் நிகழ அவரது கனவுப்பாதைக்கும் வழி கிடைத்தது. இவர் மாணவராக இருந்த போது எடுத்த Electronic Labyrinth:THX1138 எனும் படம் மாணவர்களுக்கான திரைப்பட விழா ஒன்றில் கலந்து கொண்டு சிறந்தப் படமாக தேர்வு செய்யப்பட்டு வார்னர் பிரதர்ஸ் சினிமா கம்பெனியின் பரிசைப் பெற்றது. இப்பரிசை தந்தது மட்டுமல்லாமல் அவர்களது நிறுவனம் தயாரிக்கும் ஒரு படத்தைத் தள்ளி நின்று வேடிக்கைப் பார்த்தபடி அந்த இயக்குனரிடம் பயிலும் வாய்ப்பையும் வழங்கியது.

அந்த இயக்குனர் பிரான்சிஸ் போர்ட் கொப்போலா(Coppola). அப்போது அவர் காட்ஃபாதர் படத்தை இன்னும் இயக்கி யிருக்கவில்லை. அப்போதுதான் அவரும் தன் துவக்க காலங்களில் படங்களை இயக்கிக் கொண்டிருந்தார்.

அப்போது அவர் இயக்கிக்கொண்டிருந்த படம் Finian-Rainbow 1968.

கொப்போலாவின் அறிமுகம் லூக்காசுக்கு அடுத்தடுத்த நிலைகளைக் காண்பிக்க தொடர்ந்து உயர படிகளில் அவரது கால்கள் தாவத்துவங்கின .

1971—க்கும் 1977—க்கும் இடைப்பட்ட காலங்களில் அவர் இயக்கியது மூன்றே மூன்று படங்கள் மட்டுமே. அவை அவரது THX 1138, American_Graffiti மற்றும் star wars.

இவற்றுள் THX 1138 எனும் பட,ம் முன்பே குறும்படமாக எடுத்து அவருக்கு அடையாளம் உண்டாக்கித் தந்தது. ஆனால் முழு நீளப்படமாக அதனை அவர் எடுத்தபோது அது படு தோல்வியை எதிர்கொண்டது. அடுத்த படம் அமெரிக்கன் கிராபிட்டி வெற்றியை ஈட்டித்தர உலகமே அதிசயிக்கும் வகையில் தன் மூன்றாவது படம் அமையவேண்டும் என்ற உறுதியோடு ஸ்டார்ஸ் வார்ஸ் படத்தைத் துவக்கினார். அவரே வியக்கும் வண்ணம் அது கொடுத்த நம்பமுடியாத வெற்றி பெரும் மலைப்பை உண்டாக்கியது .

மே மாதம் 22—ஆம் தேதி 1977—ஆம் ஆண்டு வெளியான ஸ்டார் வார்ஸ் கோள்களுக்கிடையிலான போரையும் அதில் ஆட்சி செய்யும் கற்பனை உருக்களையும் பற்றியது.

இப்படியெல்லாம் ஒருவர் கற்பனை செய்ய முடியுமா எனும் வகையில் பல விதமான உருத்தோற்றங்கள் கதாபாத்திரங்களாக உலா வந்தன. இன்னொரு பக்கம் இவை எப்படி உருவாக்கப்பட்டன என்ற அதிசயமான கேள்வியும் பார்வையாளர்களுக்குள் எழும் வண்ணம் பிரமிப்பின் எல்லைக்கே இப்படம் அழைத்து சென்றது. இது மட்டுமல்லாமல் வசூலில் அதுவரையிலான சாதனைகளை அனைத்தையும் இப்படம் முறியடித்தது. இதனைக் கடந்த இன்னொரு வெற்றி தனக்கு சாத்தியப்படுமா என்ற ஐயம் காரணமாகவோ என்னவோ லூக்காஸ் அதன்பிறகு படம் இயக்குவதையே நிறுத்தியிருந்தார். ஆனாலும் இயக்குனர் ஸ்பீல்பெர்க்குடன் இணைந்து இண்டஸ்ட்ரியல் லைட் அண்ட் மேஜிக் என்ற தயாரிப்பு நிறுவனம் துவக்கி இண்டியானா ஜோண்ஸ் வில்லோ(Indiana Jones) உள்ளிட்ட படங்களைத் தயாரித்தார். இவற்றுள் சிலப் படங்களுக்கு திரைக்கதையும் எழுதினார்.

அதுபோல கொப்போலாவுடன் இணைந்து ஜியோட்ரோப் எனும் ஸ்டூடியோவையும் துவக்கினார். ஆனால் இது எதிர்பார்த்த வெற்றியைத் தரவில்லை.

தனது ஆதர்ச உலக இயக்குனரான அகிராகுரசேவாவின் மேல் கொண்ட மரியாதை நிமித்தமாக காகேமுஷா(Kagemusha) எனும் அவரது படத்தைத் தயாரித்தார்.

தொடர்ந்துத் தயாரிப்புப் பணியில் இருந்தாலும் படத்தை இயக்கும் பணி மீண்டும் அவருக்குள் தூண்டுதலை உண்டாக்க கிட்டத்தட்ட 22 ஆண்டுகள் கழித்து மீண்டும் ஸ்டார் வார்ஸ் தொடர்களை இயக்கத் துவங்கினார். 1999—ல் வெளியான Star-Wars Episode I: The Phantom Menace எனும் படத்தின் பிரம்மாண்ட வெற்றியைத் தொடர்ந்து 2002—ஆம் ஆண்டு இவ்வரிசையில் மூன்றாவது படமும் 2008—ஆம் ஆண்டு நான்காவது திரைப்படமும் வெளியாகி வெற்றிப்பெற்றுள்ளன.

ஸ்டீவன் ஸ்பீல்பர்க் Steven Spielberg
(b.18 december 1946)
ஹாலிவுட் பிரம்மாண்டம்

இயக்குனர்களின் பிதாமகனாக பலராலும் கருதப்படும் ஆல்பிரட் ஹிட்சாக்(Albert Hitchcock) தனது கடைசிப் படமான பேமலி ப்ளாட்(Family Plot) படப்பிடிப்பில் இருந்தசமயம் ஒரு இளைஞன் அவரைப் பார்க்க செட்டில் வந்து நின்றபோது " யார் அவன், முதலில் அவனை விரட்டுங்கள் " என சத்தம் போட்டுள்ளார். அப்போது அந்த இடத்தில் இருந்த நடிகர் ப்ரூஸ் டெர்ன்(Bruce Dern) ஹிட்ச்காக்கின் காதில் சென்று ரகசியமாக ஏதோ சொல்ல ஹிட்ச்காக் புருவம் உயர்ந்தது.

"அப்படியா அந்த மீனை வச்சி படம் எடுத்தானே அவனா" என ஹிட்ச்காக் கேட்க, ப்ரூஸ்டெர்ன்" ஆமாம் பெயர் ஸ்டீவன் ஸ்பீல்பெர்க்(Steven Spielberg) " என பெருமிதத்துடன் கூறி தலையசைத்தார். அடுத்த நொடி மேலும் கோபம் கொப்பளிக்க "முதல்ல அந்த வேசிமகனை வெளியே அனுப்பு" எனக்கூற ப்ரூஸ் அதிர்ந்தார்.

அவர் உங்களுடைய தீவிர ரசிகர் உங்கள் காலடியில் ஒரே ஒரு நிமிடம் உட்கார்ந்துவிட்டு எழுந்திருக்க ஆசைப்படுகிறார் என மீண்டும் வலியுறுத்த அப்போதும் ஹிட்ச்காக் பிடிவாதமாக மறுத்து விட்டார்.

சில நாட்கள் கழித்தபின் ஹிட்ச்காக்கிடம், ப்ரூஸ்டெர்ன் "ஏன் உங்களுக்கு அந்த இளம் இயக்குனர் மேல் அத்தனை கோபம்" எனக் கேட்க அதற்கு யூனிவர்சல் ஸ்டூடியோ ஜாஸ்(jaws) என்ற பெயரில் சுறா மீனைவைத்து ஒரு தீம் பார்க் செய்தபோது நான்தான் குரல்கொடுத்தேன். அதற்காக மில்லியன் டாலர் பணம் வாங்கியிருக்கிறேன். நானும் பணத்துக்காக வேசை தொழில் செய்பவன்தான், ஆனாலும் அவர்களுக்கு நான் விசுவாசமாக இருக்க விரும்புகிறேன். இவன் அதைத்தான் மூலமாக வைத்து ஒரு கதை பண்ணி சம்பாதிக்கிறான். இதை நான் ஏற்க முடியாது என கூறினார். ஸ்பீல் பெர்க் எனும் மகத்தான இயக்குனர் மீதான இது போன்ற குற்றச்சாட்டுகள் இருந்தாலும் அதற்கு மூல காரணம் அவர் அடைந்த பிரம்மாண்ட வெற்றி.

49

உலக சினிமா வரலாற்றில் திரைப்பட நட்சத்திரங்களின் படங்களுக்குத்தான் பிரம்மாண்ட வெற்றிகள் கிடைக்கும் சூழலில் அதையும் கடந்து ஒரு இயக்குனருக்கு அப்பெயரை வாங்கித்தந்த பெருமையும் மக்களுக்கு சினிமா எனும் தொழில்நுட்பத்தின் மீது மரியாதையும் உண்டாக்கித் தந்தவர் ஸ்டீவன் ஸ்பீல்பெர்க்.

யூத மத சடங்குகளை தீவிரமாக கடைபிடிக்கும் குடும்பத்தைச் சேர்ந்த ஸ்பீல்பெர்க் அமெரிக்காவின் சின்சினாட்டி நகரத்தில் 1946—ல் பிறந்தவர். அவரது அம்மா லேத் ஆல்டர் ஒரு பியானோ இசைக் கலைஞர்.

அப்பா அமோல்ட் ஸ்பீல்பெர்க் ஒரு எலக்ட்ரிகல் இன்ஜினியர். சிறுவயதில் அரிசோனாவின் ஸ்காட்ச்டேலில் அவரது அம்மா அப்பாவுடன் முதல் சினிமாவைப் பார்த்ததிலிருந்தே ஸ்பீல்பெர்க்குக்கு சினிமா மேல் அப்படி ஒரு ஈர்ப்பு. அப்பாவிடம் சினிமாவை பற்றி துருவிதுருவி கேட்டறிந்து பின் தானும் அது போல படம் எடுக்க விரும்பினார். அந்த ஆசைக்கு வடிகாலாக அவரது அப்பாவும் ஒரு 8எம்.எம் கேமரா ஒன்றை வாங்கிப் பரிசளிக்க வாங்கிய காமராவின் மூலம், தானே ஒரு கதை எழுதி படம்பிடித்து அக்கம்பக்கம்

சிறுவர்களுக்கு தனியாக ஷோ ஒன்றும் போட்டுக் காண்பித்துள்ளார். வியாபாரியான ஸ்பீல்பெர்க் அந்த ஷோவுக்கு தன் நண்பர்களிடம் தலைக்கு 25 செண்ட் காசு வசூலித்த பின்பே அனுமதியளித்திருக்கிறார். மட்டுமல்லாமல் வந்திருந்த நண்பர்களிடம் அவரது தங்கை பாப்கார்ன் விற்று அதிலும் லாபம் சம்பாதித்துள்ளார் என்பது விசேஷ செய்தி. இயல்பாக யூதர்களுக்கிருக்கும் இந்த அடிப்படை வியாபர குணம்தான் பிற்காலத்தில் அவரது படங்களின் பெயர்களையும் லோகோக்களையும் பிரமாண்ட நேமாக விற்று பன்மடங்கு வருமானத்தை உயர்த்தும் உத்திகளை கற்றுத் தந்துள்ளது.

ஒருகட்டத்தில் பெற்றோர்கள் விவாகரத்து செய்துகொண்டு பிரிய நேர்ந்தபோது அம்மாவும் மூன்று சகோதரிகளும் அரிசோனாவிலேயே தங்கி விட தன் தந்தையுடன் கலிபோர்னியாவுக்கு குடிபெயர்ந்தார்.

பிறப்பால் யூதனாக இருந்ததால் நண்பர்களின் மத்தியில் ஒரு தனிமையும் அன்னியத்தன்மையும் அதிகமாக உணர்ந்தார் ஸ்பீல்பெர்க். இதனாலோ என்னவோ ஸ்பீல்பெர்குக்கு சினிமாவின் மேல் அளவுக்கதிகமான காதல் உருவாகியிருக்க வேண்டும்..

13 வயதில் ஸ்பீல் பெர்க் எடுத்த ஆப்ரிக்கப் போர் பின்னணி கொண்ட 40 நிமிட படம் பலரது பாரட்டைப் பெற அது கொடுத்த உற்சாகத்தில் Firelight எனும் முதல் முழு நீளப்படத்தை US$500 செலவில் எடுத்து அதை லோக்கல் தியேட்டரில் வெளியிட்டு லாபம் சம்பாதித்தார் .

யூனிவர்சிட்டி ஆப் சதர்ன் கலிபோர்னியாவில் திரைப் படக்கல்வி பயின்ற ஸ்பீல்பெர்க், படிப்பின் முடிவில் Amblin *(1968)*, எனும் 28 நிமிட குறும்படம் ஒன்றை எடுத்தார்.பிற்காலத்தில் சொந்தமாக படக்கம்பெனி ஒன்றைத் துவக்கியபோது அதே Amblin பெயரையே சூட்டினார். இப்படத்தைப் பார்த்த யூனிவர்சல் ஸ்டூடியோவின் முக்கியஸ்தர்கள் உடனடியாக ஸ்பீல்பெர்க்குடன் ஒரு நீண்ட நாள் காண்ட்ராக்டை போட்டுக்கொண்டனர். அப்போது அவருக்கு வயது வெறும்

16 தான். அத்தனை சிறியவயதில் மிகப்பெரிய ஸ்டூடியோவில் வேறு எந்த இயக்குனரும் அப்படி ஒரு உறுதியான ஒப்பந்தம் இட்டதில்லை. உண்மையில் ஸ்பீல்பெர்க்கின் அந்த 16 வயது சாதனை இயக்குனர்களின் வரலாற்றில் அழிக்க முடியாத முத்திரை. யூனிவர்சலில் அவர் எடுக்க ஒப்பந்தம் ஆன முதல்படம் Malcolm Winkler, ஆனால் அந்தப்படத்துக்கு சரியான நடிகர்கள் கிடைக்காமல் அது அப்படியே கிடப்பில் போடப்பட்டது.

அடுத்து "L.A. 2017" எனும் அறிவியல் புனைக்கதையின் சில எபிசோட்களை யூனிவர்சலின் தொலைக்காட்சிப் பிரிவுக்காக எடுத்தார். அதில் மகிழ்ச்சியுற்ற ஸ்டூடியோ அதிபர்கள் தொடர்ந்து நான்கு தொலைக்காட்சிப் படங்களை எடுக்க ஒப்பந்தம் செய்தனர். அதில் முதல் படம் டுயல்(Duel). நெடுஞ் சாலை ஒன்றில் ஒரு ட்ரக்கர் டேங்கர் லாரியை ஓட்டும் மனநோயாளி ட்ரைவருக்கும் ப்ளைமவுத் கார் ஓட்டும் நாயகனுக்கும் இடையில் நடக்கும் சக்கரங்களின் போர்தான், இப்படத்தின் மையப்பொருள்.

முழுவதும் சினிமா மொழியை மட்டுமே தாங்கி வசனங்கள் குறைவாக கையாளப்பட்ட இப்படத்தில் அந்த சிறிய வயதிலேயே அவருக்கிருந்த மொழி ஆளுமையை உலகறிய செய்தது. ஒளிப்பதிவும் படத்தொகுப்பும் அத்தனை கச்சிதம். அவரது எல்லாப் படங்களையும் போல ஒரே கதைபொருள்தான் இதிலும். நன்மைக்கும் தீமைக்குமானப் போர். இறுதியில் நன்மை வெற்றிப்பெறுவது,தெரிந்த கதைதான் என்றாலும் நம்மை கடைசி வரை சீட்டின் நுனியில் அமரவைப்பதுதான் அவரது அசகாய உத்தி.

இதற்காக அவர் தீமையை இட்டுக்காட்டி பெரிதாக்கி காண்பிப்பது கொஞ்சம் அதிகம். ஆனால் அந்த அதிகம்தான் அவர் உலகப்புகழ் பெறவும் காரணமாக உதவியது. அவர் வணிகரீதியாக புகழ் உச்சிக்கு செல்லக் காரணமாக இருந்த ஜாஸ்(Jaws), ஜுராசிக் பார்க்(Jurassic Park) எனும் இரண்டு படங்களுமே இந்த இட்டுக்கட்டப்பட்ட தீமைகள்தான்.

டுயலின் வெற்றி அவரை அடுத்தக் கட்டங்களுக்கு தூக்கிச் சென்றது. முதல் முழு நீளப்படம் ஒன்றை இயக்கும் வாய்ப்பையும் அது பெற்றுத் தந்தது. இம்முறையும் அதே சேஸிங் டைப் படம் தான். சொல்லப்போனால் அவரது பெருவெற்றிப் படங்கள் எல்லாமே ஒரு வகையில் சேஸிங்

படங்களாகத்தான் இருக்கின்றன. sugarland express (1974) எனும் ஒரு உண்மைச் சம்பவத்தை அடிப்படையாகக் கொண்ட இப்படத்தில் தம்பதியருக்கும் போலீசாருக்கும் நடைபெறும் துரத்தல்தான் கதை.

இப்படத்தைத் தொடர்ந்து யூனிவர்சல் ஸ்டூடியோ அவருக்கு ஒரு நாவலை கொடுத்து படிக்கச்சொல்லி அதைப் படமாக்க அழைத்தது. அந்தப் படம் ஜாஸ்(jaws). ஜாஸ் அவருக்கு உருவாக்கித் தந்த வெற்றி அதற்குமுன் ஹாலிவுட்டில் எவருக்குமே கிடைக்காதது. புதுமையான தொழில்நுட்பத்திலும் பார்வையாளர்களிடத்தில் அது உருவாக்கிய தாக்கத்திலும் உலக அளவில் அதுவரை வெளியான அனைத்துப் படங்களையும் அது பின்னுக்குத் தள்ளியது. அக்காலக்கட்டத்தில் மக்கள் மத்தியில் அதற்கு உண்டான பரபரப்பைப் பார்த்து ஜாஸ் மேனியா என பத்திரிக்கைகள் எழுதின.

உண்மையில் படத்துக்கான திட்டமிட்ட மதிப்பீட்டிலிருந்து செலவு தாறுமாறாக எகிற, ஒருகட்டத்தில் யூனிவர்சல் ஸ்டூடியோவின் முதலாளிகள் படத்தை நிறுத்தச் சொல்லி உத்தரவிட்டனர். பிறகு ஸ்பீல்பெர்க் தன் முயற்சியால் முழுப்படத்தையும் எடுத்து முடித்து படத்தை வெளியிட அது பிரம்மாண்ட வெற்றியை உருவாக்கித் தந்து முதலாளிகளை வாயடைக்க வைத்தது. படத்தின் வெற்றி ஸ்பீல்பெர்க்கை அமெரிக்காவின் இளம் மில்லியனராக மாற்றியது. படத்தொகுப்பு, பின்னணி இசை மற்றும் சத்த ஒருங்கிணைப்பு ஆகிய மூன்று பிரிவுகளில் ஆஸ்கார் பரிசையும் வென்றது. தொடர்ந்து ஜாஸ் 2—ஆம் பாகம் இயக்க அழைப்பு வந்த போது அதை மறுத்து அவர் இன்னொரு படத்தில் களமிறங்கினார் . அது Close Encounters of the Third Kind *(1977)*.

இப்படத்தின் கதை யாருடையது என்பது குறித்து பல்வேறு விவாதங்கள் நடைபெற்று வருகின்றன . உண்மையில் இக்கதை இந்திய இயக்குனர் சத்யஜித்ரே(satyajit ray) அவர்களால் உருவாக்கப்பட்ட ஏலியன் எனும் வரைகலை சித்திரம், குழந்தைகளுக்காக அவர் நடத்தி வந்த ஒரு பத்திரிக்கையில் படக்கதையாக வெளியான இக்கதையை அறிந்த ஹாலிவுட்டின் கொலம்பியா பிக்சர்ஸ், இதனைப் படமாக எடுக்க விரும்பி 1969—ல் பிராண்டோவையும் அதில் நடிகராக நடிக்கச் சொல்லி அழைப்புவிட்டிருந்தது . ஆனால்

ரேவுக்கு அவர்கள் பேசிய சம்பளத்தில் உடன்பாடில்லாத காரணத்தால் அப்படம் கைவிடப்பட்டது.

ஆனால் அப்போது ரேவுக்கு ஏஜெண்டாக இருந்தவர் பிற்பாடு ஸ்பீல்பெர்க்கும் ஏஜெண்டாக பணிபுரிய போக அவர்தந்த ஆலோசனையில் இக்கதையை ஸ்பீல்பெர்க் தனக்கேற்றார்போல மாற்றிக்கொண்டு படத்தை உருவாக்கிவிட்டார். என ரே அவர்களே தனது வாழ்க்கைக் குறிப்பில் இதனை பதிவுசெய்துள்ளார். ரே போன்ற மேதைகள் இப்படியான விஷயத்தை சொல்லும் போது அதன் நம்பகத்தன்மை நம்மை ஸ்பீல்பெர்க் மேல் நிச்சயம் சந்தேகப்படவே வைக்கிறது.

மேலும் அதற்கு முன் வரை எந்தக்கதையும் சொந்தமாக எழுதியிராத ஸ்பீல்பெர்க் இதற்கு மட்டும் கதை என தன் பெயரை போட்டுக்கொண்டது ரே உருவாக்கிய அதே உருவ சித்திரம், ஏலியனாக ஸ்பீல்பெர்க் படத்தில் பயன்படுத்தப் பட்டிருப்பதும் ரேவின் கூற்றை நம்ப வைக்கின்றன. மேலும் ஸ்பீல்பெர்க்கின் படங்கள் பொதுவாக மனிதர்களுக்கான வில்லன்களை மட்டுமே தேடுபவை. அவரது படங்களில் மனிதன் தேடிய ஒரே நண்பன் இந்தப்படம் ஒன்றுதான். இந்த சிந்தனை நிச்சயம் ஒரு இந்திய மரபு வழிச்சார்ந்த சிந்தனையாக மட்டுமே இருக்க வாய்ப்பிருப்பதால், இப்படத்தின் கதைக்கு ரேவின் ஏலியன் தான் மூலவித்தாக இருக்கும் என நம்பப்படுகிறது. இது ஒருபுறமிருக்க இப்படம் அவருக்கு உருவாக்கிய தொடர் வெற்றி அவரை சிம்மாசனத்தில் அமரவைத்தது. சிறந்த இயக்குனருக்கான ஆஸ்கார் விருதுக்கு பரிந்துரை செய்யப்பட்டது. ஆனாலும் விருது படத்தின் ஒளிப்பதிவாளரான Vilmos Zsigmond அவர்களுக்கும் ஸ்பெஷல் எபெக்ட்ஸுக்கும் தான் கிடைத்தது .

அடுத்து அவரது நெருங்கிய நண்பரும் அமெரிக்காவின் புதிய அலை இயக்குனர்களில் ஒருவருமான ஜார்ஜ் லூகாசுடன் இணைந்து ஆக்ஷன் அட்வென்சர் படம் ஒன்றைத் தயாரிக்கும் பணியில் ஈடுபட்டார்.

ஜார்ஜ் லூகாசின் முந்தைய வெற்றிப்படத்தில் அறிமுகமான ஹாரிசன் போர்ட்தான் நாயகன். Raiders of the Lost Ark, எனும் அந்தப் படம் வெளியானபோது அதுவும் வசூலில் பெரும் சாதனை செய்தது. ஆக்ஷன் படங்களின் அகராதியாக இன்றும் கருதப்படும் அளவுக்கு ஸ்பீல்பெர்க்

தன் தொழில்நுட்பதிறமையை வெளிப்படுத்தி இருந்தார். தொடர்ந்து E.T. the Extra-Terrestrial, indiana Jones and the Temple of Doom, என அறிவியல் ஆக்ஷன் என இரண்டுவிதமான படங்களை இயக்கிவந்தாலும் அவரை உலகம் ஒரு கமர்ஷியல் இயக்குனராகத்தான் பார்த்து வந்தது.

சிறந்த இயக்குனருக்கான விருதுக்கு பலமுறை அவர் படங்கள் பரிந்துரை செய்யப்பட்டாலும் விருது மட்டும் கிடைக்கவில்லை. தானும் ஒரு சிறந்த இயக்குனராக அறியப்பட வேண்டும் என்ற நோக்கத்தோடு அமெரிக்க கறுப்பினத்தவர்களின் வாழ்வைச் சொல்லும் நாவல் ஒன்றை படமாக்க வந்தார். அப்படம் The Color Purple1985.

அலைஸ் வாக்கர்(Alice Walker) எழுதிய புலிட்சர் பரிசுப் பெற்ற இந்நாவலை கதையாகக் கொண்டு உருவாக்கப்பட்ட இப்படத்தில் ஓப்ரா வின்ப்ரே (oprah winfrey)மற்றும் ஊப்பி கோல்ட்பெர்க்(whoopi Goldberg) ஆகிய கறுப்பினத்தின் உலக நட்சத்திரப் பெண்கள் அதில் நடித்திருந்தனர். கறுப்பின மக்களது வாழ்வைச் சொன்ன இப்படம் அவருக்குச் சிறந்த படமாக தேர்வு செய்யப்பட்டு ஆஸ்கார் விருதைப் பெற்றுதந்தது ஆனால் இதிலும் இயக்குனர் விருது மட்டும் அவருக்கு கிடைக்கவில்லை.

ஸ்பீல்பெர்குக்கே சிறந்த இயக்குனர் விருது கிடைக்கவில்லை என்பது எல்லோர் மத்தியிலும் ஒரு பேச்சாக இருந்தது. இதன் பொருட்டு அவர் முன் இது ஒரு சவாலாகவே மாறியது, அதற்காக அவர் தன்னை தயார்செய்து கொண்டிருந்த சமயத்தில்தான் மைக்கேல் க்ரிக்டன்(Michael Crichton) எழுதிய ஜுராசிக் பார்க் எனும் நாவல் அவர் கைக்கு கிடைத்தது. 1993—ல் ஜுராசிக் பார்க் படமாக வெளியான போது உலகமே அவரை தலைநிமிர்ந்துப் பார்த்தது.

திரைப்பட வரலாற்றில் இதுவரை வேறெந்த படத்துக்கும் கிடைக்காத வரவேற்பு, வெற்றி அப்படம் பெற்றது. உலகின் கடைக்கோடி மனிதன் கூட அப்படத்தைப் பற்றி அறியும் அளவுக்கு திரைப்பட உலகின் மகத்தான சாதனையாக அப்படம் மாறியது. இன்று வரையிலும் டைட்டானிக் ஒரே படம்தான் அந்த சாதனையை சமன் செய்திருக்கிறது. வசூல் தொகை மொத்தம் 914 மில்லியன் டாலர்கள் என்றால் இந்தியாவில் எவ்வளவு என நீங்களே விரலை நீட்டி கணக்குப் பார்த்துக்கொள்ளுங்கள்.

இதற்குமேல் ஒருவன் பணம் சம்பாதிக்க முடியாது என்ற நிலைக்குப்பின் இம்முறை அவர் முன் ஒரே ஒரு சவால் மட்டும் காத்திருந்தது. அந்த சவாலை அவரது அடுத்தப் படம் நிறைவேற்றி தந்தது . ஷிண்ட்லர்ஸ் லிஸ்ட்(Schindler's list). இரண்டாம் உலகப்போரில் 1100 யூதர்களின் உயிரை ஒரு ஜெர்மானிய வியாபாரி காப்பாற்றிய கதைதான் இப்படம். அவரது கனவாக இருந்த சிறந்த இயக்குனருக்கான ஆஸ்கார் விருதைப் பெற்றுத் தந்ததோடு அல்லாமல் கமர்ஷியலாகவும் இப்படம் பெருவெற்றிப்பெற்று உலகசினிமாவின் சந்தையில் கலைப்படங்களுக்கும் ஒரு கதவை திறந்துவிட்டது.

அதன்பிறகு தி மாஸ்க் ஆப் ஜோரோ(The Mask of Zorro) , தி மென் இன் ப்ளாக்(The Men In Black) போன்ற படங்களைத் தயாரித்தவர் சேவிங் ப்ரைவேட் ரயான்(Saving Private Ryan) எனும் அற்புதமான படத்தையும் இயக்கியிருந்தார்.

அடுத்து வெளிவந்த படங்களில் டின் டின்(Tin Tin) 3டி அனிமேஷன் படம் உலக ரசிகர்களைப் பெரிதும் கவர்ந்தது.

துருக்கி

இல்மாஸ் குணே Yilmaz Guney
(01 April 1937 -9 September 1984)

சினிமாவை உண்மையாக நேசிக்கும் கலைஞன் மகிழ்ச்சியடைவது நெஞ்சி புடைத்து கன்னத்தில் சுடு நீர் உருள விம்மி பெரு மூச்சு விடுவது எப்போது தெரியுமா?அவன் படைப்பு விருது பெறும் அறிவிப்பைக் கேட்கும்போதுதான் அதுவும் உலகின் தலைசிறந்த விருதான கான் விருது கிடைக்கிறதென்றால் அவன் அடையும் மகிழ்ச்சிக்கு அளவேயில்லை.

அந்த அறிவிப்பு ஒரு இயக்குனரின் காதுகளை அடையும் போதுஒருவேளை அப்போது அவர் தன் குழந்தையுடன் வீட்டின் மொட்டை மாடியில் விளையாடிக்கொண்டிருக்கலாம் அல்லது மனைவியுடன் அமர்ந்து ஒரு மொக்கையான தொலைக்காட்சி நிகழ்ச்சியை பார்த்து ரசித்துக்கொண்டிருக்கலாம் அல்லது படப்பிடிப்பில் சரியாக நடிக்கத்தெரியாத நடிகனோடு மல்லுக்கட்டலாம் அல்லது ஒரு அழகான நடிகையுடன் விடுதியில் அமர்ந்து பாலஸ்தீன இஸ்ரேல் பிரச்சனையைப் பற்றி பேசிக்கொண்டிருக்கலாம்.

ஆனால் விருது அறிவிப்பு வரும்போது சிறையில் இருந்தால்..?

நாமாக இருந்தால் என்ன செய்வோம் அதை அங்கிருக்கும் சிலரோடு மகிழ்ச்சியாகவோ வேதனையாகவோ பகிர்ந்து கொண்டு எப்படி அந்தப் பரிசை யார் வாங்க அனுப்பலாம் என யோசிப்போம். ஆனால் சிறைக்கதவை உடைத்துக்கொண்டு

வெளியேறி தனது நாட்டிலிருந்து தப்பித்து பிரான்சுக்கு சென்று அந்த கான் விருதைப் பெறுகிறார் என்றால் அது எப்பேர்பட்ட சாகஸம்.

அப்படி ஒரு அசாத்தியாமன காரியத்தை செய்தவர்தான் இல்மாஸ் குணே. உலகின் தலைசிறந்த இயக்குனர்களுள் ஒருவராக போற்றப்படுபவர். சிறைக்குள் இருக்கும் இளம் குற்றவாளிகளைப் பற்றிய yol திரைப்படத்தை இயக்கியதன் மூலம் உலக சினிமாவில் தனக்கென தனி முத்திரை பதித்துக் கொண்டவர்.

துருக்கியின் குர்த் இனத்தைச் சார்ந்த சாதாரண பஞ்சு மில் தொழிலாளிகளின் மகனாகப் பிறந்தவர் இல்மாஸ் குணே. அவரது வறுமை சூழ்ந்த வாழ்க்கை பின்னாளில் அவருக்கு உறுதியான படைப்பு கட்டுமானத்தை உருவாக்கித்தந்து, சிறந்த கலைஞனாக பரிணாமிக்க வகை செய்தது. சட்டமும் பொருளாதாரமும் படித்து பட்டம் பெற்றபின் இல்மாஸை சினிமா கவர்ந்திழுத்து கொண்டது.

அக்காலத்தில் துருக்கி சினிமா பல இளம் துருக்கியர்களை உருவாக்கிக் கொண்டிருந்தது. அதுவரை அரசாங்கத்தால் அனுமதிக்கப்பட்ட நாடகமான குடும்பக்கதைகளை மட்டுமே பார்த்து வந்த துருக்கி சமூகம் முதல் முறையாக சினிமா எனும் கலையின் முழுமையான அனுபவத்துக்கு தன்னைத் தயார்படுத்திக்கொண்டது. குறிப்பிடத்தக்க நல்ல இயக்குனர்கள் கவனம் பெற துவங்கிய காலம் அது. அதில் ஒருவர் ஆதிப் இல்மாஸ், பல துருக்கிய இளைஞர்களைப் போல அக்காலத்தில் சினிமாவால் ஈர்க்கப்பட்ட இல்மாஸ் இயக்குனர் அலிஃப்யில் மாசுடன் உதவி இயக்குனராக சேர்ந்துக் கொண்டார். பயிற்சிக் காலத்தில் திரைக்கதையில் அவர்காட்டிய செழுமையான பங்களிப்பு அவரை நடிகராக முன்னே கொண்டு வந்தது. ஒரே வருடத்தில் கிட்டத்தட்ட 20 படங்களில் நடித்து துருக்கியின் முன்னணி நட்சத்திரமாக உயர்ந்தார்.

வெறுமனே நடிகராக இருப்பதை மட்டும் விரும்பாத இல்மாஸின் படைப்புலகம் அவரை இலக்கியத்தின் பாலும் உந்தித்தள்ளியது. மார்க்சியம் வசீகரித்தது. அமைப்புக்கும் அரசாங்கத்துக்கும் எதிரான அவரது முதல் நாவல் கம்யூனிஸ்ட் 1961ல் வெளியானது. வெளியான அதே வேகத்தில் போலீஸ் அவரது வீட்டுக்கு வந்து சிறையிலடைத்தது.

கிட்டத்தட்ட 18 மாதங்கள் சிறைவாசம். இனி இல்மாஸ் அரசாங்கத்துக்கு கட்டுப்பட்டு ஒழுங்காக இருப்பார் இதுவே முதலும் கடைசியுமான சிறைவாசம் என அரசும் மற்றவர்களும் நினைத்தனர். ஆனால் சிறை அவருக்கு அதிகாரத்தின் மீதான கோபத்தையும் சுதந்திரத்தின் மீதான தாகத்தையும் அதிகப்படுத்தியிருந்தது என்பதை அவர்கள் அறிந்திருக்கவில்லை.

நடிப்போடு நிற்காமல் தன் கருத்துக்களையும் கற்பனை களையும் திரைப்படத்தின் மூலம் வெளிப்படுத்தவேண்டும் என முடிவு செய்தார். இயக்குனராக மாறினார். 1966ல் அவரது முதல் திரைப்படம் At avrat silah வெளியானது. 1968ல் சொந்தமாக திரைப்படக் கம்பெனி ஒன்றையும் துவக்கிய இல்மாஸ் அதற்கு guney filmclick எனப்பெயர் வைத்துக் கொண்டார். அக்கம்பெனி மூலம் அடுத்தடுத்து umut(hope)1970,agit(elegy)1972, aci(pain)1971, the hopeless1971 எனும் திரைப்படங்களைத் தயாரித்தார். இப்படங்கள் அனைத்தும் அதன் தலைப்புகள் நமக்கு உணர்த்துவதைப்

போல துருக்கி மக்களின் உள்ளத்தை பிரதிபலித்தன. இளைஞர்கள் பலர் இல்மாஸின் திரைப்படங்களுக்கு தீவிர ரசிகர்களாகியினர். அரசாங்கத்துக்கு எதிரான கொந்தளிப்புகள் அதிகமாவதைத் தொடர்ந்து இல்மாஸ் மீண்டும் 1972ல் சிறைக்குள் தள்ளப்பட்டார்.

ஆனால் அதுவரை அடுத்தடுத்த தன் திரைப்படங்களுக்கு கதை எழுத ஓய்வு கிடைக்காமல் அல்லாடிக்கொண்டிருந்த இல்மாஸ் குணேவுக்கு அந்த சிறை நாட்கள் பெரும் உதவியாக இருந்தன.

துருக்கி அரசு சிறைக்கு கொண்டுச்சென்றபோது the miserable எனும் திரைப்படத்துக்கான தயாரிப்பில் ஈடுபட்டுக் கொண்டிருந்தார். பாதியில் நின்ற அத்திரைப்படத்தை அவரது உதவியாளர் செரீஃப் கோரன்(serif goren) என்பவர் தொடர்ந்து இயக்கிப் படத்தை முடித்து வெளியிட்டார். தொடர்ந்து செரீப் அவர் சிறையில் எழுதிய அனைத்து திரைக்கதைகளையும் ஏறக்குறைய 12 ஆண்டுகள் இயக்கி வெளியிட்டு தன் ஆசானுக்கு பெருமை சேர்த்தார்.

1974—ல் மனித உரிமைகளுக்கான அமைப்பான அம்னெஸ்டி இண்டர்நேஷனல் இவ்விவகாரத்தில் தலையிட்ட காரணத்தால் இல்மாஸ் குணே விடுதலை செய்யப்பட்டார். ஆனால் அந்த வருடமே குணே மீண்டும் கைது செய்யப்பட்டார். ஒரு நீதிபதியை இரவு நேர மது விடுதியில் சுட்டுக்கொன்றதாக அவர்மேல் சுமத்தப்பட்ட வழக்கில் கிட்டத்தட்ட 19 வருட சிறைத்தண்டனை அவருக்கு வழங்கப்பட்டது. இக்காலத்தில் அவர் திட்டமிட்டிருந்த the herd 1978, the enemy 1979 இரண்டு திரைக்கதைகளையும் அவரது இன்னொரு உதவியாளரான zeki okten இயக்கி வெளியிட்டார். இதில் தி எனிமி திரைப்படம் 1980ஆம் ஆண்டு நடைபெற்ற பெர்லின் திரைப்பட விழாவில் சிறப்பு பரிசைப் பெற்றது.

1980ல் குணே சிறையிலிருக்கும்போது மீண்டும் அவரது திரைக்கதை ஒன்றை அவரது உதவியாளர் செரீஃப் கோரன் களத்தில் நின்று இயக்கியிருந்தார் yol (the road)எனும் அப்படம் தான் 1982 பிரான்சில் நடைபெற்ற கான் திரைப்பட விழாவில் பங்கேற்றது.

Yol படத்தின் திரைக்கதை துருக்கி சிறையிலிருந்து வெளியேறும் மூன்று குர்திஷ் இனத்தவரை பற்றியது. மூன்றும் வெவ்வேறு கதைகள்

YILDIZ FILM
YILMAZ GÜNEY
NEBAHAT ÇEHR
SEDEF TÜRKA
TUNÇEL KURT
SAMİ TU
DANYAL TOPATA
Rej: HASAN KAZANKAY
Senaryo: YILMAZ GÜN
Kamera: VEDAT AKDİKM
AT AVRAT SİLAH
http://www.tsa.org.t

முதல் கதை நாயகன் செய்த் அலி ஊருக்கு திரும்புகிறபோது அவன் மனைவி செரீப் செஷர் காமத்தொழில் செய்பவளாக அவனது குடும்பத்தாரால் கையும் களவுமாக பிடிக்கப்பட்டு அவனிடம் ஒப்படைக்கபடுகிறாள். ஊரும் குடும்பத்தாரும் சேர்ந்து அவளுக்குத் தண்டனையாக அவள் கணவன் கையாலே அவளைக் கொலை செய்யுமாறு உத்தரவு பிறப்பிக்கின்றனர். இருவரும் பனிப்பாலைவனத்தில் செல்கிறபோது அவன் மனைவி விபத்தில் சிக்கிக்கொள்ள அவன் அவளைக் காப்பாற்றப் போராடுகிறான். இறுதியில் மனைவி இறந்து போகிறாள். இது ஒருவகையில் குடும்பத்தாரின் நிர்பந்தத்திலிருக்கும் மனைவியை அவன் கையால் கொன்ற பாவம் கணவனை அண்டாமல் தன் மனைவி தன்னைக்காப்பற்றிவிட்டதாக அவன் மகிழ்ந்தாலும் இறுதியில் அவனது மனசாட்சி மீண்டும் அவனை சிறைக்கு செல்லும்படி இம்சிப்பதுடன் கதை முடிகிறது.

இரண்டாவது கதையின் நாயகன் மெஹ்மத் சாலிஹ் மைத்துனரோடு சேர்ந்து போலீசைச் சுட்டுக்கொன்ற வழக்கில் தேடப்படும் குற்றவாளியாகிறான். அவனது குடும்பத்தார் இச்செயலால் அவனை வெறுக்கின்றனர். ஒருபக்கம் போலீஸ், இன்னொருபக்கம் மனைவியின் குடும்பத்தார் இவர்களுக்கிடையில் தடுமாறும் நாயகன் மெஹ்மத் தன் மனைவியிடம் உண்மைகளைச் சொல்லி இருவரும் இந்த ஊரைவிட்டு ஓடிபோய் வெளியூரில் பிழைக்கத் திட்டமிடுகின்றனர். ரயிலில் தப்பிக்கும் இருவரும் நீண்ட நாட்களாக அழுத்தி வைத்திருந்த காமத்தை தீர்த்துக்கொள்ள கழிவறையில் ஒன்றிணைகின்றனர்.

நீண்ட நேரமாகியும் வெளிவராத காரணத்தால் சக பயணிகள் கோபத்தில் கொந்தளிக்க சில ரயில் அதிகாரிகள் வந்து அவர்களைக் காப்பாற்றி அடுத்து வரும் ஸ்டேஷனில் இருவரையும் ஒப்படைக்கும் பொருட்டு தனியாக அமர வைக்கப்படுகின்றனர். ஆனால் அவனது மனைவியின் குடும்பத்திலிருந்து அவர்களை விரட்டி வரும் இளைஞன் ஒருவன் தன் கையில் மறைத்து வைத்த துப்பாக்கியால் இருவரையும் சுட்டு கொலை செய்வதுடன் மெஹ்மத்தின் கதை முடிகிறது. மூன்றாவது, தன் கிராமத்துக்கு திரும்பும் ஓமரின் கதை. ஓமரின் கிராமம் எல்லைப்பகுதியில் இருப்பதால் இராணுவத்துக்கு தெரியாமல் சில கைதிகள் தப்பிச்செல்ல உதவுகிறான் . ஓமரின் அண்ணன் கடத்தல்

தொழில் செய்து வந்தவன் . வேறு வழியில்லாமல் அதே தொழிலையே செய்ய நேரும் ஓமர் தனது அண்ணனின் மனைவி மற்றும் குடும்பத்தையும் பரம்பரை வழக்கப்படி தனதாக்கிக் கொள்கிறான். கான் திரைப்பட விழாவில் இத்திரைப்படத்துக்கான விருதை முன் கூட்டி அறிவிக்கப்பட விழாவில் விருதைப் பெற வேண்டி சிறையிலிருந்த சில அதிகாரிகளின் துணையோடு தப்பித்து பிரான்சுக்கு வந்து விழாவில் பங்கேற்று விருதை பெற்றுக்கொண்டார் இல்மாஸ்.

அழுக்கு அரசன் என விமர்சகர்களால் செல்லமாக கருதப்பட்ட இல்மாசின் வாழ்க்கை ஆச்சர்யப்படும் வகையில் உலகசினிமாவின் இன்னொரு ஆளுமையான இத்தாலியின் பியர் பாவோலோ பசோலினியோடு பல வகைகளில் ஒத்திருப்பது ஒரு ஆச்சர்யமான பொருத்தப்பாடு. இருவருமே அதிகாரத்தை படைப்புகளின் மூலம் கடுமையாக எதிர்த்தவர்கள். சிறைத்தண்டனைகளுக்கு அஞ்சாதவர்கள், பலமுறை ஆட்சியாளர்களின் கைதுக்கு ஆளாக்கப்பட்டவர்கள், கம்யூனிஸ்டுகள் இருவருமே படைப்பாளர்கள் மற்றும் இலக்கியவாதிகள். திரைப்படங்களுக்கு முன்பாகவே நாவல்கள் எழுதியவர்கள் கவிஞர்கள். கலகக்காரர்கள். சிறையிலிருந்து தப்பித்த காரணத்தால் துருக்கி அரசாங்கம் அவருக்கு 22 ஆண்டுகள் சிறைத் தண்டனை அறிவித்தது அதனால் பிறகு பிரான்சில் தஞ்சமடைந்த இல்மாஸ் குணே அடுத்த ஆண்டே பிரெஞ்சு அரசாங்கத்துக்காக the wall (1983) எனும் படத்தை இயக்கியிருந்தார். சிறையிலிருந்து தப்பிக்கும் பிரெஞ்சு குற்றவாளிகளைப் பற்றிய திரைக்கதை இது.

இத்திரைப்படம் வெளியாகிய அடுத்தவருடமே புற்றுநோய் காரணமாக பாரீசில் 1984ஆம் ஆண்டு தன் வாழ்க்கை திரைக்கதைக்கு இறுதிக்காட்சியை அவராக எழுதிக் கொண்டார்.

போலந்து

கிரிஸ்டோஃப் கிஸ்லோவ்ஸ்கி Krzysztof Kieślowsk

(27 june 1941-13 March 1996)

ஒரு உயர்ரக பென்ஸ்காரில் போகும் கடைநிலை பாலியல் பெண்ணின் மனநிலையைக் கொண்டவை கிஸ்லோவ்ஸ்கியின் திரைப்படங்கள். அவரது திரைப்படங்கள் மனித நேயத்தின் அகராதி அல்லது மானுடத்தின் பைபிள் என எப்படி வேண்டுமானாலும் குறிப்பிடலாம். கோடைக்கால வாதுமை மர நிழலில் பெரும் விகாசத்துடன் நிற்கும் ஒரு இளைஞனோடு கைகுலுக்குவது போல அவரது திரைப்படங்கள் கனவுத் தன்மையும் எளிமையான கதையாடலையும் ஒருங்கே வரித்துக் கொண்டவை. தூய்மையான அன்புக்காக ஏங்குபவர்கள் அவரது நாயகர்கள்.

அவரது short film about love திரைப்படத்தில் வரும் நாயகன் தன் எதிர் பிளாட் நாயகியை பைனாகுலரில் தொடர்ந்து பார்ப்பதன் மூலம் தீவிரமான காதலுணர்வை நமக்குள் தோற்றுவிப்பதுபோல அவர் தனது படங்களின் மூலம் மனித இதயத்தின் இருண்டபகுதிகளை தொடர்ந்து நோக்கி நம்மை, நம் அழுக்குகளை சுலபமாக உணர்த்துகிறார். அவரது படங்களை ஒருசேர பார்க்கும்போது திரையிலிருந்து வெளிப்படும் நம் கண்ணுக்கு தெரியாத வண்ணமீன்கள் நம் இதயத்தின் அந்த அழுக்குகளை உண்டு நமது மனிதத் தன்மையை அதிகரிக்கச் செய்வது அவரது படங்களின் சிறப்பு என்றால் மிகையில்லை.

இர்ண்டாம் உலகப்போரில் சிக்கி கொடும் சித்ரவதையை அனுபவித்துக் கொண்டிருந்த போலந்து நகரத்தின் 1941ஆம் ஆண்டின் பகல் பொழுதொன்றில் வார்சா நகரத்தில் பிறந்தவர் கிஸ்லோவ்ஸ்கி. அவரது தந்தையின் காசநோய் அவர்களது நடுத்தர குடும்பத்தை ஏழ்மைக்குள் தள்ளியது. அலுவலகங்களில் எழுத்து மற்றும் சிப்பந்தி வேலை செய்து வந்த அவர்களது அம்மாவின் குறைந்த ஊதியம் குடும்பத்தை ஈடுகட்டினாலும் தந்தையின் உடலை கவனிக்கத் தொடர்ந்து சிறு நகரங்களுக்கு குடும்பத்தை மாற்றிக்கொண்டே இருக்க வேண்டியிருந்தது. ஒருகட்டத்தில் கிஸ்லோவ்ஸ்கியையும் அவரது சகோதரியையும் அரசு விடுதியில் தங்க வைக்கும் நிலைக்கு அவர்களது வாழ்க்கை நிர்க்கதிக்கு

ஆளானது. அக்காலங்களின் துயரங்கள்தான் பின்னாளில் அவரது திரைப்படங்களின் மனசாட்சியாக உருவம் கொண்டன.

கிஸ்லோவ்ஸ்கிக்கும் சுவாசக் குழாய் மற்றும் நுரையீரல்கள் பலவீனமாக இருந்த காரணத் தால் இதர சிறுவர்களை போல விளையாடாமல் படுக்கை யிலிருந்தபடி அதிகமாக புத்தகங் களை வாசிக்கத் துவங்கினார். காசுகொடுத்து கடையில் வாங்க முடியாத உன்னதமான பல விஷயங்கள் தன்னைச் சுற்றியிருப்பதை உணர்ந்து கொண்ட கிஸ்லோவ்ஸ்கி இனி அந்த விஷயங்களுக்காக மட்டுமே முழு வாழ்க்கை யையும் அர்ப்பணிக்க விரும்பினார்.

இதனால் படிப்பின் மேல் ஆர்வம் குன்றி காணப்பட அவரது அம்மா இவரை தீயணைப்பு வீரர்களுக்கான பயிற்சியில் சேர்த்துவிட்டார். அந்த வேலைக்கும் தன் இயல்புக்கும் பொருந்திவராது என்பதை அறிந்துகொண்ட கிஸ்லோவ்ஸ்கி தனது தூரத்து உறவினர் ஒருவர் நடத்தி வந்த நாடகங்களுக்கான பள்ளியில் சேர்ந்து கொண்டார். ஆர்வம் திரைப்பட இயக்கத்திற்கும் அவரை உந்தித் தள்ளியது.

போலந்தின் புகழ்மிக்க லாட்ஸ் திரைப்படக் கல்லூரியில் அவர்விண்ணப்பித்தார்.ஆனால்அதில்இடம்கிடைக்கவில்லை. இன்னொரு பக்கம் இராணுவபணிக்கு அரசாங்கம் அவரை அழைக்கத்துவங்கியது. இராணுவத்தில் சேர துளியும் விருப்பமில்லாதிருந்த கிஸ்லோவ்ஸ்கி அதிலிருந்து தப்பிக்க திரைப்படக்கல்லூரியில் எப்படியாவது சேர்ந்துவிட வேண்டி மீண்டும் முயற்சித்தார். இரண்டாவது முறையும் அவருக்கு கிடைக்கவில்லை. அதேசமயம் வீட்டின் பொருளாதார சூழ்நிலைக்காவது அவர் இராணுவத்தில் சேரவேண்டிய நிர்பந்தம் வேறு அவரை நெருக்கித் தள்ளியது. அப்போதும் அவர் விடாப்பபடியாக அடுத்த வருடம் எப்படியாவது சேர்ந்து விடுவது என்ற உறுதியுடன் காத்திருக்கத் துவங்கினார்.

இடைப்பட்டக் காலத்தில் நாடக நடிகர்களுக்கான உடை தைக்கும் பணிசெய்தார். காரணம் அங்கு நடிகர்களுடன் உண்டாகும் பரிச்சயம் தன் கலைப்பாதைக்கு வெளிச்சமிடக் கூடும் என்ற எதிர்பார்ப்பே அதற்குக் காரணம். இறுதியாக அவரது காத்திருப்பு பலனளித்தது. லாட்ஸ் பள்ளியின் கதவுகள் அவருக்காக திறந்து வழிவிட்டன. சமூகத்தின் அடித்தட்டில் தோன்றும் கலைஞன் தன்னை முழுமையாக வெளிப்படுத்திக்கொள்ள உள்ளும் புறமுமாக எத்தனை

போராட்டங்களை அவன் எதிர்கொள்ள நேரிடுகிறது என்பதற்கு கிஸ்லோவ்ஸ்கியின் இந்த ஆரம்பகால போராட்டமும் அவரது எதிர்கால திரைப் படங்களும் ஒரு உதாரணம்.

ஆரம்ப காலத் திரைப்படங்கள்.

காமிராவின் வழியாக உண்மையைத் தேடத்துவங்கிய கிஸ்லோவ்ஸ்கியின் ஆரம்பக்காலத் திரைப்படங்கள் பெரும்பாலும் டாக்குமண்டரி வகையைச் சார்ந்ததாகவே இருந்தன. 16எம்.எம் கேமரா மூலமாக அவர் எடுத்த துவக்ககால திரைப்படங்களில் மையப் பாத்திரத்தைக் காட்டிலும் பின்புல பாத்திரங்களுக்கே அதிக முக்கியத்துவம் கொடுத்தார். அவர்களது செயல்களை கவனமாக பதியவைப்பதன் மூலம் பார்வையாளர்களின் இயல்பான பங்கேற்புக்கு அதிகம் முக்கியத்துவம் கொடுத்தார்.

1979ல் வெளியான camera buff கிஸ்லோவ்ஸ்கியின் முதல் திரைப்படம். தொழிற்சாலைக்குள் பணிபுரியும் பிலிப் என்பவன் தான் வாங்கிய புது 8 எம்.எம் காமராவுக்கும் தன் கலைத்தன்மைக்கும் தொழிற்சாலை நிர்வாகத்துக்கும் உறவையும் முரண்களையும் பற்றி பேசிய இப்படம் திரைப்படக்கல்லூரியிலிருந்து வெளிவரும் மாணவனின் வழக்கமான விமர்சனப் பார்வைகளையும் உள்ளடக்கி யிருந்தது.

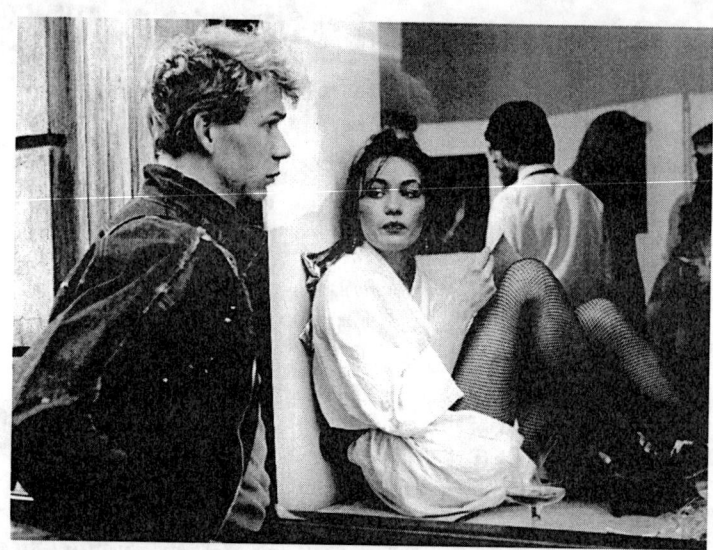

ஆனால் வழக்கம்போல போலந்தின் படைப்பாளிகள் பலருக்கு இப்படம் போதிய திருப்தியை உண்டாக்காத வகையில் அப்படத்தில் சிறியப் பாத்திரத்தில் பங்கேற்றிருந்த போலந்தின் மற்றொரு உலகபுகழ் இயக்குனரான Krzysztof Zanussi. இத்திரைப்படத்தைப் பார்த்துவிட்டு உலகத்தரமாக இருப்பதாக முதல் ஆளாக முன்மொழிந்த கையோடு இப் படத்தை திரைப்பட விழாக்களுக்கும் முன்மொழிந்தார்.

1979ஆம் ஆண்டு நடைபெற்ற போலந்து திரைப்பட விழாவிலும் பெர்லின் திரைப்பட விழாவிலும் பங்கேற்று சிறந்தப் படமாக பரிசுகளைப் பெற்ற போது போலந்தின் முந்தைய தலைமுறை இயக்குனர்களான ஆந்ரேஜ் வாஜ்டா, ரோமன் பொலான்ஸ்கி ஆகியோரைத் தொடர்ந்து அடுத்த உலக இயக்குனராக அறிமுகப்படுத்தப்பட்டார்.

இரண்டாவது திரைப்படம் BLIND CHANCE (1981), ப்ளைண்ட் சான்ஸ். போலந்தில் ஒரு ரயிலைப் பிடிக்க காத்திருக்கும் இளைஞனின் முன்பாக காலம் கொடுக்க காத்திருக்கும் மூன்று விதமான வாழ்க்கையைப் பற்றியத் திரைப்படம் இது. முதன் முறை அவன் கடைசி நொடியில் ரயிலைப்பிடித்து ஏறி பயணிக்க அதனுள் பயணிக்கும் பாலியல் பணிப்பெண்ணுடன் நட்பு உண்டாகி, அதனைத் தொடர்ந்து ஏற்படும் சம்பவங்களையும் இரண்டாவது வாய்ப்பில் ஓடும் ரயிலில் ஏறப்போகும் போது, கடைசி நிமிடத்தில் ரயில்வே

பாதுகாவலரிடம் அடிவாங்கி சிறைப்பிடிக்கப்படுவதைத் தொடர்ந்து உண்டாகும் நிகழ்வுகளையும் மூன்றாவது வாய்ப்பில் ரயிலை தவறவிட்டபின் அங்கு ஒருபெண்ணுடன் சந்திப்பு உண்டாகி உடனடியாக இருவரும் காதலில் விழுந்து வாழ்க்கையின் வேறு திசைக்கு திரும்புவதாகவும் புதுமையான முப்பரிமாண திரைக்கதையை உருவாக்கியிருந்தார்.

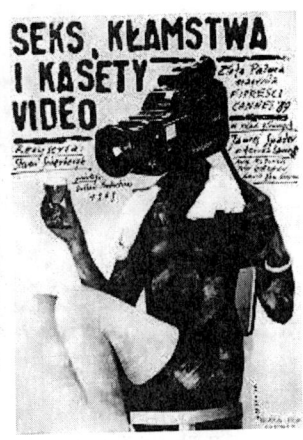

பிற்பாடு 90களில் இப்பாணி பின் நவீனத்துவபாணியாக உலக சினிமாவால் அங்கீகரிக்கப்பட்டு பல இயக்குனர்களால் தொடர்ந்து கையாளப்பட்டு வெற்றியும் பெற்றது. (இவற்றுள் ஜெர்மன் இயக்குனர் டாம் டைக்வெர் (tom tykwer) இயக்கிய run lola run 1998, குறிப்பிடத் தகுந்த வெற்றியை ஈட்டிய திரைப்படம்)

ஆனால் அக்காலத்தில் இப்படம் தகுந்த பெருமைகளை ஈட்ட முடியவில்லை. மாறாக இதில் பேசப்பட்ட கம்யூனிசக் கருத்துகள் காரணமாக தொடர்ந்து ஐந்து ஆண்டுகள் தடைசெய்யப்பட்டு 1987ஆம் ஆண்டுதான் வெளியாகியது.

ஆனாலும் கிஸ்லோவ்ஸ்கி அரசாங்கத்தின் இந்த கெடுபிடிகளுக்கு சளைக்காமல் பத்துக் குறும்படங்களை உள்ளடக்கிய DECALOGUE (1988), பத்து கட்டளைகள் எனும் திரைப்படத்தை எடுத்து வெளியிட்டு உலகப்புகழின் உச்சியை தொட்டார்.

பழைய வேதாகமத்தில் வரும் மோசஸ் தனக்கு கடவுள் சொன்னதாக கூறும் பத்துக்கட்டளைகளின் சாரம்சமான ஒழுக்கரீதியான பத்துக்கருத்துகளை எடுத்துக்கொண்டு ஒவ்வொரு மணிநேரம் ஓடக்கூடிய பத்துப்படங்களை எடுத்தார் கிஸ்லோவ்ஸ்கி. போலந்து தொலைக்காட்சிக்காக எடுக்கப் பட்ட இந்த பத்துக்குறும்படங்களும் திரைப்படத்தொழில் நுணுக்கம் மற்றும் திரைக்கதை ஆகிவற்றுக்கு மிகச்சிறந்த பயிற்சிப்படம். கிறித்துவமதத்தின் சாரம்சமான இந்த ஒழுக்க விதிகளை மையமாக இப்படங்கள் கொண்டிருந்தாலும் பல திரைப் படங்களில் அந்த விதிகளை கேள்வியெழுப்பும்

விதமாக அல்லது அக்கருத்துகளுக்கு முற்றிலும் தலைகீழான கோணத்திலேயே அவை படம்பிடிக்கப்பட்டன. அன்றாடம் மனிதன் எழுகிறான், எது எதையோ செய்துவிட்டு மீண்டும் உறங்கப் போகிறான். இந்த இடைப்பட்ட வாழ்க்கையின் அர்த்தம்தான் என்ன?. இதற்கான விடைகளை நாம் எதிர் கொள்ளும் அன்றாட அரசியல் வாழ்க்கையில் பதில் இருக்கிறதா இதுதான் கிஸ்லோவ்ஸ்கி இப்படங்கள் மூலமாக நம்முன் வைக்கும் கேள்வி.

மொத்தம் 572 நிமிடம் ஓடக்கூடிய இத்திரைப்படத்தின் படத்தொகுப்பு முழுவதுமாக வார்சாவில் மிகப்பெரிய அடுக்குமாடி குடியிருப்பின் பின்புலத்தையும் அதில் வசிக்கும் பலதரப்பட்ட கதாபாத்திரங்களையும் மையமாகக் கொண்டு உருவாக்கம் பெற்றது. இந்த மொத்தத் திரைப்படங்களுக்கும் Krzyszt of Piesiewicz, கிஸ்லோவ்ஸ்கியுடன் இணைந்து திரைக் கதை எழுத Zbigniew Preisner அனைத்து திரைப்படங்களுக்கும் இசைப்பணிகளை மேற்கொண்டார். ஐந்து மற்றும் ஆறாம் பாகங்களைத் தவிர மற்ற அனைத்து படங்களுக்கும் ஒரே ஒளிப்பதிவாளரையே பயன்படுத்தியிருந்தார். அதுபோலவே பிற்பாடு ஐந்து மற்றும் ஆறாம் பாகங்களை முழு தனி திரைப்படங்களாகவும் வெளியிட்டார். மற்ற திரைப்படங்களுக்கு வெறும் எண்ணை மட்டுமே தலைப்பாக கொண்டு அவர் தயாரிக்க இந்த பாகம் இரண்டு படங்களுக்கு மட்டும் Short film about killing, short film about love என தலைப்பிட்டிருந்தார். இந்த இரண்டுப் படங்களும் கிஸ்லோவ்ஸ்கியின் அழுத்தமான முத்திரைப் படங்களாக உருவாக்கம் பெற்று உலகசினிமாவில் கிஸ்லோவ்ஸ்கியின் பெயரை பொன் எழுத்துகளால் அலங்கரித்தன.

இந்த இருபடங்களிலும் அவரது கவித்துவமான அணுகு முறை பார்வையாளர்களுக்குள் ஆழமான அனுபவத்துக்கு தயார்படுத்தின. குறிப்பாக Shortfilmaboutkilling மையபாத்திரமாக காண்பிக்கப்படும் Jacek Łazar எனும் 21 வயது டாக்ஸி டிரைவரின் அறிமுகம் அவன் பின்னால் செய்யப்போகும் கொலைகளுக்கான மனநிலையை விவரிக்கும் காட்சிகள் குறிப்பிடத்தக்கவை. துவக்கத்தில் தூக்கில் பூனையொன்று தொங்கவிடப்படும் நிழல்காட்சியின் மூலமாகவும் நடை பாதையில் ஒரு வயதானப் பெண்மணி புறாக்களுக்கு தீனி போடும்போது புறாக்களை கலைத்து பறக்கவிடுவதிலிருந்தும் தனக்குமுன் பரிமாறபட்ட தேநீருக்குள் அவன் எச்சியை உமிழ்ந்து கலக்குவதும் பார்வையாளனின் ஆழ்மனதுக்குள் பல அதிர்ச்சிகளை உருவாக்கி தீவிரப்படுத்தின.

குற்றத்துக்கும் தண்டனைகளுக்குமிடையிலான உரை யாடலாக உருவான இப்படம் வெளியான அடுத்த வருடமே போலந்து அரசாங்கம் மரண தண்டனைகளை ரத்து செய்தது. இத்தோடு இத்திரைப்படம் கான் திரைப்பட விழாவிலும் போலந்து திரைப்பட விழாவிலும் 1988ஆம் ஆண்டுக்கான சிறந்தப் படங்களுக்கான பரிசை வென்றது குறிப்பிடத்தக்கது.

இதனைத்தொடர்ந்து 1991ல் வெளியான THE DOUBLE LIFE OF VERONIQUE (1991) முந்தையப் படங்களைப்போல அத்தனை தீவிரமான அரசியல்பூர்வமான கதையாடலைக் கொண்டிருக்காவிட்டாலும் உலக சினிமா பார்வையாளர் களிடையே மிகுந்த வரவேற்பைப் பெற்றது. பிரெஞ்சுப் புரட்சியை ஞாபகப்படுத்தும் விதமாக பிரெஞ்சு அரசாங்கம் தனது கொடியின் மூன்று வண்ணங்களான நீலம், சிவப்பு, மற்றும் வெள்ளை ஆகிய மூன்று நிறங்களின் பெயரில் மூன்று திரைப்படங்களைத் தயாரிக்க முடிவு செய்து கிஸ்லோவ்ஸ்கியிடம் அப்பொறுப்பை ஒப்படைத்து அவரது படைப்புகளுக்குப் பெருமை சேர்த்தது. மூன்றுத் திரைப்படங்களும் 1993 மற்றும் 1994ஆம் ஆண்டுகளில் வெளியாகி கிஸ்லோவ்ஸ்கிக்கு மிகப்பெரிய கவுரவத்தை உண்டாக்கித் தந்தன. இதனைத் தொடர்ந்து சொர்க்கம், நரகம் மற்றும் புனர்ஜென்மம் ஆகிய மூன்று தலைப்புகளில் அவர் திரைப்படத்தை உருவாக்கத் திட்டமிட்டிருந்த நிலையில் 1996ஆம் ஆண்டு புற்றுநோய் காரணமாகத் தன் 54ஆம் வயதில் காலமானார்.

கிரிஸ்டோஃப் ஜனுசி Krzysztof zanussi

(b.17 june 1939)

உலக சினிமாவில் ஜனுசியின் திரைப்படங்கள் தனித்துவ மானது. வாழ்க்கைக் குறித்த தேடல்களில் மூழ்கும் அவரது கண்ணாடியணிந்த நாயகர்கள் சதா வானத்தை நோக்குவதும் அருகில் காதலி இருந்த போதும் அவர்களது உடலழகை ரசிக்காமல் அல்லது அதற்கு முக்கியத்துவம் தராமல் புல்வெளியில் படுத்துக்கொண்டு ஆகாயத்தை பார்த்துக் கொண்டிருப்பவர்களாகவும், காரணமே இல்லாமல் பாதியில் காதலியை தவிக்கவிட்டு ஓடும் பேருந்தில் தொங்கிக் கொள்பவர்களாகவும், தடிமனான புத்தகங்களைப் பாதியில் மூடிவிட்டு தனக்குத்தானே பேசிக் கொள்பவர்களாகவும், எப்போதும் மரணத்தையும் இருப்பையும் பற்றி யோசிப்பதில் காலம் கழிப்பவர்களாகவுமே இருப்பார்கள்.

கதை மற்றும் வெகுஜன ரசனையை ஆகியவற்றை முழுவதுமாக புறந்தள்ளும் அவரது படங்களிலிருந்த காப்கா தன்மை இயல்பாக உலகசினிமாவில் அவருக்கான தனித்த அடையாளத்தை பெற்று தந்துள்ளன.

அது என்ன காப்கா தன்மை?

இரண்டாம் உலகப்போருக்கு பின் ஐரோப்பியர்களிடம் காணப்பட்ட பிளவுண்ட மனம் வாழ்க்கையின் அர்த்தங்களைப் பற்றி தீவிரமாக யோசிக்கத் தோன்றியது. அதுவரையிலான மத நியதிகள் பொய்த்து நமது இருப்பும் மரணமும் யாரோ தீர்மானிக்கும் வாழ்க்கையின் இந்த கைவிடப்பட்ட நிலை அவர்களை பெரும் குழப்பத்தில் தள்ளியது. இந்த குழப்பம் காரணமாக வாழ்க்கையின் முழு உரிமையும் அதிகாரமற்ற சுதந்திரமான மனநிலைதான் என மக்கள் தெளிவடைந்தனர்.

இதன் காரணமாக வாழ்வின் இருத்தலியல் எனப்படும் எக்சிஸ்டன்ஸியலிசக் கோட்பாடு உருவாக, இக்கோட் பாட்டை பிரதிபலிக்கும் வகையில் இலக்கிய உலகில் காப்கா, ஆல்பர்ட் காம்யூ என இரண்டு தனித்த ஆளுமைகள் உருவாகின.இருவரது படைப்புகளுக்கும் கால இடைவெளி இருந்தாலும் காப்காவின் படைப்புகள் இக்காலத்தில்தான் ஐரோப்பிய வாசகர்களை அதிகமாக பாதிக்கத் துவங்கியது.

இவர்களது நாயகர்கள் தீவிரமான நிலையில் இயங்கினர். இவ்வகை மனநிலை புற உலகை அச்சுறுத்தல்களின் பிரதிபலிப்பாக இருந்தன. இதனால் இவ்வகை நாயகர்கள் வழக்கமான மனிதனின் சுபாவங்களிலிருந்து அதிகம் விலகி காணப்பட்டனர். இவ்வகையான இந்த இருத்தலியல் கோட்பாட்டுத் தன்மையைப் பிரதிபலிக்கும் பாத்திரங்களும் படைப்புகளும் காப்கா தன்மை என்பது வழக்கு.

இது இரண்டாம் உலகப்போருக்குப்பின் ஐரோப்பிய இலக்கிய உலகை அதிகம் பாதித்திருந்தாலும் ஐரோப்பிய திரைப்படத்துறையில் 70களுக்குப் பின் தான் இது அதிகமாக பாதிக்கத்துவங்கியது.

ஜெர்மனியின் பாஸ் பைண்டர் (Fass Binder), விம் வெண்டர்ஸ் (wim wenders), ரஷ்யாவின் தார்கோவ்ஸ்கி (Andrei Tarkovsky), ஆகியோரைத் தொடர்ந்து போலந்தின் இருத்தலியல் இயக்குனராக தோன்றியவர் கிறிஸ்டோஃப்ஜனுசி போலந்தின் இன்னொரு மனசாட்சியான கீஸ்லோவ்ஸ்கியின் படைப்புகளிலும் இருத்தலியல் பாதிப்புகள் இருந்தாலும் அவரது படங்கள் பெரும்பாலும் கதை பின்புலத்தை ஒட்டியே அமைந்திருந்தன. ஆனாலும் ஒட்டுமொத்த உலகசினிமாவில் இந்த தத்துவக் கோட்பாட்டை மிக அழுத்தமாக பிரதிபலிக்கச் செய்தவராக ஜனுசியை மட்டுமே

குறிப்பிட முடியும். அதுவே அவரது தனித்தன்மையும் ஆகும். 1939—ல் இரண்டாம் உலகப்போரின் உச்சக்கட்ட நெருக்கடியில் சிக்கித் தவித்துக் கொண்டிருந்த போலந்தின் தலைநகரான வார்சாவில் குண்டுமழைகளுக்கு இடையில் பிறந்தவர் ஜனுசி. பால்ய காலத்திலேயே அவர் மனித அவலத்தின் உச்ச நிலையை அவர் அனுபவிக்க நேரிட்ட காரணத்தால் வாழ்க்கையின் இதர வண்ணங்களும் கவர்ச்சி களும் அவரை ஈர்க்கவில்லை.

ஜகைலோனியன் பல்கலைக்கழகத்தில் (Jagiellonian University) தத்துவத்தையும் வார்சா பல்கலைக்கழகத்தில் (Warsaw University) பவுதிகத்தையும் படித்தார். இந்த ஒரு பட்டப்படிப்பு அவரது திரைப்படங்களில் பெரிதும் பிரதிபலித்தன. சிறுவயதிலிருந்தே திரைப்படத்துறையின் மீதிருந்த ஆர்வம் காரணமாக போலந்தின் புகழ்பெற்ற Lodz Film School எனும் திரைப்படக் கல்லூரியில் சேர்ந்தார். 1950 முதல் 58 வரையிலாக எட்டு வருட காலத்தில் கிட்டத்தட்ட 11 குறும்படங்களை இயக்கியிருந்தார். அதில் ஒன்பதுக்கும் மேற்பட்ட படங்கள் அவருக்கு விருதுகளை பெற்றுதந்துள்ளன .இவற்றுள் Tramwaj do nieba , Tram to heaven, Śmierć prowincjała மற்றும் The Death of a Provincial போன்றவை மிகவும் குறிப்பிடத்தக்கவை.

குறும்படங்களைத் தொடர்ந்து முழு நீளப்படமாக வெளியான முதல் திரைப்படம் The Structure of Crystal, 1969 இரண்டு பவுதிகவியல் மாணவர்களின் இரண்டுவிதமான வாழ்க்கைப் பற்றிய எதிர்பார்ப்புகளையும் அந்த எதிர் பார்ப்புகளின் தோல்வியையும் பற்றிப் பேசிய இப்படம் திரைப்பட விழாக்களில் பரவாலான கவனத்தை கவர்ந்தது. 1969ஆம் ஆண்டுக்கான சிறந்த இயக்குனராக அவர் படித்த லாட்ஸ் திரைப்படக் கல்லூரியே அவரை தேர்ந்தெடுத்து கவுரவித்தது. தொடர்ந்து “Warsaw Mermaid” விருது.

Club of Film Critics என்ற அமைப்பின் மூலமாகவும் 1970 ஆம் ஆண்டுக்கான சிறந்த அறிமுக இயக்குனருக்கான “Silver Condor” விருது அர்ஜெண்டினா நாட்டின் திரைப்பட விழாவிலும் City of Valladolid Panama நாட்டிலிருந்தும் இவருக்கு விருதுகள் வழங்கப்பட்டது.

1970—ல் வெளியான ஜனுசியின் Illuminacja இந்தப் படமும் அவரது வழக்கமான அறிவியல் படிக்கும் மாணவனைப் பற்றியது. எப்படியாவது டாக்டர் பட்டம் வாங்கிவிடும்

கனவோடு துடிக்கும் வழக்கமான குழப்பங்களும் அதீத யோசனைகளுமான அவரது நாயக பாத்திரத்துக்கு பெயர் Franciszek இவனது இந்த லட்சியத்துக்கு குறுக்கே வருகிறாள் ஒரு பெண். பெயர் Agnieszka. அவனது காதலி. நாயகனுக்கு பவுதிகத்தில் டாக்டர் படிப்பு லட்சியமாக முழுநேர சிந்தனையாக இருந்த காரணத்தால் காதலியோடு கொஞ்சி குலவியதும் கூடி களித்ததும் அப்படியாக ஞாபகத்தில் இல்லை. ஒருநாள் சட்டென அவனது காதலி கர்ப்பிணி எனத்தெரிய வருகிற போதுதான் எதார்த்தம் மண்டையில் இடிக்கிறது. இப்போது கனவு ஒருபக்கம் காதல் திருமணம் ஒருபக்கமுமாக இரண்டுக்குமிடையில் நாயகன் அகப்பட்டுக்கொள்கிறான். இந்த எதார்த்தத்தை அவன் உணரும் அந்த கணத்துக்கு என்ன பேரோ அந்த பெயர்தான் படத்தின் டைட்டில் “Illuminacja”.

இந்தபடமும் ஜனுசியின் வாழ்க்கையில் பல வெற்றிகளைக் குவித்துத்தந்து உலகசினிமாவில் தனித்த அடையாளத்தைப் பெற்றுக்கொடுத்தது. 1970—71 ஆண்டுகளில் இந்தப் படத்துக்கு கிட்டிய விருதுகளின் பட்டியல் சில ..

The OCIC Award at the Berlin International Film Festival;

The Jury Prize and the Prize of the Ecumenical Jury at the Cannes Film Festival;

The Silver Hugo Award at the Chicago International Film Festival;

The David di Donatello Award; the FIPRESCI Prize

The Golden Leopard at the Locarno International Film Festival; and

The Golden St. George Prize at the Moscow International Film Festival.

ஜனுசியின் திரைப்படங்கள் காமிராவை எழுதுகோலாக பயன்படுத்தும் கருத்தாக்கத்தைக் கொண்ட “auteur cinema” வகைப்பாட்டைக் கொண்டவை. இதுபோன்ற திரைப் படங்களில் கதைசொல்லி இயக்குனராக இருப்பதால் படத்தின் திரைக்கதை பெரும்பாலும் இயக்குனரே எழுதி யிருப்பார். ஜனுசியின் படங்கள் அனைத்துக்கும் அவரே எழுத்தாளர். ஒரு வகையில் அவரது பலம் மற்றும் பலவீனம் இரண்டுக்கும் அதுவே காரணமாகிறது. அதேபோல கூடுமானவரை படத்தில் நடிப்பவர்களை கதாபாத்திரத்தின் மனோநிலைக்குள் அழைத்துச்சென்று அவர்களாகவே வசனங்களைச் சொந்தமாக பேச வைத்து நடிக்க வைப்பதே அவருடைய பாணியாக இருந்தது.

இதனாலயே இயல்பாக அவரது படங்களில் காட்சி ரீதியாக அல்லாமல் வசனங்கள், உரையாடல்கள் அல்லது மனோநிலையை விவரிக்கும் பின்னணி குரல்கள் வாயிலாக பெரும்பாலும் கதை நகர்த்தல்கள் நிகழ்கின்றன. ஜனுசி திரைப்பட இயக்கம் பற்றிச்சொல்லும்போது ஒருமுறை நாம் உண்டாக்கும் படைப்பு சிறப்பான முறையில் உருவாக ஐந்து வழிகளில் முயற்சித்து அதில் ஒன்றைத் தீர்மானித்து உருவாக்கிக் கொள்ளும் ஒரே வசதி சினிமா எனும் கலையில் மட்டுமே இருக்கிறது" என்கிறார். கிட்டத்தட்ட முப்பதுக்கும் மேற்பட்ட முழுநீளப் படங்கள், டாக்குமெண்டரி திரைப்படங்கள் இயக்கியுள்ள ஜனுசி சினிமா குறித்த On editing an amateur film (1968), Discourse on an amateur film (1978) and a book of memoirs The Time to Die (1999). மிகச்சிறந்த

நூல்கள் சிலவற்றையும் எழுதியுள்ளார். திரைப்படங்களில் அவ்வப்போது நடிகராகவும் தலைகாட்டியுள்ள ஜனுசி தன் சகாவான கிஸ்லோவ்ஸ்கியின் 1979ஆம் ஆண்டு வெளியான Camera Buff உள்ளிட்ட பல படங்களில் நடித்துள்ளார்.

1972 முதல் போலந்தின் புகழ்பெற்ற லாட்ஸ் திரைப்படக்கல்லூரியின் தலைவராகவும் பணியாற்றி பல புதிய இளம்தலைமுறை கலைஞர்கள் உருவாக அடித்தளமிட்டுக்கொடுத்தார். கிஸ்லோவ்ஸ்கியின் படங்கள் உலகப்புகழ்பெற இவர் ஆற்றிய பணிகளுக்கு அப்பதவி ஒரு முக்கிய காரணியாக இருந்தது.

1987—ல் திரைப்படத்துறைக்கு இவர் ஆற்றிய சேவையைப் பாராட்டி இத்தாலிய அரசாங்கம் இவருக்கு Lumière விருது கொடுத்து கவுரவித்துள்ளது. 1999ஆம் ஆண்டு தங்கள் நாட்டின் கலாச்சாரத்துக்கு பெரும் அந்தஸ்தை உருவாக்கிக் கொடுத்தமைக்காக சிறப்புவிருது கொடுத்து இவரை கவுரப்படுத்தியுள்ளது. 2003ஆம் ஆண்டு நடந்த வெனீஸ் திரைப்படவிழாவில் இவருக்கு வாழ்நாள் சாதனைக்கான விருது கொடுத்து கவுரவிக்கப்பட்டது.

2012ஆம் ஆண்டு இந்திய அரசாங்கத்தின் கோவா திரைப்படவிழாவிலும் இவருக்கு வாழ்நாள் சாதனை விருது கொடுக்கப்பட்டுள்ளது என்பது குறிப்பிடத்தக்கது.

ஜப்பான்

அகிரா குரசோவாவுடன் உலக இயக்குநர்கள்

டெர்ஜு உஜாலா (Derusu uzala) : 1975
இயற்கை Vs செயற்கை

பெரு நகரங்களின் காலை நேரப் பூங்காக்களில் வேக வேகமாக தொப்பை குலுங்க நடக்கும் மனிதன் எதைத் தேடுகிறான், தொலைத்த இயற்கையைத்தான்... இன்றைய யுகத்தின் அதிமுக்கிய பிரச்சனையே இதுதான்.

நவீன மனிதன் துவக்கத்தில் இயற்கையைத் தன் எதிரியாக நினைத்தான். இயற்கையான காற்று, இயற்கையான நீர், இயற்கையான உணவு, எல்லாவற்றையும் வெறுத்து செயற்கை எனும் மாய வலையை அவனே பிண்ணிக் கொண்டான்.

இல்லாத நோய்கள் அனைத்தும் அவனை சூழ்ந்துகொள்ள இப்போது அந்த செயற்கை கூண்டிலிருந்து இயற்கையைத்தேடி வெளியேற முயற்சிக்கிறான். இதுதான் இன்றைய மனிதனின் அதி முக்கியமானப் பிரச்சனை.

இந்தப் பிரச்சனையை 1975—லேயே உலகுக்கு தன் அற்புதமான திரைப்படம் மூலம் உணர்த்தியவர் அகிரா குரோசவா.

டெர்ஜு உஜாலா, இதுதான் அவர் இயக்கிய அந்த அதிமுக்கியமான திரைப்படம்.

ரோஷமான், செவன் சாமுராய், போன்ற படங்களின் மூலம் உலகின் தலைச்சிறந்த இயக்குனர் எனப் பெருமதி பெற்றவர். ஜப்பானைச் சேர்ந்த அகிராகுரோசவா. கிழக்கு, மேற்கு, இரு தத்துவங்களும் இணைந்து ஏற்று கொண்ட பிதாமகன் .

1943—ல் துவங்கி 1999 வரை 57 வருடங்கள் கொண்ட அவருடைய இடைவிடாத கலைப்பயணத்தில் பல உச்சங்களை அவரால் அடைய முடிந்தது.

*(அகிரா குரசேவா வாழ்க்கை மற்றும் இதர படங்கள் குறித்த முழுமையான கட்டுரை, உலகசினிமா வரலாறு பாகம் இரண்டில் இடம்பெற்றுள்ளது.)

1970—ல் அவர் உருவாக்கிய டோடெஸ் கா டென் (DODES KADEN) எனும் திரைப்படம் வணிகரீதியாக படுதோல்வியுற்றது. இந்தத் தோல்வி அவரை பாதிக்க 30 முறை தன் ரேசரால்

கழுத்தை அறுத்து தற்கொலைக்கு முயன்றார். ஜப்பானிய மரபில் தற்கொலை என்பது ஹரகிரி என்ற பெயரால் அங்கீகரிக்கப்பட்ட விஷயம் பிற்பாடு குணமாகி மீண்டு வந்தவர். மீண்டும் கலையோடான தன் சமரைத் துவக்க முடிவுசெய்தார். இம்முறை அவர் இயக்க தேர்ந்தெடுத்த படம் தான் டெர்ஜு உஜாலா.

ஒரு ரஷ்ய நிறுவனம் தானாக முன் வந்தது. ரஷ்யாவில் புகழ்பெற்ற ஒரு இராணுவ வீரனின் அனுபவத்தை மையமாகக் கொண்ட நாவலை படமாக்க முடிவு செய்து குரோசவாவை உதவியாளர்கள் மூலமாக அணுகியதன் காரணமாக இப்படத்தை இயக்க ஒத்துக்கொண்டார்.

என்னதான் குரோசவா உலக சினிமா இயக்குனராக இருந்தாலும் அவர் தன் சொந்த மண்ணான ஜப்பானின் நிலப்பரப்பை விட்டு வெளியே சென்றதேயில்லை. துவக்கத்தில் யோசித்த குரோசவா பிற்பாடு இப்படைப்பை இயக்க ஒத்துக் கொண்டு களமிறங்கினார்.

டெர்ஜு உஜாலா

கதை:

கேப்டன் அர்சீனிவ் எனும் இராணுவ உயர் அதிகாரிக்கும் காட்டில் வசிக்கும் ஒரு நாடோடிக்குமான உறவுதான் கதை.

மூன்று வருடங்களுக்கு முன் இறந்த நண்பனின் உடல் எரிக்கப்பட்ட இடத்தை, சைபீரிய காட்டில் கேப்டன் அர்சினிவ் தேடுவதிலிருந்து துவங்கும் கதை.... அப்படியே ஃப்ளாஷ்பேக்கில் முதன் முறையாக அந்த நண்பனை சந்தித்த காலக்கட்டத்தினுள் விரிகிறது.

நகர நிர்மாணத்திற்காக காட்டை அழிக்கும் முனைப் பிலிருக்கும் அரசாங்கம், அதற்காக இராணுவ அதிகாரியான அர்சீனிவ்வுடன் ஒரு படையைக் காட்டுக்குள் அனுப்புகிறது. மர்மங்களும் புதிர்களும் நிறைந்த காட்டில் இராணுவவீரர்கள் திக்கு தெரியாமல் சிக்கிக்கொண்டு பரிதவிக்கின்றனர்.

அச்சமயம் அந்தவழியாக வருபவன் காட்டுவாசியான டெர்ஜு உஜாலா வழிதவறி குழம்பிக்கிடந்த படையினருக்கு டெர்ஜு ஒரு வழிகாட்டியாக உதவி செய்கிறான். அவனுடைய அழுக்கான தோற்றம், கொச்சையான பேச்சு எதுவும் அந்தக்

குழுவினருக்கு பிடிக்கவில்லை. ஆனாலும் அவர்களுக்கு வேறுவழியில்லை. துவக்கத்தில் கேப்டன் அர்சீனிவுக்கும் டெர்ஜுவின் தோற்றமும் பேச்சும் அப்படியாகத்தானிருந்தது. ஆனால் காடு அவனுக்கு அத்துப்படியாக இருந்தது, காட்டின் ஒவ்வொரு அசைவிலும் ஆயிரம் அர்த்தங்களை அவன் கண்டுபிடித்து வைத்திருந்தான். பறவைகளின் ஒலிக்குறிப்புகள் மிருகங்களின் காலடித்தடங்கள் இவற்றிற்கெல்லாம் வினோத சங்கேதங்களை அவன் அறிந்து வைத்திருந்தான். அவனது உள்ளுணர்வின் அதிசயத்தன்மை கண்டு படைவீரர்கள் பிரமிக்கின்றனர். வழியில் பாழ்பட்ட ஒரு குடிசையை சரிசெய்து அதில் உணவுக்குத் தேவையானப் பொருட்களையும் வைத்துவிட்டுச் செல்கிறான், காரணம் தங்களுக்குப் பின்னால் காட்டில் வரும் வழிபோக்கர்கள் இளைப்பாறுவதற்கும் பசியாற்றவும் அது உதவும் என அவன் கூறுமளவிற்கு அவனுடைய நுண்ணுணர்வும் மனித நேயமும் இருப்பதைக்கண்டு வீரர்கள் பிரமிக்கின்றனர்.

ஒருமுறை கேப்டன் அர்சீனிவ், டெர்ஜு உஜாலா இருவரும் ஆபத்தான பெரும் பனிப்புயலில் சிக்கிக்கொள்ள டெர்ஜு சடுதில் கையில் கிடைத்த கோரைகளை வைத்து சிறு அரண் உருவாக்கி போராடுகிறான். புயலின் கடுமை உக்கிரமாக ஒரு கட்டத்தில், கேப்டன் உறைகுளிரில் சாவை நெருங்கிச்செல்ல டெர்ஜு போராடி அவரைக் காப்பற்றி விடுகிறான். மறுநாள் அவர்களைத் தேடும் வீரர்கள் மயங்கிய நிலையில் இருக்கும் இருவரையும் காப்பாற்றி உயிர்ப்பிழைக்க வைக்கின்றனர். அதன்பிறகு ஒரு நானி பழங்குடி வீட்டில் தங்கி தங்களை ஆசுவாசப்படுத்திக்கொள்ள, இப்போது டெர்ஜு கேப்டனிடம் அடுத்து எந்தத் திசையில் நாம் பயணிக்கப் போகிறோம், எனக்கேட்க மவுனமாக இருக்கும் கேப்டன் குரலில் உயிர் பயம் தொனிக்க, நகரத்திற்கு திரும்புகிறோம் என கூறுகிறான்.

தன் உயிரைக்காப்பாற்றிய டெர்ஜுவையும் கேப்டன் தங்களுடன் வருமாறு நகரத்திற்கு அழைக்க, டெர்ஜு மறுக்கிறான்.

தன்னுடைய வழக்கமான பயணத்தைக் காட்டில் தொடரப்போவதாக கூறி மறுநாள் ரயில்வே ட்ராக்கினூடே தனியாக காட்டுக்குள் மறைகிறான். இது நிகழ்ந்து ஐந்து வருடங்களுக்குப் பிறகு கேப்டன் அர்சீனிவுக்கு அரசாங்கம்

மீண்டும் காட்டில்,வேறு ஒரு திட்டகள ஆய்வுக்காக படையினருடன் அனுப்பி வைக்கிறது. இது வேறு காட்டுப்பகுதியானாலும் கேப்டனுக்கு டெர்ஜுவின் ஞாபகம் வராமலில்லை . அந்த மனிதம் நிறைந்த நாடோடி காட்டுவாசி தன் கண்ணில் தென்படமாட்டானா என ஏக்கம்கொள்கிறார். ஒரு வீரன்தான் அப்படிப்பட்ட ஒருவனைப் பார்த்ததாக கூற கேப்டனுக்கு நம்பிக்கையில்லை . அவன் பார்த்ததாக சொன்ன இடத்துக்கு விரைந்து தேடலை துவக்குகிறார். சட்டென அவர் கண்ணில் டெர்ஜு.உணர்ச்சிவசபட்டவராய் அவனை அழைக்க அவனும் திரும்ப இருவரும் அன்பு மிகுதியால் கட்டிப்பிடித்து உணர்ச்சிவயப்படுகின்றனர்.

கேப்டனின் வேண்டுகோளுக்கிணங்க இம்முறையும் மீண்டும் டெர்ஜு அவர்களை காட்டில் வழி நடத்தும் பணியை ஏற்கிறான். ஒரு ஆற்றைக் கடக்க வேண்டிய சூழல் நிர்பந்திக்க மற்றவர்களை குதிரையில் அனுப்பிவிட்டு சிறிதளவு வீரர்களை, சிறிய தெப்பத்தில் ஏற்றிக்கொண்டு டெர்ஜுவும் கேப்டனும் பயணிக்கின்றனர் .

திடுமென ஆற்றில் வெள்ளம் கரைபுரள ஒரு பாறையில் மோதி தெப்பம் உடைய சடுதியில் பெரும் அருவி வேறு சமீபிக்க ஒருவர் மட்டுமே பிழைக்க முடிந்த நெருக்கடியில், மீண்டும் கேப்டனை காப்பற்றி ஆபத்தான சூழலில் தானும் பிழைத்துக்கொள்கிறார்.

தொடர்ந்த பயணத்தில் டெர்ஜுவின் வயதானத்தன்மை காரணமாக கண்பார்வை மங்கிவிட்டதை உணர்ந்த கேப்டன் இம்முறை பயணம் முடிந்ததும் வலுக்கட்டாயமாக தன்னோடு நகரத்துக்கு அழைத்துச்செல்கிறார்.

டெர்ஜுவுக்கு அதில் இஷ்டமில்லை என்றாலும் கேப்டன் தன்மீது வைத்திருக்கும் அளவற்ற அன்பு அவரை நெகிழ்த்துகிறது.

காட்டுச்செடியாக அழுக்கு உடையுடன் திரிந்த டெர்ஜுவால் கான்க்ரீட் நகரத்துக்குள் வாழமுடியவில்லை . நகரத்தில் அவருடைய தோற்றம் வேடிக்கைப் பொருளாக, வாழத் தகுதியற்றதாக கருதப்படுகிறது. கேப்டனின் வீடு அவருக்கு சிறையாக மாறுகிறது. காட்டில் தன்னிச்சையாக வளரும் மரத்தை போன்சாயாக வீட்டில் சுருக்கிவைத்திருக்கும் மனித மனம் அவருக்குப் பதட்டத்தை உருவாக்கி விடுகிறது. என்னதான் கேப்டன் தன்னோடு அன்பாக பழகினாலும்

அவர் வீட்டாரால் டெர்ஜுவை முழுமையாக புரிந்துகொள்ள முடியவில்லை. ஒருநாள் வீடு திரும்பும் கேப்டன் தன் அன்புக்குரிய காட்டுவாசி டெர்ஜுவை காணாமல் தேடுகிறார். நகரத்து மனிதர்களின் செயற்கையான வாழ்க்கை பிடிக்காமல், டெர்ஜு காட்டுக்கே திரும்பிவிட்டதை அறிகிறார்.

சிலகாலம் கழித்து காட்டில் கண்டெடுக்கப்பட்ட பனி சடலம் பற்றிய தகவல் கேப்டனுக்கு வருகிறது. சடலத்தில் கேப்டனின் அழைப்பு அட்டை அதில் இருந்ததாக கூறப்படுகிறது. கேப்டன் அங்கு வந்து பார்த்தபின்தான் அது கொலை என அறிகிறார். டெர்ஜுவை யாரோ தான் பரிசாக அவருக்கு வழங்கிய துப்பாக்கிக்காக, கொலைசெய்திருக்கக்கூடும் என தெரிகிறபோது அவரைக் கொன்றது தான் மட்டுமல்ல, செயற்கையான நகரமும்தான் என்பதாக உணர்கிறார்.

1971ல் தயாரிப்பு வேலைகள் துவக்கப்பட்டு 1975ல் ஐந்து வருடத்தயாரிப்புக்கு பின்னரே வெளியானது. குரோசவாவின் தயாரிப்பில் அதிக நாளை எடுத்துக்கொண்ட படம் இது. படப்பிடிப்பில் ஒரு கட்டத்தில் பனிக்காலம் காரணமாக தொடரமுடியாமல் போய் மீண்டும் வந்த போது புற்கள் அவ்வளவாய் வளராமல் இருக்க, மீண்டும் ஆளுயரத்திற்கு கோரை புற்கள் வளர்வதற்க்காக ஒருவருடம் அவர் படப்பிடிப்பை நிறுத்தி வைத்திருந்தார். பலரும் அதைபோல புற்கள் நன்கு வளர்ந்த வேறு இடத்தில் அல்லது செட் போட்டு படப்பிடிப்பை நடத்தலாம் எனக்கூற குரசேவா மறுத்துவிட்டார். ஒரு வருடத்திற்குப் பின் மீண்டும் அதேபோல புற்கள் வளர்ந்த பின்தான் படப்பிடிப்பு மீண்டும் துவங்கியது.

1975—ல் வெளியான இத்திரைப்படம் சிறந்த வெளிநாட்டு படங்களுக்கான ஆஸ்காரை வென்றது.

தோல்வியிலிருந்து எப்படி மீள்வது என்பதற்கு அகிராவின் இந்தப்படம் ஒவ்வொரு இயக்குனருக்கும் பாடம் .

கலையின் மீதும் மனிதத்தின் மீதும் தீராத காதல் கொண்டவர்களை காலம் மேலும் மேலுமான உயரத்திற்கு அழைத்துச் செல்லும் என்பதற்கு, அகிராவின் வாழ்க்கையும் டெர்ஜு உஜாலாவும் சிறந்த பாடம்.

நகிஸா ஓஷியாமா Nagisa Oshima

(31 March 1932?-15 January 2013)

ஹிரோஷிமா நாகாசாகி

உலக வரலாற்றின் திருப்புமுனை கறுப்பு முனை

அதுவரை உலகையே ஆளும் அதிகார வெறியின் உச்சத்திலிருந்த ஜப்பானுக்கு விழுந்த மரண அடி .

ஜப்பானிய மக்களின் மனதில் ஆறா வடுவாகிப்போன காயம் ஜப்பானின் அடுத்த தலைமுறை இதன் குற்றவுணர்ச்சி யிலிருந்து விலக தத்துவங்களை தேடத் துவங்கியது. இரண்டாம் உலகப்போருக்குப் பின் அதிகாரக் குவிப்பு சர்வாதிகாரம் பற்றி தீவிரமாக சிந்தித்த மேற்குல சிந்தனையாளர்கள் இறுக்கமான குடும்ப உறவுமுறைகளும் பெண்ணடிமையும் ஆணாதிக்கமும்தான் குடும்ப அதிகாரத்தின் மையம் என்பதைக் கண்டறிந்தனர். இப்படி பல மையங்களின் ஒருங்கிணைப்பில்தான் சர்வாதிகாரம் கட்டமைக்கப்படுவதாக கண்டுபிடித்தனர்.

ஆகவே குடும்ப அமைப்பு உடைந்தால்தான் அதிகார குவிப்பு கட்டுடைக்கப்படும். குடும்ப அமைப்புக்கு காரணமான உடைய பாலியல் இறுக்கம் தளரவேண்டும் ஒழுக்க விதிகள் கட்டுடைக்கப்படவேண்டும் என்றும் சிந்தனையாளர்கள் தீர்வாக வரையறுத்தனர். ஜப்பானில் மாற்று சமூகத்தை கட்டமைக்க விரும்பிய புதியத் தலைமுறை இந்தத் தத்துவத்தை அடிப்படையாகக் கொண்டு கலை இலக்கியங்களை உருவாக்கியது .

நகிஸா ஓஷியாமா அவர்களுள் ஒருவர்

ஜப்பானிய இயக்குனர்களில் அகிராகுரோசவா, ஓசு, கோபாயாஷிக்கு அடுத்தபடியாக போற்றப்படும் அதி முக்கியமான இயக்குனர் நகிஸா ஓஷியாமா.

அதிர வைக்கும் மனித உண்மைகள்தான் ஓஷியாமா படங்களின் பலம் . அவர் படங்கள் பேசிய அரசியல் உண்மைகள் ஜப்பானுக்குள் புதிய வெளிச்சத்தை உருவாக்கின. ஓஷியாமாவின் படங்களைக் கண்டு ஜப்பானே அதிர்ந்தது.

இறுகிக்கிடந்த மரபின் கதவுகள் உடைந்து நொறுங்கின, அரசாங்கம் அவரது படங்களுக்குத் தடைவிதித்தது. காரணம் அவரது படத்திலிருந்த கட்டற்ற பாலுறவு காட்சிகள்.

ஒரு பக்கம் அவரது முந்தைய தலைமுறை இயக்குனர்களான ஓசுவும் குரசேவாவும் கோபாயாஷியும் உலக அரங்கில் ஜப்பான் கலாச்சார கொடியை பட்டொளி வீசிப் பறக்க விட அதற்கு முற்றிலும் மாற்றாக ஜப்பானின் இன்னொரு இருண்ட முகத்தை காண்பித்து புதிய தலைமுறைக்கு சுய விசாரணையை கற்றுத்தந்து ஜப்பானில் மாற்று சமூகத்தை கட்டியமைத்ததில் ஓஷியாமாவின் பங்கு மகத்தானது மட்டுமல்லாமல் அவை மனித மனத்தின் இருண்மைகளையும் பேசியதால், ஜப்பானையும் கடந்து உலக சினிமாவின் ரெக்கைகளை விரித்துக்கொண்டன.

இத்தாலிய இயக்குனரும் பாலியல் உண்மையைப் படங்களின் வழி சொன்னதற்காக பிற்பாடு மதவெறியர்களால் கொல்லப்பட்ட பசோலினி இவருக்கு முன்னோடியாக இருந்தார். அவர் இத்தாலியின் மதவாதத்தை அடித்து நொறுக்கியது போல இவர் ஜப்பானின் கலாச்சராத்தை குறி வைத்து தாக்கியதுதான் இவரது சிறப்பு . அதே சமயம் ஓஷியாமாவின் படங்கள் சிறந்த திரைக்கதை மற்றும் வரலாற்றுப் பின்னணிகளுடன் கலாபூர்வ உருவாக்கத்துடன்

அமைந்த காரணத்தால் ஓஷியாமாவின் படங்கள் உலக சினிமாக்களாக கருதப்படுகின்றன.

மார்ச் 31, 1932ஆம் ஆண்டு ஜப்பானில் பிறந்த ஓஷியாமா கியோட்டோ யூனிவர்சிட்டியில் அரசியலை மையப்பாட்மாக் கொண்டு பட்டம் படித்தார். பின் திரைப்படத்துறைக்குள் நுழைந்து ஷொச்சிக்கு எனும் படத்தயாரிப்பு நிறுவனத்தில் சேர்ந்து உதவி இயக்குனராக தொழிலைப் பயின்ற ஓஷியாமா 27ஆம் வயதில் A TOWN OF LOVE AND KOPE என்ற முதல் படத்தை இயக்கினார்.

1968ல் வெளியான DEATH BY HANGING படம்தான் அவரை உலக சினிமா இயக்குனராக ஜப்பானின் புதிய காற்றாக அவரை அறிமுகப்படுத்தியது.

கற்பழித்து கொலை செய்யும் ஒரு கொடிய குற்றவாளி இளைஞனுக்கு வழங்கப்படும் மரண தண்டனையைப் பற்றி பேசிய இப்படம், குற்றம் புரியும் மனிதமனம் பற்றி அக்கறையுடன் பேசியது. ஒழுக்க மரபுகளுக்கு எதிரான கலக இயக்குனராக இப்படம் அவரை அடையாளம் காட்டியது.

தொடர்ந்து வெளியான DIARY OF A SHINJUKU THIEF என்ற படம் பிரான்சின் புகழ்பெற்ற திருடரும் எழுத்தாளருமான ஜெனேவின் THE THIEF'S JOURNAL அடிப்படையாகக் கொண்டு எடுக்கப்பட்டிருப்பதாக அறிவித்துக்கொண்டு வெளியானது. இப்படியாக அதிகாரத்தை எதிர்க்கும் எதிர் அரசியல் படங்களின் வரிசையில் அவர் இயக்கிய மிக முக்கியத்துவம் வாய்ந்த இரு படங்கள்

Realm of senses (1976)

Merry chrishtmas Lawrence (1983)

இதில் Realm of senses (1976) முழுக்க முழுக்க ஒரு காதலர் களின் பாலியல் உறவை மையப்படுத்தி உருவாக்கப்பட்ட திரைக்கதை டோக்கியோ நகரின் ஒரு பாலியல் விடுதி அந்த விடுதியில் பணிப்பெண்ணாக வேலைக்கு சேருபவள் சதா அபே . ஒரு பாலியல் பெண்ணாக இருந்த போதிலும்தான் வெறும் பண்டமாக துய்க்கப்படுவதில் விருப்பமில்லாமல் அந்த விடுதியில் துப்புரவுப் பணிப் பெண்ணாக வேலைக்குச் சேர்கிறாள். அந்த விடுதிக்கு வாடிக்கை யாளராக வரும் பணக்காரனான கிச்சிக்கொ இஷிதா அங்கு வழக்கமாக

தான் உறவுகொள்ளும் பெண் இல்லாத காரணத்தால் பணிப்பெண்ணான சதாவை தன் இச்சைக்கு ஆளாக்கிக் கொள்கிறான். அந்த உறவு அவர்களுக்குள் முடிவற்ற பந்தத்தை உருவாக்கிவிடுகிறது. இருவருமே ஒருவர் பால் ஒருவர் காந்தமாக ஈர்க்கப்பட்டு பிரிய முடியாத பித்த நிலைக்குள் விழுகின்றனர். ஒரு நிமிடம் கூட காதலனை விட்டுப் பிரியமுடியாத அப்பெண் முழு நேரமும் அவனோடு உறவுகொள்வதில் தீவிரமாக ஈடுபடுகிறாள்.

இருவராலும் ஒருவரை விட்டு இன்னொருவர் பிரிய முடியாத நிலை, இந்த உளவியல் பிரச்சனையிலிருந்து வெளிவர முடியாமல் தவிக்கிறாள் இறுதியாக அவள் அவனது ஆணுறுப்பை வெட்டிக் கையில் வைத்துக்கொள்வதன் மூலமாக இதிலிருந்து பூரணமாக விடுபடுகிறாள்.

1936—ல் டோக்கியோ நகரில் நடைப்பெற்ற உண்மைச் சம்பவமான இக்கதை அக்காலத்தில் பெரும் பரபரப்பை ஜப்பானில் உண்டாக்கியது. இவ்வழக்கில் பிற்பாடு நான்கு வருட தண்டனைக்குப்பின் அவளை கோர்ட் விடுதலை செய்தபோது ஒட்டு மொத்த ஜப்பானும் கொதித்து எழுந்தது. ஏற்கனவே ஒழுக்க மீறல்களுக்கு பெயர் போன ஓஷியாமா இந்த கதையை படமாக்கப் போகிறார் எனத் தெரிந்ததும் சென்சார் உஷாராகியது. படப்பிடிப்பின் போதே இப்படத்தின் பிலிம்

சுருளை கைப்பற்றிய சென்ஸார் அதிகாரிகள் அடுத்தக்கட்டப் பணிகள் நடைபெறாமல் தடைவிதிக்க பிற்பாடு கப்பல் மூலம் நெகட்டிவ் பிரான்சுக்கு அனுப்பப்பட்டு அங்கேதான் முழு படத்தொகுப்பும் இதர வேலைகளும் நடந்து முழு படமும் தயாராகியது.

1976—ல் நியூயார்க் பிலிம் பெஸ்டிவலில் திரையிட்டவுடன் அமெரிக்கா உடனடியாக இப்படம் இனி எங்கும் திரையிடக் கூடாது என உத்தரவிட்டது. அடுத்து ஜெர்மனியிலும் இன்ன பிற நாடுகளிலும் இப்படத்துக்கு கடும் எதிர்ப்பு இப்படம் குறித்து ஜப்பானில் வழக்கு நடைபெற்ற போது நீதிபதி "படத்தின் ஆபாச சித்தரிப்புகள் பற்றி என்ன சொல்கிறீர்கள்" என கேட்க, "ஆபாசம் என்பது ஒன்றை மறைத்திருக்கும் பொருளை வெளிப்படுத்துவது, நான் எதையும் மறைக்கவேயில்லை, உண்மையைத்தான் சொல்லியிருக்கிறேன் அதை நீங்கள் தான் ஆபாசம் எனக்கூறுகிறீர்கள்" என்றார்.

சினிமா சங்கங்கள் தவிர வேறு எந்த பொது வெளியிலும் படத்தை திரையிட ஜப்பான் விதித்த தடை 1990—ல் தான் முழுமையாக விலகியது. 1978ல் இப்படத்தின் தொடர்ச்சியாக EMPIRE OF PASSIONS என்ற அடுத்தப் படத்தையும் இதே பாணியில் வெளியிட்டார்.

அந்தப் படத்தின் இரண்டு காதலர்கள் இதேபோல கட்டற்ற உறவில் ஈடுபட்டு முடிவில் இருவருமே இறுதியில் மரணத்தை இறுதியாக தழுவிக்கொள்கிறார்கள். இந்தப்படம் 1978ஆம் ஆண்டு கான் விருது விழாவில் சிறந்த இயக்குனருக்கான விருதை இவருக்கு பெற்றுத்தந்தது.

1983—ல் இயக்கிய மேரி கிறிஸ்துமஸ் லாரன்ஸ் வந்த பின்தான் ஓஷியாமா முழுமையான இயக்குனராக ஜப்பானில் அனைவராலும் ஏற்கபட்டார் அதன்பின் தான் அவரது முந்தையப் படங்கள் அனைத்திற்கும் முக்கியத்துவம் கிடைக்கத் துவங்கியது.

புரிந்து கொள்ளப்படாத மனித மனத்தின் இருண்மையும் அதிகார வெறியும் வன்முறையும் முறைமீறிய பாலுறவும்தான் இதிலும் கதைக்களம் .

1942—ல் இரண்டாம் உலகப்போரில் இந்தோனிஷியாவின் ஜாவா காட்டுப்பகுதியில் ஒரு இராணுவமுகாமில் ஜப்பானிய இராணுவத்தைச் சேர்ந்த இரு இராணுவ அதிகாரிகளுக்கும்

முகாமில் போர்க்கைதியாக பிடிபட்டிருக்கும் இரண்டு பிரிட்டிஷ் வீரர்களுக்குமான உறவு சிக்கல்களே கதை. இதில் ஜப்பானிய உயர்அதிகாரி வேடத்தில் அப்படத்தின் இசையமைப்பளாரான RIYUCHI SAKAMODO நடித்தார். சிறந்த இசைக்கான அந்த ஆண்டின் BOFTA விருது அவருக்கு கிடைத்தது அவருக்கு கீழே பணிபுரியும் இன்னொரு இராணுவ சொர்ஜண்ட் பாத்திரத்தில் நடித்தவர் பிற்பாடு உலக சினிமாவின் சிறந்த இயக்குனர்களுள் ஒருவராக கருதப்பட்ட TAKASHI KITANO .

1996—ல் இந்த இரு நடிகர்களையும் வைத்து taboo என்ற படம் இயக்கி வெளியிட்டார். பக்கவாதம் தொடர்ந்து அவரை தாக்கியதன் காரணமாக இயக்குவதை நிறுத்திக்கொண்டு தீவிரமாக எழுத்து பணியில் இயங்கினார்.

ஆங்கிலத்திலிருந்து ஜப்பானிய மொழிக்கு சில நூல்களை மொழிபெயர்த்தார். அவற்றில் ஒன்று Men are from mars, Women are from venus 2013ஆம் ஆண்டு தனது 80ஆம் வயதில் நிமோனியா தாக்கி இறந்தார்.

2013ஆம் ஆண்டு சான் செபாஸ்டியன் பிலிம் பெஸ்டிவல் அவரது ஒட்டு மொத்தப் படங்களையும் திரையிட்டு அவருக்கு சிறப்பைத் தேடித் தந்தது

மிஷிமா வாழ்க்கையின் நான்கு பகுதிகள் :
Mishima: A Life in Four Chapters 1985

Mishima: A Life in Four Chapters 1985—ல் இப்படி ஒரு படம் வெளியானது பற்றி பலரும் அறிந்திருக்க வாய்ப்பில்லை. காரணம் இது பெரிய வெற்றிப் படமுமில்லை. தங்களது ஜியோத்ரோப் ஸ்டுடியோ மூலமாக இதனைத் தயாரித்த அமெரிக்காவின் புகழ்பெற்ற இயக்குனர்களான பிரான்சிஸ் ஃபோர்டு கொப்போலா, ஜார்ஜ் லூக்காஸுக்கும், கூட இது வெற்றிப்படமாக லாபம்தரும் எனக்கருதி தயாரிக்க வில்லை. அப்படியானால் ஒருவேளை மிகுந்த கலை நயமிக்க உலகசினிமாவாக இருக்கும் என பலரும் நினைக்கலாம் காரணம் இவர்கள்தான் குரோசவாவின் ட்ரீம்ஸ் எனும் கலைப்படத்தை தயாரித்தவர்கள். ஆனால் இது அப்படிப்பட்ட கதையும் இல்லை.

ஆனாலும் இப்படி ஒரு படத்தை அந்த தயாரிப்பாளர்கள் எடுக்கமுடிவு செய்து மார்டின் ஸ்கார்ஸியின்(Martin scorsese) ரேஜிங் பல்(Raging bull), டாக்ஸி டிரைவர்(Taxi Driver) ஆகிய படங்களுக்கு திரைக்கதை எழுதிய பால் ஸ்கிரடர்(Paul schrader) இயக்குனராக நியமிக்க காரணம் .

யூகியோ மிஷிமா. (yukio mishima)—14 january 1925

இவருடைய வாழ்க்கையைத்தான் இந்த படம் பேசுகிறது.

ஜப்பானை சேர்ந்த மிஷிமா ஒரு எழுத்தாளர், ஜப்பானின் மிகச்சிறந்த எழுத்தாளர்களுள் ஒருவர்.1967—ல் இலக்கியத் துக்கான நோபல் பரிசு அவருக்கு கொடுக்க கிட்டத்தட்ட முடிவான நிலையில் இறுதியில் அது அதே ஜப்பானைச்சேர்ந்த யசுவநாரி கவாபட்டாவுக்கு கொடுக்கப்பட்டது. யூகியோ மிஷிமா தன் 45—வது வயதில் அவர் ஹரகிரி எனும் மரபான தற்கொலையில் வயிற்றை வாளால் கிழித்துக்கொண்டு இறக்கும் போது 35 நாவல்களையும் 27 நாடகங்களையும் 200—க்கும் மேற்பட்ட சிறுகதைகளையும் 80—க்கும் மேற்பட்ட கட்டுரைகளையும் எழுதியிருந்தார். இப்படியான இலக்கிய சாதனைக்காகத்தான் அவரது வாழ்க்கை வரலாறு சினிமாவாக எடுக்கப்பட்டதா என்றால்

அதுவுமில்லை. யூகியோ மிஷிமா வெறும் எழுத்தாளர் மட்டுமில்லை, ஜப்பானின் கலாச்சார பிம்பம். ஜப்பானிய வாழ்க்கையின் மனசாட்சி. அவருடைய வாழ்க்கை உலகின் வேறெந்த படைப்புகளைக் காட்டிலும் புனைவுத் தன்மை மிகுந்தது. விளங்கிக்கொள்ள முடியாத புதிர்களால் கட்டமைக் கப்பட்டது.

1970, நவம்பர் 25

யூகியோ மிஷிமா தற்கொலை செய்துகொண்ட அந்த ஒரு நாளின் சம்பவங்கள் தான் அவரது வாழ்க்கையின் அத்தனை புதிர்த் தன்மைகளுக்கும் உச்சமான நிகழ்வு மிஷிமாவின் வாழ்க்கையின் நான்கு பாகங்களாக விவரிக்கப்படும் இந்த படமும் அந்த நாளின் காலையிலிருந்து தான் துவங்குகிறது.

அன்று காலையில் போருக்கான இசைப் பின்னணியில் ஒலிக்க மிஷிமா குளித்து முடித்ததும் ஒரு சூட்கேஸைத் திறக்க அதில் மடித்து வைக்கப்பட்ட வெள்ளை நிற கையுறைகளுடன் கூடிய போர் வீரனுக்கான இராணுவ

உடை. பின்னணியில் போர் அணிவகுப்புக்கான டிரம்ஸ் இசை. அந்த உடையுடன் ஜப்பானியர்கள் போருக்கு பயன்படுத்தும் உறையுடன் கூடிய வாளையும் இடுப்பில் வைத்துக்கொள்கிறார். அவரது முகத்தில் இன்று ஜப்பானிய வரலாற்றின் மகத்தான நாளாக்கப் போகும் தீவிரம். வீட்டின் வாசலில் தயாராக நிற்கும் காரில் அதேபோல இராணுவ உடையுடன் அவரது சீடர்கள் மேலும் நான்கு பேர் அவருக்காக காத்திருக்க அவர் இறுதியாய் ஏறியதும் வாகனம் டோக்கியோவில் தரைப்படை பிரிவுக்கான கிழக்கு பிராந்திய இராணுவ முகாமை நோக்கி கார் விரைகிறது. அனைவரது கண்களிலும் போருக்குச் செல்லும் கட்டுப்பாடு மிக்க வீரனின் லட்சிய நெருப்பு.

1000—க்கும் மேற்பட்ட வீரர்களைக் கொண்ட ஜப்பானின் அந்த கிழக்கு பிராந்திய இராணுவ முகாமை வெறும் நான்கு பேரோடு மட்டும் சேர்ந்து கொரில்லா முறையில் தாக்கி ஆட்சியைக் கைப்பற்றி, தங்களது கொள்கையைப் பிரகடனம் செய்து அங்குள்ள வீரர்களையும் தங்கள் இராணுவத்தில் இணைத்து, பின் படிப்படியாக புதிய ஜப்பானை உருவாக்குவதுதான் அவர்களது திட்டம்.

உலகில் எந்த எழுத்தாளனும் செய்ய துணிந்திராத இந்த துணிச்சலான நம்ப முடியாத வெறும் கதைகளில் மட்டுமே நடக்கக்கூடிய இந்த செயல்தான் மிஷிமா நிகழ்வு என ஜப்பானியர்களால் வரலாற்றில் குறிப்பிடப்படுகிறது.

வெளியிலிருந்து பார்ப்பதற்கு வெறும் அசட்டுத்தனமான துணிச்சலாக தோணலாம். சுமார் 1000—க்கும் மேற்பட்ட வீரர்கள் கொண்ட பலம் வாய்ந்த டோக்கியோ இராணுவ முகாமை தாக்க ஒரு எழுத்தாளன் முடிவெடுப்பது என்பது, அதுவும் யசுவநாரி கவாபட்டாவுக்கு இணையாகப் போற்றப்பட்ட உலகம் முழுதும் அறிந்த ஒரு எழுத்தாளன் இதை செய்வது என்பது அத்தனை சாதாரண விஷயமல்ல. ஆனால் இதற்குப் பின் பாரம்பரிய ஜப்பானை மீட்டெடுக்கும் மிஷிமாவின் சிந்தனைபுலமும் தனது உடல் வலிமை மற்றும் வாள் பயிற்சியின் மீதிருந்த அசைக்க முடியாத நம்பிக்கையும் அழுத்தமாக பின்னியிந்தது மிகப்பெரிய அகத்தூண்டுதலோடு இக்காரியத்தைச் செய்ய வைத்துள்ளன. இப்படி 45 வயதில் மிஷிமா விளையாடிய மரண விளையாட்டுக்குப் பின் ஜப்பானியர்களின் பண்பாடு, கலாச்சாரம், வரலாறு

அனைத்தும் புதைந்து கிடக்கின்றன.அவர்கடந்து வந்த வாழ்க்கையையும் உடன் சேர்ந்து திரும்பிப் பார்க்கும் போதுதான் இந்த மிஷிமா நிகழ்வின் முழு பரிணாமத்தையும் நம்மால் புரிந்துகொள்ள முடியும்.

எனவே தான் மிஷிமா வாழ்க்கையை சினிமாவாக எடுக்க முன்வந்த பால்ஷ்ரதார் அதனை நான்கு பகுதி களாகப் பிரித்துக்கொண்டார். முதல் பாகத்தில் அவர் இராணுவ முகாமை தாக்க முயன்ற இறுதி நாளின் காலையில் அவர் வீட்டிலிருந்து தனது தொண்டர்களுடன் காரில் புறப்படும் காட்சியை விவரித்து பின் அப்படியே ப்ளாஷ் பேக்கில் அவரது சிறுவயது பருவம், பிற்பாடு அவரது நாவல்களிலிருந்து சில பகுதிகள், பின் அவரது இளமை வாழ்க்கை, இலக்கியம், அரசியல் கோட்பாடுகள் எனப் பிரித்து இறுதியில் மீண்டும் கடைசி நாள் அவரது இறுதி நிமிடங்கள் என திரைக்கதை வடிவமைத்திருந்தார்.

மிஷிமாவின் பால்யம்

ஜனவரி 14 ,1925—ல் பிறந்த மிஷிமாவின் இயற்ப்பெயர் Kimitake Hiraoka குழந்தையாக இருக்கும்போதே மிஷிமாவை அவரது பெற்றோர்களிடமிருந்து அவரது பாட்டி பிரித்துச்சென்று தன்னுடன் வளர்க்கிறார். இதர சிறுவர்களுடன் வளரவிடாமல் தனிமையிலேயே வீட்டுக்குள் அடைத்து பெண்ணைப் போல வளர்க்கிறார். இதனால் அவரது சுபாவத்தில் இயல்பாக பெண் தன்மை கூடிவிடுகிறது. 12 வயதில் மீண்டும் தாய் தந்தையரோடு சேர்கிறார். மிஷிமாவின் தந்தை ஒரு அரசு அதிகாரி இராணுவ ஒழுங்கின்மீது அவருக்கு விபரீத கவர்ச்சி, வீட்டிலும் அது போல ஒரு கண்டிப்பான சூழலை உருவாக்கியிருந்தார். தனது மகனுக்குள் இருக்கும் பெண்தன்மை அவருக்கு கடும்கோபத்தை உண்டாக்குகிறது. இதனால் அவனுக்குள் தைரியமும் வீரமும் வர பல பரிசோதனைகளை அவன் மேல் நிகழ்த்துகிறார். ஒருமுறை

ஓடும் ரயிலின் கதவுக்கு வெளியே கால்களைப் பிடித்து தொங்கவிட்டு அவனை பயமுறுத்தி அலறவைக்கிறார். இச்சம்பவம் மிஷிமாவின் வாழ்வில் கொடுங்கனவாக பதிந்துவிட்டிருந்தது.

இலக்கியத்தின் மீதான ஆர்வம் பல உலக வாசல்களை அவருக்கு திறந்து விட்டது, ஆஸ்கர் வைல்ட், ரெயினர் மர்யா ரில்கே, ஆகியோரையும் இன்ன பிற ஐரோப்பிய எழுத்தாளர்களையும் வாசித்ததன் பலனாக பள்ளி பருவத்திலேயே ஹைக்கு போல இன்னொரு வகையான வாகா பாணி கவிதைகள் எழுதத்துவங்குகிறார். இதை அறிந்த அவரது அப்பா" எழுதுவது பெண் தன்மையான செயல் அதை நீ செய்யவே கூடாது" என கடும் எச்சரிக்கை செய்துள்ளார்.

அதைத்தாண்டி தன் தாயின் உதவியுடன் தினமும் இரவு நடுநிசிக்கு மேல் சிறுவிளக்கின் துணையோடு தீவிரமாக எழுதினார். இவரது கவிதைகள், சிறுகதைகள், இலக்கிய இதழ்களில் பிரசுரமாக அப்பாவுக்கும் சக மாணவர்களுக்கும் தெரியக்கூடாது என்பதற்காக ஒரு புனைப்பெயரை தேர்ந்தெடுத்துக்கொள்கிறார் அதுதான் யூகியோ மிஷிமா.

அவரது நாவலான முகமூடியின் ஒப்புதல் வாக்குமூலம் வெளியான போது ஜப்பானே கலாச்சார அதிர்வால் ஆட்டம் கண்டது. கிட்டத்தட்ட தன் வரலாறு போல அமைந்த அந்த நாவல் பள்ளிப்பருவத்தில் அவருக்குள் சக மாணவனின் மீதான பாலுணர்வு தூண்டலை பற்றியது. ஓமி எனும் சக வகுப்பு தோழனைக் கண்டதும் அவரது உள்ளத்தில் உண்டாகும் கிளர்ச்சிகளை துல்லியமாக விவரித்து பெரும் அழகியல் தன்மையுடன் இலக்கிய அந்தஸ்தை அந்த நாவலுக்கு உருவாக்கியிருந்தார். நாவலின் நாயகன் தன் அனுபவங்களை விவரிப்பது போல எழுதியிருந்த காரணத்தால் அது அவருடைய உண்மையான வாழ்க்கையை துணிச்சலாக வெளிப்படுத்தியதாக அறியப்பட்டது. நாவலில் ஓரிடத்தில் கிறித்துவமத அடையாளமாக விளங்கும் சான் செபாஸ்டியனின் உருவப்படத்தைப் பார்த்து அதன் மேல் காமமுற்று முதல் முறையாக ஆண் உடலால் பாலுணர்வு தூண்டப்பட்டு பருவமெய்துகிறார். அதுவரை கலாச்சார இறுக்கத்தால் மூடுண்ட சமூகமாக இருந்த ஜப்பானுக்கு இந்த நாவல் பெரும் உடைப்பை உண்டாக்கியது.

இரண்டாம் உலகப் போருக்குப் பின் ஹிரோஷிமா, நாக சாகி அழிவுக்குப் பின் சுய பரிசோதனையில் ஈடுப்பட்ட ஜப்பானிய அறிவார்ந்த புதிய சமூகம் அதன் அதிகாரவெறிக்கு இறுக்கமான சமூக அமைப்பும் மூடுண்ட கலாச்சாராமுமே காரணமாக உணர்ந்தது.

அதன் போலித் தனங்களை அடித்து நொறுக்கும் கலாச் சார அதிர்வு அதற்கு தேவையாக இருந்த சந்தர்ப்பத்தில் மிஷிமாவின் இந்த முகமூடியின் ஒப்புதல் வாக்குமூலம் வெளியானதால் பெரும் வரவேற்பை அவருக்கு பெற்றுத்தந்தது. ஜப்பானின் போருக்குப் பிந்தைய தலைமுறையின் அடையாளமாக மிஷிமா தன் 24 வயதிலேயே கொண்டாடப்பட்டார். தொடர்ந்து The Temple of the Golden Pavilion, invasion of privacy ஆகிய நாவல்கள் மூலம் ஜப்பானின் புகழ்பெற்ற எழுத்தாளராக அறியப்பட்டார். வெளிநாடுகளிலும் அவர் புகழ் பரவத்துவங்கியது. மூன்றுமுறை நோபல் பரிசுக்காக அவர் பெயர் பரிந்துரைக்கப்பட்டது. வெளிப்படையாக தன்னை ஹோமோ செக்ஸுவலிஸ்டாக அவர் அறிவித்துக்கொண்டாலும் ஒரு அழகான பெண்ணை

திருமணம் செய்து இரண்டு குழந்தைகளுக்கு தந்தையாக மாறினார்.

நடிகர், இயக்குனர்.

வெறுமனே எழுத்தாளராக அல்லாமல் பிற்பாடு ஒரு நடிகராகவும் இயக்குனராகவும், என பல்வேறு விதமாக பரிணமித்தார். *1960*—ஆம் ஆண்டு Afraid to Die எனும் படத்தில் நடித்தவர் பின் *1966*—ஆம் ஆண்டு Yukoku எனும் படத்தை அவரே இயக்கி அதில் நடிக்கவும் செய்துள்ளார். பின் Hideo Gosha *(1969)* எனும் படத்தில் நடித்ததோடு மட்டுமல்லாமல் அவரே எழுதி' ஒரு பாடலை பாடவும் செய்துள்ளார். இதோடல்லாமல் பல விளம்பரங்களுக்கு மாடலாகவும் தோன்றி அதிலும் தன்னை முழுமையானவனாக நிரூபித்திருக்கிறார்.

உடல், வீரம், அரசியல்.

இரண்டாம் உலகப்போரின்போது கட்டாய இராணுவ சேவைக்கு அழைத்துச் செல்லப்பட்ட அவருக்கு மரணத்தின் மீது மிகப்பெரிய அச்சம் தொற்றிக் கொண்டது. உடல் பரிசோதனையில் அவர் காசநோய் காரணமாக தகுதி நீக்கம் செய்யப்பட்ட பின்தான் அவருக்கு அச்சம் நீங்கியது.

இதுவே அவருக்குள் அகத்தூண்டலாகி ஒரு மிகப்பெரிய வீரனாகும் கனவை வளர்த்துள்ளது. இதனால் கடுமையான உடற்பயிற்சிகள் செய்து தன்னை முறுக்கு தெறிக்கும் கட்டு மஸ்தான உடலை அடைந்தார்.

இது அவரது சிறுவயது பெண்மை உணர்வை நீக்கி பெரும் வீரனாக உணர வைத்தது.

இறுக்கமான உடலின் வழியாக எண்ணங்களை ஒருங்கிணைத்து வீரம் எனும் ஜப்பானியர்களின் மரபான சிந்தனையைமீட்டெடுத்து அதன் வழியாகதன் வாழ்க்கைக்கான தத்துவ வழிகளை அமைத்துக்கொண்டார்.

இரண்டாம் உலகப்போருக்குப் பிறகு ஜப்பானியர்கள் தங்களது அசலான வீரத்தை மறைத்து போலித்தனமான நல்லுணர்வுகளால் மூடப்பட்டுள்ளனர். வீரம்தான் ஜப்பானியர்களின் அடையாளம். வீழ்ந்து கிடக்கும் ஜப்பானின் மாண்பை மீட்டெடுக்க, அதன் பாரம்பரியத்துனுள் செல்வதே ஒரே வழி எனும் கொள்கையையும் அடைந்தார்.

சாமுராய்கள் கோலோச்சிய மத்தியகால ஜப்பானியர்களின் மாமன்னர் வழிபாட்டுக்குள் ஜப்பானியர்கள் திரும்பச் செல்லவேண்டும் என நினைத்த மிஷிமா அதற்காக ஒரு இயக்கத்தை உண்டாக்கினார். மேலும் அழகு குறித்த அதீத தன்னுணர்வு கொண்ட மிஷிமா தான் வயதாகி அழகு குன்றி தோல்கள் சுருங்கி இறப்பதை விட இளம்வயதிலேயே இறந்துவிட வேண்டும் என்ற தன் எண்ணத்தை நண்பர்களிடம் அடிக்கடி வெளிப்படுத்தியிருக்கிறார்.

திரைப்படத்தில் மேற்சொன்ன மிஷிமாவின் வாழ்க்கைப் பகுதிகள் சுருக்கமாக நிகழ்வாகவும் அவரது நாவல்களின் சில பகுதிகள் நாடக பாணியில் விவரிக்கப்பட்டு,இறுதியில் கிழக்கு பிராந்திய டோக்கியோ இராணுவ முகாமை அவர் காரில் தன் சகாக்களுடன் சென்று முற்றுகையிடும் காட்சி காண்பிக்கப்படுகிறது.

இக்காட்சியில் முகாமின் வாயில்காவலர்கள் அவரது காரை நிறுத்துகின்றனர். பின் வந்திருப்பது ஜப்பானின் மிகச்சிறந்த எழுத்தாளர் யூகியோ மிஷிமா என அறிந்ததும் உடனடியாக விபரீதம் தெரியாமல் காரை அனுமதிக்கின்றனர்.

தொடர்ந்து முகாமில் தங்குதடையின்றி அனுமதிக்கப்பட்டு இறுதியில் இராணுவ ஜெனரலின் அறைக்குள்ளேயே நுழைகின்றனர். ஏற்கனவே மிஷிமாவின் அரசியல் கொள்கை மற்றும் அவரது இயக்கம் பற்றி அறிந்த முகாமின் இராணுவ ஜெனரல் அவர்களை மகிழ்ச்சியுடன் வரவேற்று உபசரிக்கிறார். அறையில் அவர் தவிர வேறு யாருமில்லை . ஒரு சோபாவில் மிஷிமாவும் ஜெனரலும் எதிரெதிரே அமர மிஷிமாவுடன் வந்தவர்கள் சுற்றி ஆங்காங்கு நிற்க மிஷிமா தான் கையில் கொண்டு வந்த பாரம்பரியமான 16—ஆம் நூற்றாண்டு வாளை உறையிலிருந்து உருவுகிறார்.

அதனை சலனமில்லாமல் ஜெனரல் பார்க்க சுற்றி நிற்கும் மிஷிமாவின் சகாக்கள் நடக்கவிருக்கும் சம்பவத்துக்காக காத்திருக்கின்றனர். வாளை வாங்கிப்பார்க்கும் இராணுவ தளபதி அதன் எடை கூர்த்தன்மை பற்றி ஆச்சர்யப்படுகிறார். பின் வாளைத் துடைக்க மேசையருகே எடுத்துச்சென்று சிறு வெள்ளைத்துணி கொண்டு துடைத்து மீண்டும் மிஷிமாவை நோக்கி வந்து வாளை அவர் கையில் தர அடுத்த கனமே அந்த விபரித சம்பவம் அரங்கேறுகிறது . மிஷிமா தன் சகாக்களுக்கு உத்தரவிட கண நேரத்தில் மற்ற நால்வரும்

பாய்ந்து சென்று ஜெனரலின் கைகால்களை தயாராய் வைத்திருந்த துணிக்கயிற்றால் கட்டி சிறைப்பிடிக்க மிஷிமா எழுந்து ஒவ்வொரு கதவையும் சாத்தி தாளிடுகிறார். தளபதி சற்றும் எதிர்பாரமால் தான் சிறைபிடிக்கப்பட்டதை அறிந்து அதிர்ச்சியுடன் "என்ன முட்டாள்தனம் இது" எனக் கத்துகிறார் .

இப்போதைக்கு முகாம் எங்கள் அதிகாரத்திற்குள் வந்துவிட்டது. இனி நான்தான் கலோனல். நான் சொல்வது போல் நடக்காவிட்டால் உங்கள் உயிர்போகும் என எச்சரிக்கிறார். அப்போது உதவியாளர் தங்களது பிரகடன அறிக்கையை வாசிக்க ஜெனரலிடம் தர ஜெனரல் அதை வாங்க மறுக்கிறார், உடனே மிஷிமா ஜெனரலிடம் நான் சொல்வது போல உங்களுக்கு கீழ் இருக்கும் அதிகாரிகளுக்கு

உத்தரவிடுங்கள் முதலாவது முகாமிலிருக்கும் அனைவரும் கீழே உள்ள மைதானத்தில் அணிவகுத்து நிற்கவேண்டும். இரண்டாவது, எங்களது இயக்க கொள்கையை கலோனல் மிஷிமா பால்கனியில் வாசிப்பார். அதை அமைதியுடன் கேட்டு அதன்வழி நடக்க வேண்டும் எனக்கூற ஆனால் ஜெனரல் அவர்கள் சொல்லும் எதற்கும் கட்டுப்பட மறுத்து முரண்டு பிடிக்க,

இதற்குள் வெளியில் காவலுக்கிருந்த முகாம் வீரர்களுக்கு சந்தேகம் வந்து கதவைத்திறக்க முயற்சிக்க உள் பக்கம் தாழ்ப்பாள் போட்டிருப்பது தெரிய வருகிறது. சட்டென கூட்டம் கூடி கதவை தட்டி திறக்க முயல கதவு திறக்காதது கண்டு அதிர்ச்சியடைய உள்ளே இதர நான்கு வீரர்களும் நாற்புற கதவுகளையும்இன்னும் சோபா மற்றும் பீரோக்களால் முட்டுகொடுத்து அடைத்துக் கொள்கின்றனர்.இதனிடையே நூற்றுக்கணக்கான வீரர்கள் கதவை உடைத்துக்கொண்டு உள்ளே நுழைய முயற்சிக்க அவர்கள் அனைவரையும் தேர்ந்த வாள்பயிற்சிமிக்க மிஷிமாவின் தொண்டர்கள் தாக்கி விரட்டியடிக்கின்றனர். ஒரு கட்டத்தில் ஜெனரலின் உயிருக்கு ஆபத்து என்பதை உணர்ந்து அவர்கள் அறைக்குள் நுழையும் முயற்சியை கைவிட்டுப் பேச்சு வார்த்தைக்குத் தயாராகின்றனர்.

அதன்படி 11.30—க்கு மொத்த முகாமும் கீழே மைதானத்தில் அணிவகுத்து நிற்க மிஷிமா இராணுவ முகாம் கட்டிடத்தின் உச்சிக்கு வந்து அங்கிருந்து வலது சாரித்தன்மை கொண்ட தன் அறிக்கையை வாசிக்கிறார். அந்த அறிக்கையில் இப்போது ஜப்பான் அனுபவிக்கும் பிரச்சனைகளுக்கு காரணம் அது மரபையும் பாரம்பரிய மன்னராட்சியின் பேரரசு விசுவாசத்தை மறந்து விட்டதுவும்தான் காரணம் எனவும் ஆகவே இந்த ஜப்பான் அரசை நாம் மாமன்னர்களிடம் ஒப்படைக்க வேண்டும் என்பது போல வாசிக்க, கீழே இருந்த இராணுவ வீரர்கள் அதைக் கேட்காமல் மிஷிமாவுக்கு எதிராக கூச்சலிடுகின்றனர். மிஷிமாவின் கற்பனையில் வீரர்கள் அனைவரும் தன் சொல்படி கேட்பார்கள் என்ற எதிர்பார்ப்பு இருந்தது. அது பொய்த்து போன காரணத்தால் தோல்வியுடன் அறைக்குள் வந்தவர் ஜென்ரலின் முன்பாக வடக்கு நோக்கி உட்கார்ந்து சாமுராய் மரபான ஹரகிரி தற்கொலை முடிவுக்கு வருகிறார். முட்டியிட்டு அமர்ந்து

தன் கழுத்தை வெட்ட உதவியாளனுக்கு உத்தரவிட ஆனால் உலகப்புகழ்ப் பெற்ற அந்த ஜப்பானிய எழுத்தாளனை கொன்ற அவப்பெயர் தனக்கு வருமோ என அஞ்சி கைகள் நடுங்கி பதட்டப்பட கணத்தில் தன் கைவாளை எடுத்து வயிற்றைக்கிழித்து வாழ்வை முடித்துக்கொண்டார்.

திரைப்படமும் இந்த கனத்த காட்சியோடு முடிகிறது.

மிஷிமாவின் இந்தச் செயலை ஜப்பானில் பலரும் ஏற்கவில்லை. அது மிகப்பெரிய முட்டாள்தனம் என்றே கருதுகின்றனர் .

இன்னொரு சாரர் மறந்துவிட்ட பாரம்பரியத்தை அது நினைவுப்படுத்திய வரலாற்றுச் சம்பவம் என கொண்டாடுகின்றனர்.

இன்றும் வருடந்தோறும் நவம்பர் 25—ஆம் நாள் மிஷிமா சம்பவம் நினைவு நாளாக போற்றப்படுகிறது.

ஜெர்மன்

ரெய்னர் வெர்னர் பாஸ் பைண்டர்

Rainer verner Fassbinder

(31 may 1945 - 10 June 1982)

இருட்டு,அழுக்கு,வியர்வை, கொஞ்சம் கலை :

இரண்டாம் உலகப் போருக்குப் பின் குற்றவுணர்ச்சியாலும் அவமானத்தாலும் தலை கவிழ்ந்துக் கிடந்த ஜெர்மானியர்களுக்குக் கலையும் சினிமாவும் இரண்டாவதாக தள்ளப்பட்டதில் வியப் பேதும் இல்லை. இச்சூழலில் அவர்களது மனோநிலையை சித்தரிக்கவும் உள்முகமான சில தர்க்க உடைப்புகளை நிகழ்த்தவும், சுயவிசாரணையை மேற்கொள்ளவும் அவர்களுக்கு ஒரு தேவை இருந்தது.

புனிதம், ஒழுக்கம் எனும் பெயரில் குடும்பங்களில் கட்டப்படும் இறுக்கம் ஒன்றிணைகிறபோது மைய ஆட்சியாளர்களை அது பேரதிகாரத்திற்கு அழைத்துச் செல்கிறது. அந்த பேரதிகாரத்தை எதிர்க்க வேண்டுமானால் ஆதாரமான குடும்பங்களின் புனிதத்தை ஒருவன் உடைக்க வேண்டிய அவசியமாகிறது. அதுநாள் வரை விதிக்கப்பட்டிருந்த ஒழுக்கவிதிகளை உடைக்கிற

போது புனிதங்களும் உடைபடுகின்றன. பாஸ்பைண்டரின் படங்கள் இதைத்தான் செய்தன. அதன் பொருட்டு அவரது கேமரா இருட்டைத்தேடி அலைந்தது. சமூகத்தின் உண்மையான முகத்தை அந்த இருட்டில் வெளிச்சமிட்டு காட்டி அதன் அழகியலை பொதுவெளிக்கு கொண்டுசென்றார். இதனாலேயே அவரது படங்களில் களவாணிகளும், பாலியல் தொழிலாளர்களும், ஓரினச்சேர்க்கையாளர்களும் நாயகர்களாக, நாயகிகளாக சித்தரிக்கபட்டனர். ரெய்னர் வெர்னர் பாஸ்பைண்டர் அமெரிக்கா ஜெர்மனிக்குள் ஊடுருவிய இரண்டாம் உலகப்போரின் இறுதிநாட்களில் 1945ஆம் ஆண்டு ஜெர்மனியில் பவாரியா எனும் பகுதியில் பிறந்தவர்

பெற்றோர் இருவரும் மருத்துவராக இருந்தனர். அதிலும் அவர்களது மருத்துவமனைக்கு பெரும்பாலும் பாலியல் தொழில் செய்பவர்கள் அதிகமாக வந்த காரணத்தால் பாஸ் பைண்டருக்கு இயல்பாக அவர்களிடம் நெருங்கி பழகும் வாய்ப்புகள் கிடைத்தது. இது சமூகத்தின் பொதுப்பார்வையிலிருந்து அவரை விலக்கி தனித்த சிந்தனைகளுக்கு வழியமைத்துக்கொடுத்தது.பின் பெற்றோரின் விவாகரத்துக்குப் பிறகு தாயிடம் வளரத்துவங்கிய பாஸ் பைண்டர், வளர்க்கப்பட்டது பெரும்பாலும் அவர்கள் வீட்டு குடித்தனக்காரர்களாலும் தெருபுழுதியாலும்தான். காரணம் அவரது அம்மாவுக்கு உண்டான காசநோய். சிகிச்சைக்காக அவரது தாயார் பலநாட்கள் அவரைவிட்டு பிரிய நேர்ந்ததுதான் இதற்கு காரணம். இதனாலேயே அவர் பள்ளிப்பாடத்தைக் காட்டிலும் வாழ்க்கைப் பாடத்தில் மிகவும் தேர்ச்சி பெற்றவராக இருந்தார்.

அம்மாவின் இரண்டாவது கணவருக்கும் இவருக்கும் ஒத்துப்போகவில்லை. பைண்டரின் முரட்டு சுபாவம் காரணமாக அவரது தாயாருக்கு பெரும் பிரச்சனை . புதிய கணவருடன் நேரத்தை இனிமையாக்கிக்கொள்ள அவருக்கு அப்போது உதவிய ஒரே ஒரு சாதனம் சினிமா. தேவைப்பட்ட நேரத்தில் மகனை அருகிலுள்ள சினிமா தியேட்டருக்கு காசுகொடுத்து அனுப்பி வைத்தார். தவிர்க்கவே முடியாமல் சினிமா அவர் வாழ்க்கைக்குள் நுழைந்துகொண்டது. வீட்டில் கிடைக்காத அன்பும் மகிழ்ச்சியும் அவருக்கு சினிமாவில் கிடைத்தது. பாஸ் பைண்டர், பள்ளிப்படிப்பு முடிந்ததும் கொஞ்சகாலம் நாடகத்தில் நடிப்புப் பயிற்சி

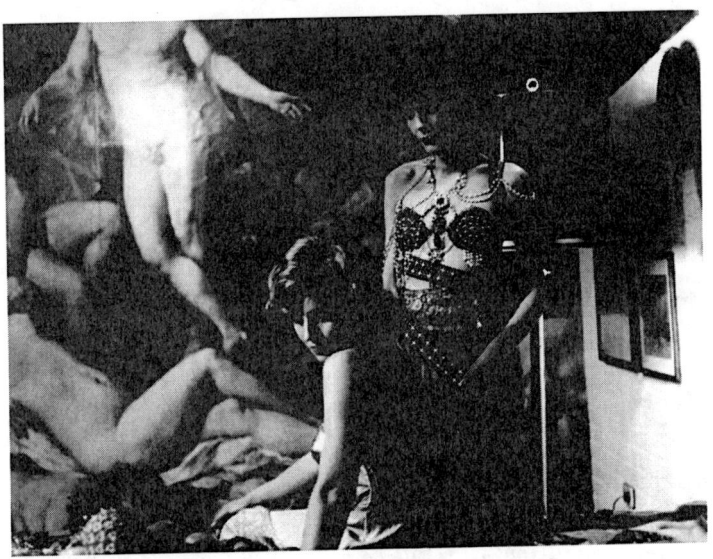

மேற்கொண்டவர் இக்காலத்தில் பல வேலைகளிலும் தன்னை ஈடுபடுத்திக்கொண்டார். ஒரு உதவி இயக்குனராக திரைக்கதை ஆசிரியராக, அரங்க வடிவமைப்பாளராக , சப்த ஒழுங்கமைப்பாளராக எனக் கிடைக்கும் வேலைகளில் தன்னை ஈடுபடுத்திக்கொண்டார். இத்தோடு தனியாக நாடகங்களை எழுதி இயக்கவும் செய்தார். பிரெக்ட் அவரை மிகவும் பாதித்திருந்தார். அக்காலத்தில் ஐரோப்பவை ஆக்கிரமித்திருந்த இருத்தலியல் குறித்த தத்துவ விவாதம் அவரை மிகவும் பாதித்தது. தொடர்ந்து அவரது நாடகங்கள் மட்டுமல்லாமல் படங்கள் என அனைத்திலும் மிகப்பெரிய தாக்கத்தை உண்டாக்கியிருந்தது.

பின்தான் முதலில் எழுதிய parlell நாடகத்தை அப்படியே 8எம்.எம் சினிமாவாக எடுத்து அதைக்கொண்டே பெர்லின் சினிமா கல்லூரிக்குள்ளும் நுழைந்தார். 1965ல் தனது 21ஆம் வயதில் திஸ் நைட் எனும் குறும்படத்துடன் துவங்கிய அவரது வாழ்வு 1982ல் 37ஆம் வயதிலேயே இறக்கும் வரை 40 திரைப்படங்களை இந்த உலகிற்கு கொடுத்து அத்துனை இளம் வயதிலேயே முடிவை எழுதிக்கொண்டது.

இந்த நாற்பது திரைப்படங்களில் முதல் மூன்று குறும்படங்களுக்குப் பிறகு 1969ல் அவர் இயக்கிய முதல் முழு நீளப்படம் "லவ் ஈஸ் கோல்டர் தென் டெத் (LOVE IS COLDER

THAN DEATH)". இப்படம் பெர்லின் திரைப்பட விழாவில் தோல்விப்படமாக அமைந்தது. வெறுமனே கேங்க்ஸ்டர் படமாக அல்லாமல் அதை வடிவரீதியாக பரிசோதனை அணுகுமுறையுடன் படமாக்கிய விதம் அவர்மேல் குறைந்த வெளிச்சத்தை விழச்செய்தது.

இந்த முதல் படம் முதல் 1974ல் அவர் இயக்கத்தில் வெளியான நோரா ஹெல்மர் (NORA HELMAER)வரையிலான முதல் பதினெட்டு திரைப்படங்களில் அவருக்குள் ஒரு அவசரமும் கட்டயாமும் இருப்பதை காண முடியும் . காரணம் அவர் வெகுகுறைவான பட்ஜெட்டில் துரிதமாக படமெடுப்பதை சவாலாக மேற்கொண்டிருந்தார். பெரும்பாலான படங்களில் அவரே படத்தின் அனைத்து காரியங்களையும் செய்தார்.

பண உதவி செய்யும் அரசாங்கத்திற்கு நஷ்டம் வராமல் எடுத்த காரணத்தால் அவர்களின் பாராட்டை தொடர்ந்து தக்கவைக்க வேண்டிய அவசரம் தரம் பற்றிய அவரது கவலையின்மைக்குக் காரணமாக அமைந்தது. இன்னொரு பக்கம் பிரெஞ்சு நியூவேவ் படங்கள் குறிப்பாக கோதார்த்தின்படங்கள் அவருக்குள் பெரிதும் பாதிப்பை நிகழ்த்திக்கொண்டிருந்தன.

ப்ரெக்ட்டின் நாடகங்கள் மட்டுமல்லாமல் அவர் இங்கமர் பெர்க்மன், மைக்கேல் ஏஞ்சலோ ஆண்டோனியோனி மற்றும் பெலினி போன்ற இயக்குனர்களின் அழுத்த

மான பார்வைகள் வேறு அவருக்குள் தீவிரமாக வேலை செய்தது.

இவற்றின் பலனாக 1974ல் அவர் எழுதி இயக்கிய (ALI FEAR EATS THE SOUL) அலி பியர் ஈட்ஸ் தி சவுல் எல்லைகளைக் கடந்து உலக சினிமா ரசிகர்கள் முன்புக் கொண்டு நிறுத்தியது. அந்த வருடம் பிரான்சின் கேன்ஸ் திரைப்பட விழாவில் விமர்சகர்களுக்கான சிறந்த பட விருதைப் பெற்று அனைவரது கவனத்தையும் ஈர்த்தது.

64 வயதான தனிமையில் வாடும் ஜெர்மன் பெண் எம்மி 30 வயது கட்டுமஸ்தான மொராக்கோ இளைஞன் அலியை ஒரு மது விடுதியில் சந்திக்கிறாள்.மகன் மகளால் கைவிடப்பட்ட அவளது தனிமையின் துயரத்தோடு அலியின் விரல்களை கைகோர்க்க அவள் வாழ்க்கையில் மகிழ்ச்சி நடனமாட துவங்குகிறது..

தொடர்ந்து அலியை அவள் தன் அபார்ட்மண்ட்டுக்குள் அழைத்துவர துவங்க அக்கம் பக்கம் கண்களில் உஷ்ணம்,இதற்கு தீர்வாக அலியை எம்மி திருமணம் செய்ய முடிவெடுக்கிறாள். அதற்கு மகன் மருமகள் ஆகியோரிடமிருந்து கடும் எதிர்ப்பு. அலியின் உடற்கட்டின் மேல் உன் அம்மாவுக்கு இந்த வயதில் காமத்தை பார், என மருமகள் திட்டுகிறாள். ஆனாலும் எதிர்ப்பை மீறி எம்மி அலியை கைப்பிடிக்கிறாள். இருவரும் ஒன்றாக வாழத்துவங்க இருவரது கலாச்சாரமும் ஒத்துபோக துவக்கத்தில் மறுக்க இருவரும் எப்படி அதை கடக்கிறார்கள் என்பது மீதி திரைக்கதை.

அவர் எடுத்தப் படங்களிலேயே மிகவும் குறைந்த பட்ஜெட் படம் இது. மொத்தப் படப்பிடிப்பும் 15 நாளில் முடித்து அனைவரையும் ஆச்சர்யப்படவைத்தார். இத்தனை பெருமையை இப்படம் கொண்டிருந்தாலும் தங்களது ஜெர்மானியத் தன்மையை விட்டுக்கொடுக்காத ஜெர்மானியர்களின் ஈகோ இந்த படத்தை ஏற்கவில்லை வெறுத்தனர். உள்ளூரில் விலை போகாதவர் என ஜெர்மானியப் பத்திரிக்கைகள் அவரது திரைப்பட விழா அங்கீகாரத்தை கேலி செய்தன. மேலும் அவரது படங்கள் அனைத்துமே சமூக அமைப்புக்கு எதிராகவும் கேள்வி கேட்பதாகவும் இருந்தன. பெரும்பாலான திரைப்படங்கள் ஓரினசேர்க்கையை மையமாகக் கொண்டிருந்தன. அதுமட்டுமல்லாமல் இனவெறி, அரசின் வன்முறை,தீவிரவாதம் என கடுமையான

விமர்சனப் பார்வைகளை கொண்டிருந்ததால் ஜெர்மானியர் இவரைச் சிறந்த இயக்குனராக அங்கீகரிக்க மறுத்தனர். ஆனால் அதேசமயம் வின்சண்ட் கேன்பி எனும் விமர்சகர் கோதார்த்துக்குப் பிறகு உண்மையைப் பேசும் உலக சினிமாவின் சிறந்த இயக்குனர் என வானளாவ புகழ்ந்தார்.

பாஸ் பைண்டரின் தொடர்ந்த படங்களில் Fox and his Friends (1974), Chinese Roulette (1976,) Women in New York (1977,) Berlin Alexanderplatz (1979-80) Lola (1981) Querelle (1982) ஆகியத் திரைப்படங்கள் மிகவும் குறிப்பிடத்தக்கப் படங்களாக அமைந்தன.

இவற்றுள் பெர்லின் அலெக்ஸாண்டர்பிளாட்ஸ் திரைப்படம் தொலைக்காட்சிக்காக எடுக்கப்பட்டதாக இருந்தாலும் பிற்பாடு 15 மணிநேர படமாக திரையரங்கிலும் வெளியிடப்பட்டது. இப்படம் நியூயார்க்கில் ரிலீசான போது மூன்று இரவுகள் தொடர்ந்து பார்வையாளர்கள் வந்து திரைப்படத்தைக் கண்டு களித்தனர்.

வாழ்ந்த 37 வருடத்துக்குள் மூன்று திருமணங்களைக் கடந்த இவரது தனிப்பட்ட வாழ்க்கையும் அவரது படத்தைப் போலவே மிகவும் கோபம் கொந்தளிப்பு, பிரிவு, துக்கம் என பல்வேறு உணர்ச்சிகளை உள்ளடக்கியது.

அவரது இறுதித் திரைப்படமான கொரில்லா படப்பிடிப்பு நடக்கும்போதே ரோசா லக்ஸம்பர்க் (Rosa Luxemberg) பற்றிய அடுத்தப் படத்துக்கான திரைக்கதையில் ஈடுபட்டு அதற்கான ஆய்வுப் பணிகளை மேற்கொண்டிருக்கும் போது ஜூலியன் என்ற பெண் அவரை சந்திக்க காலையில் அபார்ட்மெண்ட்டுக்குள் வந்தாள். திறந்த கதவு வழியாக அவள் அபார்ட்மெண்ட்டுக்குள் நுழைந்து படுக்கையறைக்குள் நுழைந்தபோது பாஸ் பைண்டர் கீழே இறந்து கிடப்பதைப் பார்த்து அதிர்ந்து போனார். உதட்டுக்கிடையில் சிகரெட் புகைந்துகிடக்க, கடைவாயில் ஒழுகிய ரத்தம் மூலம் அவர் மாரடைப்பால் இறந்து போனதை அறிவுறுத்தியது.

விம் வெண்டர்ஸ் (Wim wenders)
(b.14 august 1945 -)
சாலை திரைப்படங்களின் பிதா

இத்தாலிய நியோரியலிசம், பிரான்சின் புதிய அலை ஆகிய இரு அழுத்தமான தாக்கங்களுக்குப் பிறகு உலகசினிமா வரலாறு பெரிய மாறுதல்கள் அல்லது புதிய முயற்சிகள் ஏதும் இல்லாமல் தடுமாறிக்கொண்டிருந்த காலம், அமெரிக்காவின் புதிய தலைமுறை இயக்குனர்கள் நல்ல சினிமாவையும் வணிக சினிமாவையும் இணைத்து பேர்லல் சினிமா எனும் புதிய தடத்தை உருவாக்கிக்கொண்டிருந்த காலத்தில் உலகசினிமாவுக்கு அழுத்தமான கலைப்பாதையை தனித்த மொழியை ஐரோப்பிய சினிமாவின் தனித்த குணத்தை அடையாளப்படுத்தியவர் விம் வெண்டர்ஸ். போருக்குப் பிந்தைய ஜெர்மானியர்களின் அழுத்தமான மனோபாவத்தின் ஒட்டுமொத்த பிரதிபலிப்பாக கருதக்கூடிய படங்கள் விம்வெண்டர்ஸினுடையவை. வெறும் இயக்குனராக மட்டுமல்லாமல் எழுத்தாளராகவும்

தீவிர சினிமா ஆய்வாளராகவும் டாக்குமெண்டரி பட இயக்குனராகவும் .தேர்ந்த புகைப்படக்கலைஞராகவும் பல்வேறு பரிணாமங்களைக் கொண்ட விம்வெண்டர்சின் திரைப்பட மொழி தனித்தன்மை மிகுந்தது.

அவரது கதாநாயகர்கள் அதிகம் பேசாமல் மவுனமாக இயற்கையை பார்ப்பவர்கள். இயற்கையின் முடிவற்ற ரகசியங்களோடு கைகளை விரித்து அர்ப்பணிக்க தந்து விடுபவர்கள். அமெரிக்க சினிமா அல்லது பிரெஞ்சு சினிமாவின் கதாநாயகர்கள் போல அவர்கள் துப்பாக்கிகளை இரண்டாவது ஆணுறுப்பைப்போல தூக்கிக்கொண்டு அலைவதில்லை. காரணம் ஜெர்மனியின் அந்த தலைமுறை போதுமான வன்முறைகளை பார்த்துவிட்டது.

விம்வெண்டர்சின் படங்களை இரண்டாம் உலகப்போருக்குப்பிறகான நாஜி அடையாள பின்புலங்களோடு பார்க்கும் போது குற்றவுணர்ச்சியுடன் நம்பிக்கையுடனான புதிய உலகை காண விழையும் ஜெர்மனியின் நவீன தலைமுறையை நம்மால் புரிந்துகொள்ள முடியும். விம் வெண்டர்சின் அப்பா ஒரு இராணுவத்தில் பணியாற்றிய மருத்துவரானாலும் அவருக்கு புகைப்படக்கலையில்தான் அதீத ஈடுபாடு. வீட்டுக் கழிவறையை இருட்டறையாக அவ்வபோது பயன்படுத்தும் அவர் அதனுள் வெகுநேரம் அடைந்துக்கிடக்க வெளியில் நிற்கும் விம்வெண்டர் அப்பாவை காண ஆவலுடன் காத்திருக்கும் போது அவர் கதவை திறந்துக் கொண்டு வெளியில் வந்த ஒவ்வொரு தருணத்திலும் மிகப்பெரிய ப்ளோ அப் செய்யப்பட்ட பிரம்மாண்டமான புகைப்படத்துடன் வெளியே வருவார் . அப்போது அவரது கண்ணில் மின்னும் புன்னகையும் கருவிழியில் பிரதிபலிக்கும் கறுப்பு வெள்ளை புகைப்படத்தின் பிரதிபலிப்பும் விம் வெண்டர்சுக்கு சிறுவயதிலேயே புகைப்படங்களின் மீதான ஆர்வத்தை தூண்டியிருக்கின்றன.

இந்த ஆர்வம் மருத்துவக்கல்லூரியின் இரண்டாம் ஆண்டு இவரை கல்லூரியிலிருந்து வெளியேற வைத்தது. தத்துவம் படிக்கப் போக அங்கும் மனமில்லாமல், ஆர்வமான புகைப் படக்கலையில் முழு தேர்ச்சியடையவேண்டி பிரான்சில் புகழ்பெற்ற ஓவியர் Johnny Friedlander. என்பவரிடம் ஓவியத்தைப் படிக்க அதன்மூலம் அவர் புகைப்படத்தில் இன்னமும் தேர்ச்சியடைந்து பிற்பாடு திரைப்படக்கல்லூரியில்

சேர அவரை உந்தித்தள்ளியது. தத்துவமும் ஓவியமும் புகைப்படக்கலையுமான இந்தக் கல்வி பின்புலம்தான் அவரது படங்களின் சாரம்சமுமாக பின்னால் இருந்து அவரது அடையாளத்தை உருவாக்கித் தந்துள்ளன.

மியூனிச் நகர திரைப்படக்கல்லூரியில் அவர் சேரும் போதே அவரது நண்பரும் ஜெர்மன் சினிமாவின் இன்னொரு தூண் என கருதப்படக்கூடிய இயக்குனர் பாஸ் பைண்டரும் சேர்ந்து விண்ணப்பித்திருந்தார். ஆனால் தகுதியின்மைக் காரணமாக பைண்டருக்கு கல்லூரியில் அனுமதி கிடைக்கவில்லை. பைண்டர் கடுமையாகக் கல்லூரி நிர்வாகத்தோடு மோதினார். உறுதியாக அவர்கள் இல்லை எனக்கூறி மறுத்துவிட பாஸ் பைண்டர் சவால் விட்டு அடுத்த வருடமே இயக்குனராகிவிட்டார். ஆனால் இது கல்லூரியில் படித்துக்கொண்டிருந்த விம்வெண்டருக்கு தன் கல்லூரி படிப்பைக் கடந்து சினிமா மொழியில் சாதிக்க வேண்டிய நிர்பந்தத்தை உருவாக்கிவிட்டது.

இதன் காரணமாக அவர் கல்லூரியில் இயக்க வேண்டிய கடைசி வருட குறும்படத்தையே கொடுக்கப்பட்ட பட்ஜெட்டுக்குள் ஒரு முழு நீளப்படமாக எடுத்தார். சம்மர் இன் தி சிட்டி(Summer in the City) எனும் அப்படம் சிறையிலிருந்து வெளிவந்து சமூகத்தோடு ஒன்ற முடியாமல் போகும் இளைஞனின் மன ஓட்டத்தைச் சித்தரித்தது, இப்படத்தில் அவரோடு பணியாற்றிய இன்னும் இரு மேதைகள், ஒளிப்பதிவாளராக பணியாற்றிய ராபி முல்லர்(Robby muller) மற்றும் படத்தொகுப்பாளர் பீட்டர் பிஸிகோடா(peter przykodda) ஆகிய இருவரும் தொடர்ந்து விம் வெண்டர்சின் அனைத்துப் படங்களிலும் கைகோர்த்துக்கொண்டனர்.

கல்லூரியை முடித்துக்கொண்டு வெளிவந்த விம்வெண்டர்ஸ் வியட்நாம் போரில் அமெரிக்காவுக்கு எதிராகப் போராடி சிறைப்பிடிக்கப்பட்டு வெளிவந்தார். மீண்டும் நண்பர்களுடன் இணைந்து இதுவரை பார்க்காத கண்களுடன் உலகத்தை காமிரா வழியாக கண்டு தன் தேடலின் பயணத்தை துவக்கினார் .

அவரது ஆரம்பகால முயற்சிகளுக்குப்பின் வெளியான அலிஸ் இன் தி சிட்டிஸ் (Allice in the cities)படம்தான் விம் வெண்டர்சுக்கு உலக சினிமா டிக்கட்டை வாங்கித்தந்தது . அலிஸ் இன் தி சிட்டிஸ் படத்தின் நாயகன் பிலிப் பில் விண்டர்

Philip Phil Winter அமெரிக்காவில் வசிக்கும் ஒரு ஜெர்மானிய எழுத்தாளன், அவனது ஆசிரியர் அமெரிக்காவைப் பற்றி ஒரு புத்தகம் எழுதச் சொல்லி பணியிட அவனால் அந்தப் பணியை அமெரிக்காவில் தொடரமுடியவில்லை. அதன் வெற்று மாய உலகம் அவனதுப் படைப்பாளுமைக்கு பொருந்தவில்லை.

உடனடியாக புகைப்படத்தை வெளித்தள்ளக்கூடிய பொலராய்டு காமிராவை மாட்டிக்கொண்டு ஜெர்மனிக்கு திரும்ப நியூயார்க் விமான நிலையத்தில் அவன் காத்திருக்க அதே விமானத்துக்கு காத்திருக்கும் இளம்பெண் லிசியின் நட்பு கிடைக்கிறது. அவளது மகள் தான் சுட்டிபெண் அலிஸ். அலிசிடம் பல கேள்விகள் இருக்கிறது. பதட்டத்துடன் காணப்படும் அம்மா லிசிக்கோ பொறுமையில்லை.

இவர்களின் உறவு அமெரிக்காவில் தன் ஆன்மாவை தொலைத்து தடுமாறும் நாயகனை ஈர்க்க அவர்களுடன் நண்பராகிறான். ஜெர்மானிய விமானங்களின் பணிநிறுத்தம் காரணமாக அன்று இரவு மூவரும் ஒரு விடுதி அறையில் தங்க நேரிடுகிறது. மறுநாள் ஆஸ்திரியா ஃப்ளைட்டில் செல்வதாகத் திட்டம். காலையில் கண்விழிக்கும் போது பில்லுக்கு அதிர்ச்சி. ஒரு லெட்டர் மட்டும் கிடக்கிறது .லிசி காணவில்லை. குழந்தை அலிசை ஆஸ்திரியாவில் வாங்கிக்கொள்வதாகவும் அதற்குள் குழப்பத்தில் தவிக்கும் காதலனை சமாதனப்படுத்திவிட்டு வருவதாகவும் அதில் லிசி நாயகனுக்கு வேண்டுகோள் விடுக்க, வேறு வழியில்லாமல் கேள்விகளுடன் இருக்கும் அலிசுடன் மறுநாள் பில் ஆஸ்திரியாவுக்குப் புறப்படுகிறான்.

அங்கும் லிசி வராத காரணத்தால் அடுத்து என்ன செய்வது எனத் தெரியாத பில் அலிசைக் கேட்க அலிஸ் பாட்டிவீட்டுக்குப் போகலாம் என்கிறாள். ஆனால் அவளுக்கோ முகவரி தெரியவில்லை. ஆனால் அந்த வீட்டைப் பார்த்தால் கண்டுபிடித்துவிட முடியும் என்கிறாள். அலிசுடன் காரில் ஆஸ்திரியா முழுக்க அவளது பாட்டி வீட்டைத் தேடி அலைகிறான். இறுதியில் பாட்டி வீட்டைக் கண்டுபிடிக்க முடியாமல் அலிசை போலீசில் ஒப்படைத்துவிட்டு, இவன் ஒரு கச்சேரிக்கு சென்று திரும்ப காரில் அலிஸ் அமர்ந்திருப்பதைப் பார்க்கிறான். இப்போது அலிஸ் தன் பாட்டிவீட்டு முகவரி தெரியும் எனக்கூற இருவரும் அந்த வீட்டைத் தேடிக் கண்டுபிடித்து மகிழ்ச்சியுடன் உள்ளேப்போக அங்கு அவர்களுக்கு இன்னொரு அதிர்ச்சியூட்டும் சேதி

காத்திருக்கிறது. கறுப்பு வெள்ளையில் எடுக்கப்பட்ட இப்படம் விம் வெண்டர்சின் புதிய காட்சி மொழியையும் அமெரிக்கா மீதான அவரது விமர்சன பார்வையையும் ஒரு சேர உலகிற்கு வெளிப் படுத்தியது. படுத்து கிடக்கும் கதாநாயகன் மேல் சூப்பர் இம்போசாக காண்பிக்கப்படும் அமெரிக்க வெற்று விளம்பரங்கள் கதாநாயகனின் தேடலை ஆழப் படுத்துகின்றன.

ரோட் மூவிஸ்(Road movies) என்ற இந்த சாலை திரைப்படம் 1972—ல் வெளியாகி விம்வெண்டர்சுக்கு மிகப்பெரிய வெளிச்சத்தை உலக சினிமாவில் உண்டாக்கித் தந்தது. இதனை தொடர்ந்து விம் வெண்டர்ஸ் உலக சினிமாவில் ரோட் மூவிஸ் படங்களின் பிதா என அழைக்கப்படும் அளவுக்கு தொடர்ந்து ஒரு ட்ரையாலஜி எடுத்தார். விம் வெண்டர்ஸ் தனது படங்களை இரண்டாகப் பிரிக்கிறார்.

அதில் தன்னிச்சையான காட்சி மொழிக்கு முக்கியத்துவம் கொடுத்து தன் இஷ்டப்போக்கில் எடுக்கப்படும் கறுப்பு வெள்ளை படங்களை A வகைப்படங்கள் என்றும், திரைக்கதையை அடிப்படையாகக் கொண்டு வண்ணத்தில் படமாக்கும் படங்களை B வகைப்படங்கள் என்றும் இரண்டாகப் பிரிக்கிறார்.

இந்த வகையில் அவரது மிகச்சிறந்த பி வகைப்படமாக உருவான திரைப்படம் விங்ஸ் ஆப் டிசையர்(Wings of Desire). விருப்பத்தின் சிறகுகள், இது ஒரு கறுப்பு வெள்ளைப் படமாக

இருந்தாலும் சிபியா டோனில் பகுதி வண்ணப்படமாக எடுக்கப்பட்டிருந்தது. Damiel and Cassiel, எனும் இரண்டு தேவதைகள் பூமிக்கு வந்து ஜன நெரிசல்மிக்க பெர்லின் நகரத்தில் மனித வாழ்வை உற்று கவனிக்கின்றன.

பிரசவ வேதனையில் ஆம்புலன்சில் நகரும் ஒரு பெண்ணையும் காதலியால் கைவிடப்பட்டு துயருறும் ஒரு ஓவியக் கலைஞனையும் பின் தொடர்கின்றான்.

1987—ல் வெளியான இத்திரைப்படம் விம் வெண்டர்சின் படங்களில் ஆலிசுக்கு பிறகான சிறந்தப் படமாக விமர்சகர்கள் கருதுகின்றனர்.இதன் தொடர்ச்சியாக அவர் எடுத்த Faraway, So Close!, in 1993. எனும் படம்தான் பிற்பாடு ஹாலிவுட்டில் 1998ஆம் ஆண்டு சிட்டி ஆப் ஏஞ்சல்(City of angel) படமாக வெளியாகியது. அடுத்து வெளியான அவரது படங்களில் Hammett (1982)Paris, Texas (1984), Tokyo-ga (1985)மூன்றும் மிக முக்கிய திரைப்படங்களாக விமர்சகர்ளால் கணிக்கப்படுகிறது.

இவற்றுள் டோக்கியா கா — ஜப்பானிய இயக்குனரான ஓசுவைப்பற்றி அவர் எடுத்த மிகச்சிறந்த ஆவணப்படம் . வெறும் இயக்குனர் எனும் அடையாளத்தைக் கடந்து சினிமாவின் மீது அவர் கொண்ட தீவிரமான ஈடுபாட்டை இந்தப் படம் நிரூபிக்கிறது இதுமட்டுமல்லாமல் சினிமாவை லூமியர்களுக்கு முன்பாக கண்டுபிடித்ததாகக் கருதப்படும் ஜெர்மனியின் ஸ்கலாடானாவ்ஸ்கி சகோதரர்களைப் பற்றியும் சினிமா நூற்றாண்டையொட்டி அவர் இயக்கிய ஆவணப்படமும் அவரது தீவிரத்தை உணர்த்துகின்றன மட்டுமல்லாமல் இத்தாலிய இயக்குனரான மைக்கேல் ஏஞ்சலோ ஆண்டோனியோனி தன் தள்ளாத வயதில் ஜெர்மனியில் படம் எடுக்க வந்தபோது உலகசினிமாவின் மகத்தான இயக்குனராக இருந்தும் ஒரு உதவி இயக்குனரைப் போல அவருக்கு பல வகைகளில் உதவிசெய்தது மட்டுமல்லாமல் நெருக்கடியான சந்தர்பத்தில் இன்சூரன்சில் கையெழுத்திட்டு படம் வெளிவர உதவிசெய்த சம்பவமும் அவரது சினிமாவின் மீதான காதலை வெளிப்படுத்துகிறது.

விம்வெண்டர்சின் ஆவணப்படங்களில் குறிப்பிடத்தக்க ஆவணமாக கருதப்படும் ப்யூனா விஸ்டா சோஷியல் க்ளப்(Buena vista social club) அவரது காட்சிமொழியின் மேதமைக்கு சரியான உதாரணம்.

ஹங்கேரி

உலக வரைபடத்தில் மிகவும் தனித்துவிடப்பட்ட நாடு. ஆசியத்தன்மைக்கும் ஐரோப்பியத்தன்மைக்கும் இடையில் அடையாளத்தை தொலைத்துவிட்டு இன்னமும் தன்னைத் தேடிக்கொண்டிருக்கும் நாடு. இரண்டு உலகப்போர்கள் மட்டுமல்லாது உள்நாட்டுப்புரட்சி என தொடர் சோதனைகளால் சிக்கித்தவித்து சிதிலமாகிப்போன நாடு. இச்சூழலில் ஹங்கேரியில் சினிமா பார்ப்பதும் தயாரிப்பதுமே பெரிய விஷயமாக இருக்க உலகசினிமா என்ற வார்த்தைகள் எல்லாம் ஹங்கேரிக்கு பரிச்சயமிருக்குமா என்றுதான் பலரும் யோசிப்பார்கள். அப்படி யோசிக்கவிடாமல் உலகசினிமாவில் பல முக்கிய படைப்பாளுமைகளை உருவாக்கி ஆச்சர்யபட

வைத்ததோடு உலகசினிமா வரைபடத்தில் தனக்கென அழுத்தமாக ஒரு இடத்தையும் தக்கவைத்துக் கொண்ட நாடு ஹங்கேரி.

திரைப்படத்தை கலையாகப் பார்க்கும் அணுகுமுறையை முதன்முதலாக தோற்றுவித்த விதத்திலும் ஹங்கேரிக்கு பெருமை உண்டு. கலைகளின் தாயாக கருதப்படும் பிரான்சுக்கு கூட இதில் இரண்டாவது இடம்தான். ஹங்கேரியின் இந்த உயர்ந்த தன்மையிலான அணுகுமுறைக்கு காரணம் இருவர், முதலாமவர், அலெக்சாண்டர் கோர்டா. யூதர் அடிப்படையில் புரட்சி எழுத்தாளரான கோர்டா சினிமாமீது கொண்ட ஆர்வத்தால் பெஸ்டி மொழி எனும்

ஒரு பத்திரிக்கையை 1920ஆம் ஆண்டு சினிமாவுக்காகத் துவக்கி பிற்பாடு அதில் பதினாறு முக்கிய படைப்பாளிகளை இணைத்துக்கொண்டார். ஹங்கேரிய அரசாங்கம் கோர்டாவின் படைப்பு சுதந்திரம் அரசுக்கு எதிரானதாக கருதி சிறைவைக்க, பின் சிறையிலிருந்து வெளியேறிய கோர்டா பிரிட்டன் வழியே அமெரிக்காவுக்கு சென்று ஹாலிவுட்டில் தீப் ஆப் பாக்தாத் (The Thief of Bagdad) போன்ற புகழ்மிக்க படங்களை இயக்கி வெற்றி உலா வந்தார். கோர்டா துவக்கிய சினிமாப்பத்திரிக்கையில் அவர் சேர்த்துக்கொண்ட பதினாறு பேரில் ஒருவர் பேலா பெலஸ். சினிமாவை கலையாகப் பார்ப்பது எப்படி என உலகிற்கு கற்றுத்தந்தவர். இவர் எழுதிய நூல்கள்தான் சினிமாவின் இலக்கணங்களை, அதன் அழகியலை உருவாக்கித் தந்தன. இவரது நூலான சினிமா கோட்பாடு தமிழ் உட்பட உலகமொழிகள் பலவற்றில் இன்னமும் வெளியாகிக்கொண்டிருப்பதே பேலாபெலசின் சிறப்புக்குக் காரணம்.

ஆனாலும் இவரும் தன் பங்குக்கு wenden and wesen எனும் படமெடுத்துள்ளார். திரைப்பட மொழியில் அவர் இப்படத்தில் மேற்கொண்ட பரிசோதனைகள் பற்றி பிரான்சில் ஒரு இயக்குனர் இரண்டு வருடம் ஆய்வு நடத்தியிருக்கிறார். என்பதே இப்படத்தின் சிறப்பை கூறத்தக்கது, ஆனாலும் அரசின் கட்டுப்பாடுகள் இவரையும் தொடர்ந்து இயக்கவிடாத காரணத்தால் ஹங்கேரியில் தொடர்ந்து திரைப்பட வளர்ச்சிக்கு தடை உண்டானது. இந்த முக்கியமான இரு ஆளுமைகளுக்குப் பிறகு ஹங்கேரி போர்களாலும் புரட்சிகளாலும் பெரும் சரிவை சந்திக்கத்துவங்க, போருக்குப் பின் மீண்டும் மறுமலர்ச்சிகள் தோன்றத்துவங்கின. பிரான்சில் உண்டான புதிய அலை பலமுக்கியமான படைப்பாளிகளை ஹங்கேரியில் உருவாக்கத் துவங்கியது.

சுல்தான் பாப்ரி, வெர்னர் ஹெர்சாக்' இஸ்வான் சாபு, மிக்கோலஸ் ஐயான்ஸ்கோ ஆகிய நால்வரும் அதில் மிக முக்கிய பங்களிப்பை செய்தவர்கள்.

சுல்தான் பாப்ரி Zultan Fabri

(15 October 1917 - 23 August 1994)

*1917*ஆம் ஆண்டு பிறந்த சுல்தான் பாப்ரி புடாபெஸ்ட் நுண்கலை கல்லூரியில் தன் படிப்பைத் தொடர்ந்தார். படிப்பு முடிந்ததும் சிறிதுகாலம் தன் குருவான இஸ்வான் ரெத்தி என்பவரிடம் உதவியாளராக சேர்ந்தார். பின் *1943*—ல் நாடகக்கலைக்கான அகாடமியில் சேர்ந்து நடிப்பில் பட்டம் பெற்றார். தனது நுண்கலைப்படிப்பு சார்ந்து அரங்க வடிவமைப்பிலும் ஆர்வம்கொண்டு அதிலும் பங்கேற்றார். உலகப்போருக்குப் பின் சுல்தான் வர்கோன்பி நடத்திய munitzz எனும் நாடக அமைப்பில் அரங்க மேலாளராகியவர்,

தொடர்ந்து நாடகத்துக்கே மேலாளாராகி அப்படியே திரைப்படத்துறையிலும் நுழைந்து புரொடக்ஷன் டிசைனராக அறிமுகமானார். தொடர்ந்து அவரது முயற்சி இயக்குனராகும் கனவை நிறைவேற்றி வைத்தது. *1951*—ல் ‘ஸ்ட்ராம்(Storm) ‘முதல் படம். ’ மெரி கோ ரவுண்ட்’ (Mery Go Round) எனும் மூன்றாவது படம்தான் அவருக்கு நிரந்தர புகழைத் தந்தது. இத்திரைப்படம் தனியார் வேளாண்மையிலிருந்து கூட்டுறவு வேளாண்மைக்கு மாறும் ஒரு சமூகத்தின் பிரச்சனைகளை பற்றிப் பேசியது.

சுல்தான் பாப்ரியின் குறிப்பிடத்தக்கப் படங்களில் ஒன்று ‘டூ ஹாப் டைம்ஸ் இன் ஹெல்’ (Two Half Times In Hell)கால்பந்தாட்டத்தை மையாமாகக் கொண்டு உருவாக்கப்பட்ட இப்படம் உலகசினிமா ரசிகர்களுக்கிடையே பெரும் வரவேற்பை அவருக்கு பெற்றுத்தந்தது. பிற்பாடு இப்படம் *1981*—ல் கால்பந்தாட்ட வீரர் பீலே(pele) , மற்றும் சில்வர்ஸ்டார்ஸ்டாலன் (Sylvester stallone) நடிக்க எஸ்கேப் டூ விக்டரி(Escape to victory) என்றத் திரைப்படமாக மறுஉருவாக்கம் கண்டது.

படத்தின் கதை இதுதான், *1944*—ல் ஜெர்மன் இராணுவ முகாமில் ஹிட்லரின் பிறந்தநாளைக் கொண்டாட அதிகாரிகள் முடிவெடுக்கின்றனர். ஆட்டம் ஜெர்மானிய இராணுவ வீரர்களுக்கும் ஹங்கேரியின் கைதிகளுக்கும். ஹங்கேரியின் புகழ்பெற்ற கால்பந்தாட்ட வீரனான ஓனோடியை அழைத்து

இத்திட்டத்தைக் கூறி சம்மதம் கேட்கிறார் தலைமை அதிகாரி. அப்போது ஓனோடி சில கோரிக்கைகளை முன் வைக்கிறார். பங்கேற்கும் வீரர்கள் முன்னதாக பயிற்சி மேற்கொள்ள அனுமதி அளிக்க வேண்டும்.

இக்காலத்தில் வழக்கமாக கைதிகள் செய்யும் எந்த வேலையும் அவர்கள் செய்யமாட்டார்கள். அதேபோல போட்டி நடக்கும் வரை வீரர்களுக்கு அதிகப்படியான உணவு வழங்க வேண்டும். இதுதான் அவர்களது கோரிக்கை. இக்கோரிக்கையை ஏற்றுக்கொண்ட நாஜி அதிகாரிகள் பதிலுக்கு இன்னொரு கோரிக்கை வைக்கிறார்கள். அது ஹங்கேரியினரின் அணியில் ஒரு யூதர்கள்கூட சேர்க்கக்கூடாது என்பதுதான் அந்த கோரிக்கை.

ஓனாட்டியும் அதற்கு சம்மதிக்க பயிற்சிக்கான ஆட்கள் தேர்வு நடைபெறுகிறது. முகாமில் இருக்கும் 198 பேரில் மொத்தம் எட்டு வீரர்கள் மட்டுமே ஆடுவதற்கு தகுதியான உடல் நிலையில் இருக்கிறார்கள். இதனால் ஓனாடி அடுத்த முகாமில் இருப்பவர்களை சேர்க்கிறான். அதில் ஒருவன் யூதன் ஆனால் ஆட்டத்திற்காக தான் யூதன் இல்லை என சொல்லி சேர்க்கிறான்.

பயிற்சிகள் துவங்குகிறது. பயிற்சிக்காலத்தைப் பயன் படுத்தி ஒருநாள் ஹங்கேரி வீரர்கள் தப்பிக்க முயற்சிசெய்ய நாஜிக்களால் அது தடுக்கப்பட்டு மீண்டும் சிறைபிடிக்கப்படுகிறார்கள். அவர்கள் அனைவருக்கும் தூக்குத் தண்டனை வழங்கப்படுகிறது. ஆனாலும் திட்டமிட்டபடி போட்டி நடந்த பின்தான் தண்டனை நிறைவேற்றப்படும் என்று அறிவிக்கப்படுகிறது.

குறிப்பிட்ட நாளில் போட்டி துவங்குகிறது. மரணபயம் காரணமாக ஆட்டத்தில் சுறுசுறுப்பில்லாமல் ஹங்கேரி வீரர்கள் சரியாக ஆடாததால் முதல் அரைமணி நேரத்தில் ஜெர்மனி 3 கோல்கள் அடித்து முன்னணியில் இருக்கிறது. ஆனால் ஆட்டம் ஒருபக்கமாக இருப்பதால் சுவாரசியத்தைக்கூட்ட "போட்டியில் நீங்கள் ஜெயித்தால் உங்களுக்கு மரணதண்டனை தவிர்க்கப்படும்' என அதிகாரி கூற, ஹங்கேரி வீரர்களுக்கு உற்சாகம் பீறிடுகிறது.

ஜெர்மனி வீரர்கள் மூர்க்கமாக ஆட அதனைத் தடுத்து ஆடி அதனைக் காட்டிலும் சிறப்பான உற்சாகத்துடனும் மரணத்திலிருந்து வெளியேறும் வேகத்துடனும் ஹங்கேரி

வீரர்கள் ஆடி வெற்றிபெறுகின்றனர். இறுதியில் நாஜிக்கள் தோல்வியடைந்த ஆவேசத்தில் வாக்கை மீறி அவர்களுக்கு மரண தண்டனையை விதிக்கின்றனர்.

ஹிட்லரது நாஜி முகாம்களில் நடைபெற்ற கொடுமையை விளக்கும் இப்படம் சுல்தான் பாப்ரியின் படங்களில் மிகச்சிறந்த படமாக இன்றும் கருதப்படுகிறது.மொத்தம் 23 முழுநீளப்படங்களை இயக்கியுள்ள பாப்ரி தன் படங்களில் திரும்ப திரும்ப ஒரே மாதிரியான கருத்தை அல்லது தன்மையை அடிப்படையாகக் கொண்ட கதைகளை தேர்வு செய்கிறார்.

ஒரு பெரிய அதிகாரம் நிறைந்த குழுவை சிறிய குழு வெற்றிபெறுகிறது என்பதுதான் அவரது கதைகளின் அந்த ஒத்த சாரம்சம் " fourteen lives saved", "haliant fabian meets god " போன்ற படங்களில் வெளிப்படையாக இதனைக் கண்டுணர முடியும்.

ஆனால் அது குறையாக அல்லாமல் நிறையாக குறிப்பிட்ட தத்துவத்தை அவர் தொடர்ந்து நிலைநிறுத்தப் போராடுவதையே நமக்கு உணர்த்துகிறது.

1982—ல் வெளியான அவருடைய ரிக்யூம்(Requiem) போரால் சிதைந்த ஒரு பெண்ணின் காதல் வாழ்வைச் சித்தரிக்கும் அருமையான கதையைக்கொண்ட திரைப்படம் அப்பெண் ஒரு மருத்துவர், கணவனும் மருத்துவன். வீட்டில் கணவன் இல்லாதபோது இருபது வயது இளைஞன் ஒருவன்

வீட்டிற்கு வருகிறான். அவள் கணவனிடம் சிகிச்சைப்பெற வந்திருப்பதாக கூறும் அவனிடம் துவக்கத்தில் தயங்கும் அவள் பின் மெல்ல பேச்சு கொடுக்கிறாள். அவளுக்கு அவனது குறிப்பிட்ட பாவனைகள், உடலசைவுகள், அதிர்ச்சியளிக்கின்றன. காரணம் அவையனைத்தும் அவளது முதல் காதல் கணவனுடையது. தொடர்ந்து அவனை அவள் விசாரிக்க அவன் சொன்ன தகவல்களால் அவளுக்கு அதிர்ச்சி மேல் அதிர்ச்சி, இறுதிக்காட்சி என்னவாயிருக்கும் என யோசிக்க வைப்பதில் பாப்ரி அனைவரையும் வெற்றி கொள்கிறார்.

வெர்னர் ஹெர்சாக் Werner Herzog

(b.5 September 1942)

சில ஆண்டுகளுக்கு முன் கொலம்பியா விமானநிலையத்தில் ஒரு விமானம் இயந்திரக்கோளாறு காரணமாக அவசரமாக தரையிறக்க வேண்டிய நெருக்கடியை எதிர்கொண்டது.எந்த நேரமும் விமானம் தீப்பிடிக்கும் ஆபத்தை எதிர்கொண்டதால் விமான சிப்பந்தி அனைவரையும் முழங்காலிட்டு கண்களைமூடி தரையில் படுக்குமாறு உத்தரவிட்டார். அனைவரும் அந்த நிலையில் சட்டென அமர ஒருவர் மட்டும் மறுத்தார். உடனடியாக கேபினிலிருந்து கோபத்துடன் வெளிப்பட்ட துணை விமான ஓட்டி அந்த மறுத்தவரிடம் வந்து கடும்கோபமாக எச்சரித்தார். ஆனாலும் அந்த நபர் மசியவில்லை. மாறாக “அப்படியான நிலையில் அமர்ந்து ஒரு போதும் நான் இறப்புக்காக என்னை கேவலப்படுத்திக்கொள்ளமாட்டேன்” என்றார். அப்படியாக கூறியவர் ஜெர்மானிய நவீன திரைப்பட வரலாற்றின் நட்சத்திர இயக்குனர் வெர்னர் ஹெர்சாக் என்பது அந்த விமானிகளுக்கு ஒரு வேளை நன்றாக தெரிந்திருக்கவும் கூடும். ஆனாலும் அவர்கள் தங்கள் கட்டளையை ஏற்று அந்தநிலையில் அமரும்படி கடுமையாக எச்சரித்தனர். ஆனபோதும் கடைசிவரை அவர்களால் ஹெர்சாக்கை பணியவைக்க முடியவில்லை.

என் படங்கள் மூலமாக எப்போதும் மரணத்தை எதிர்ப்பவனாக அதனை அலட்சியப்படுத்துபவனாக காண்பித்து வந்த எனக்கு அப்போது மட்டும் மரணத்துக்குப் பயந்து அந்த அற்பமான கோழைத்தனமான நிலையில் அமர என் மனம் இடம் கொடுக்கவில்லை. நான் அப்படி அமர்வது ஒட்டுமொத்தமாக என் படங்களை நானே கொச்சைபடுத்துவதாகும் என பிற்பாடு ஒரு பேட்டியில் இச்சம்பவம் குறித்து பதிவு செய்தார் ஹெர்சாக்.

அவரது அந்த பிடிவாதம் காரணமாக அந்த விமானிகள் அவர் மீது வழக்கு தொடுத்து அடுத்த ஐந்து வருடங்களுக்கு விமானம் ஏறவிடாமல் தடுத்து விட்டனர்.

வெர்னர் ஹெர்சாக் ஜெர்மானிய சினிமாவை செதுக்கிய புதிய தலைமுறை இயக்குனர்களில் பாஸ்பைண்டருக்கு பிறகு

அதிமுக்கியம் வாய்ந்த உன்னத கலைஞர். ஹெர்சாக்கை புரிந்து கொள்வதும் அவரது படைப்பை புரிந்து கொள்வதும் இரண்டும் வேறுவேறானது அல்ல.

சிறுவயதில் பள்ளிக் காலத்தில் இசை வகுப்பில் அவரது டீச்சர் ஒருவர் அவரை எழுப்பி பாடச்சொல்ல இறுதிவரை பாடாமல் அவரையே வெறித்து பார்த்தபடி நின்றுகொண்டிருந்தார். அதன்காரணமாக அடுத்த பத்து வருடங்களுக்கு இசை வகுப்புகளுக்கு அவரை அந்த பள்ளி அனுமதிக்கவில்லை, பிற்பாடு மிகப்பெரிய ஓபரா எனும் இசை நிகழ்ச்சிகளை இயக்கிய சாதனைகளை அடைந்தது வேறு கதை. ஆனாலும் தன்னை தன் கலையை எந்த கட்டளைக்கும் இழக்காத அவரது அந்த சுபாவம்தான் ஹெர்சாக்கை புரிந்துகொள்ளும் சரியான வாசல்.

ஏறத்தாழ இதே இறுக்கம் அவரது படங்களில் உறைந்து கிடப்பதை அப்படங்களைத் தொடர்ந்து பார்ப்பவர்கள் புரிந்துகொள்ள முடியும்.

அவர் விமானஓட்டியின் கட்டளைக்கு பணிய மறுத்ததற்கும் ஆசிரியையின் கட்டளைக்குப் பணிய மறுத்தமைக்கும் இடையில் காலம் வேறுபட்டிருக்கலாம். ஆனால் ஹெர்சாக்கின் அந்த இறுக்கமான பூடகம் நிறைந்த மவுனத்திற்குப் பின்பான காரணங்கள் ஒன்றுதான், விதிகளுக்கு அடங்காத்தன்மை. அது இயற்கையின் விதியாக இருக்கும் மரணமாக இருந்தாலும் சரி, தன்னைக் கட்டுபடுத்தும் அனைத்திலிருந்தும் தன்னை விலக்கிக்கொள்வதன் மூலம் மட்டுமே இவ்வுலகில் தன் வாழ்க்கை அர்த்தப்படுவதாக அவர் உணர்ந்தார். அவரது படங்கள் குறித்து அவர் ஒரு கேள்விக்கு தரும் பதில் அவரைப் புரிந்துகொள்ள நமக்கு மிகவும் உதவுகின்றன.

“பழக்கப்படுத்தப்பட்ட மனித மனத்தின் விதியை மீறுவதன் மூலம் அசலான கலையை, உண்மையை நெருங்குவதே என் படைப்பின் லட்சியம் இல்லாவிட்டால் நாமும் பத்தோடு பதினொன்றாக ஒரு மாட்டைப் போல பூமியில் உழல வேண்டியதுதான். இந்த விதியிலிருந்து தப்பிக்க நான் என் படங்களை ஆயுதமாகப் பயன்படுத்துகிறேன்” என்கிறார் ஹெர்சாக்.

ஜெர்மனியில் குண்டுமழை பொழிந்துகொண்டிருந்த இரண்டாம் உலகப்போரின் இறுதிநாட்களில் பெருத்த

மரணஓலங்களுக்கு நடுவே ம்யூனிச் நகரில் பிறந்தவர் வெர்னர் ஹெர்சாக். அவரது சிறுவயது காலத்தில் அவர்களின் பக்கத்துவீடு குண்டுவிழுந்து பெரும் சேதமுற்றதைப் பார்த்த அதிர்ச்சி அவருக்குள் பெரும் ஆழமாக பெரும் பாதிப்பை உண்டாக்கி விட்டது. இந்த அதிர்ச்சிதான் அவர் மனதில் பூதகாரமான ஒரு இறுக்கத்தை உண்டாக்கி அனைத்திலிருந்தும் அவரை விலக்கி வைத்திருக்க வேண்டும்.

14 வயதில் அவர் கையில் கிடைத்த ஒரு என்சைக்ளோபீடியா அவருக்கு சினிமாவின் மீதான ஆர்வத்தைத் தூண்ட தொடர்ந்து திரைக்கதை ஒன்றையும் எழுதி முடிக்கிறார். வரலாறு, இலக்கியம் ஆகியவற்றைப் படமாக எடுத்தாலும் அவரது ஆர்வம் சினிமாவை கற்கவே முழுவதுமாக விரும்பியது. திரைப்படமெடுக்க கேமிரா தேவைப்பட்டபோது ம்யுனிச் நகரத்திலிருந்த திரைப்பட பள்ளியிலிருந்து கேமரா ஒன்றைத் திருடியதாக அவர் தன் வாழ்க்கைக்குறிப்பில் சொல்கிறார். அந்த வயதில் அது தனக்கு திருட்டாக தெரியவில்லை என்றும் அப்போது அது என் தேவையாக இருந்தது என்றும் கூறுகிறார். அவர் தன் முதல் குறும்படத்தை இயக்க சில மாதங்கள் வெல்டராக பணிபுரிந்து பொருளீட்டி அதன் வருவாயில் தனக்கான அங்கீகாரத்தை உருவாக்கிக்கொண்டார்.

சிறிது காலம் அமெரிக்காவின் நாசா அமைப்புக்காக தொலைக்காட்சிப் படங்களை எடுத்துதரும் பணியில் ஈடுபட்ட அவர், ஆரம்பகால குறும்படங்களுக்குப் பிறகு முழு நீள திரைப்படம் எடுக்கும் வாய்ப்பைப்பெற்றார். அவரது முதல் திரைப்படம் Signs of Life (1968) பெற்றுத்தந்த

வெற்றியைத் தொடர்ந்து ஒரு தீவில் அடைக்கப்பட்ட தோற்றத்தால் சிறிய உருவம் கொண்டவர்கள் ஒன்றிணைந்து தங்கள் உரிமைக்காக கலகம் செய்து தப்பிக்க முற்படும் கதை அமைப்பைக் கொண்ட Even Dwarfs Started Small(1970) என்றத் திரைப்படம் வெளியாகி அதுவும் அவருக்குப் புகழ் கூட்டியது. 1972—ல் வெளியான Aguirre, the Wrath of God

இப்படம்தான் ஹெர்சாக்கின் புகழை உலகசினிமாவில் அழுந்த பதியவைத்தது. மட்டுமல்லாமல் இப்படத்தின் மூலமாகத்தான் கிளாஸ் கின்ஸ்கி (Klaus Kinski) எனும் கட்டற்ற ஆற்றல்கொண்ட ஒரு நடிகரை உலகசினிமா முதன்முதலாக அடையாளம் கண்டது.

பல ஆண்டுகளுக்கு முன்பே ஹெர்சாக்கின் வீட்டில் வாடகைக்கு குடியிருந்த ஒரு நடிகரின் மூலம் கின்ஸ்கி அறிமுகமானார். பிற்பாடு அகுரே திரைப்படத்துக்கான திரைக்கதையை ஹெர்சாக் முழுதாக எழுதி முடித்தவுடன் அதன் நாயகப்பாத்திரத்துக்கு அவருக்கு ஞாபகம் வந்த ஒரே முகம் கின்ஸ்கியுடையது மட்டும்தான்.

ஹெர்ஸாக் — கிளாஸ் கின்ஸ்கி உறவு உலக சினிமாவில் பிரசித்தம்

மிகவும் புரிந்துகொள்ள முடியாத அந்த உறவில் இருவருமே படப்பிடிப்பில் ஒருவரை ஒருவர் கொலை செய்யும் திட்டத்தோடுதான் முழு படத்தையும் எடுத்து முடித்தனர். காரணம் கின்ஸ்கியின் கட்டற்ற ஆற்றல். அவர் எப்போதும் உச்சநிலையில் கொந்தளித்துக் கொண்டிருப்பார். ஒருமுறை படப்பிடிப்பின்போது கின்ஸ்கி கேமரா முன் நடித்துக்கொண்டிருக்க அருகே குழுவினர் சிலர் சத்தமிட்டு சிரிக்கும் சத்தம்கேட்டு எரிச்சலுக்கு ஆளான கின்ஸ்கி துப்பாக்கியால் அவர்களை நோக்கி மூன்றுமுறை சுட அவர்களில் ஒருவருக்கு விரல் துண்டாகிப்போனது. அந்த அளவுக்கு கின்ஸ்கி அபரீதம் மற்றும் விபரீதம் இரண்டும் கலந்த நடிகர். ஆனால் ஹெர்சாக்கோ தன் படைப்பின்மீதான தீவிரத்துடன் இருப்பவர். அதனால் படப்பிடிப்பில் இருவருக்கும் கடுமையான மோதல்கள் நடந்தன.

படப்பிடிப்பின் நடுவே பலமுறை ஹெர்சாக் கின்ஸ்கி முன் துப்பாக்கியை நீட்டி நான் சொன்னபடி நடிக்காவிட்டால் சுட்டுவிடுவேன் என மிரட்டியே நடிக்க வைத்திருக்கிறார். அவரை அவரது திறமையை நான்

அளவு கடந்து காதலித்தேன்,அவரும் அதுபோல என்னை மதித்தார் அதுபோலவே இருவரும் ஒருவரை ஒருவர் எப்படி கொலைசெய்வது என்றும் யோசித்துக் கொண்டிருந்தோம்" என ஹெர்சாக் ஒரு பேட்டியில் கூறியிருக்கிறார்.

அகுரே திரைப்படம் 16ஆம் நூற்றாண்டில் அமேசான் காட்டில் மறைந்திருக்கும் தங்கநகரமான எல்டராடோவைத் தேடிச்செல்லும் ஒரு ஸ்பானிய வீரனின் அனுபவங்களை பற்றிய கதை. இத்திரைக்கதை இரு பழங்குடிகளின் மோதல் களையும் காட்டின் வினோத விபரீத அனுபவங்களையும் உள்ளடக்கியது.

தொடர்ந்து கின்ஸ்கியுடன் Nosferatu, Woyzeck, Fitzcarraldo, and Cobra Verde என நான்கு படங்களில் ஹெர்சாக் இணைந்து உருவாக்கியிருக்கிறார்.

கின்ஸ்கியுடனான தனது அனுபவங்களைப் பற்றி மை பெஸ்ட் ப்ரண்ட் கின்ஸ்கி என ஒரு டாக்குமண்டரியே எடுக்கும் அளவுக்கு இருவருக்குமான உறவு புதிர்த்தன்மை நிறைந்ததாக இருந்திருக்கிறது.மொத்தம் பதினெட்டு முழுநீளத் திரைப்படங்கள், ஆறு குறும்படங்கள் எண்ணற்ற ஆவணப்படங்கள் எடுத்திருக்கும் ஹெர்சாக் " என்னைப் பொறுத்தவரை திரைப்படங்களில் எந்த வகைப்பாடும் இல்லை, நான் என் மனதில் தோன்றிய ஒன்றை எழுதுகிறேன்

படமாக்குகிறேன். எல்லாமே என்னைப் பொறுத்தவரை சினிமாதான். வகைபிரிப்பது என்னை பின் தொடர்பவர்களின் வேலை" என்கிறார்.

ஹெர்சாக்கின் திரைப்படமொழி அவரது சுபாவம் போலவே மிகவும் புதிர்த்தன்மைகள் நிறைந்தது. அவர் அதுபற்றி குறிப்பிடும்போது" "திரைப்படங்கள் நாம் பெற்றெடுக்கும் நமது குழந்தைகள் போலவே. அவை முழுவதும் நம் கட்டுப்பாட்டிலிருந்து வெளிவரவேண்டும் என நினைப்பது ஆபத்தானது. சிலசமயம் அவை நம் நினைப்புக்கு மாறாக அல்லது எதிராகவும் இயங்கக்கூடும். அப்படியாக அவற்றின் அந்த தனித்தன்மையை உருவாக்குவது மட்டுமே என் வேலை" என குறிப்பிடுகிறார்.

ஹெர்சாக் தனது திரைப்படங்களுக்காக உலகத்திரைப்பட விழாக்களில் பல விருதுகளைப் பெற்றவர். ஆனால் " விருதுகள் என்பது என்வீட்டு வளர்ப்பு பிராணிகளைப் போல ... நான் அவற்றைப் பெரிதும் மதிப்பதில்லை ஆனாலும் சிலசமயங்களில் அவை என்னை சந்தோஷப்படவைக்கின்றன " என்கிறார்.

ரஷ்யா

உலக சினிமாவுக்கு ரஷ்யா அளித்த பங்களிப்பு கணிசமானது. படத்தொகுப்பு எனும் தொழில்நுட்பத்துக்குள் உயிர்துடிப்பான கலை இருப்பதை கண்டுபிடித்ததும் அதில் தாளம், மோனம், த்வனி எனப் பல்வேறு பாணியைக் கண்டு பிடித்து மாண்டேஜ் எனும் சொல்லுக்கு வழிவகுத்ததும் சினிமாவை வெறும் பொழுதுபோக்கு என்ற நிலையிலிருந்து விடுவித்து மக்களுக்கான கலையாக மாற்றிய பெருமையும் ரஷ்யாவையே சேரும்.

அவ்வகையில் ஐஸ்ன்ஸ்டைன் எனும் மகத்தான படைப் பாளிக்கு பிறகு ரஷ்ய சினிமா 60 களுக்கு பின் கண்டடைந்த பெரும் கலைஞன் தார்க்கோவ்ஸ்கி.

மௌன சினிமா காலத்தில் உலகையே பேசவைத்த ரஷ்ய சினிமா, சினிமா பேசத் துவங்கிய வுடன் பெரும் மௌனத்திலும் இறுக்கத்திலும் உறைந்து நின்றது.

என்றபோதும் இக்காலத்தில் சில குறிப்பிடத்தக்க படங்கள் உலக சினிமா அரங்கில் விருதுகள் பெற்றுள்ளன. அவற்றில் 1961 ஆம் ஆண்டு வெளியான ballad of soldiers சிறந்த படத்துக்கான BAFTA விருதும் 1956ல் பிரான்சின் தங்கப்பனை விருது பெற்ற cranes are flying ஆகியப் படங்களும் குறிப்பிடத்தக்கப் படங்களாக அமைந்தன. ஆனால் இவற்றைத் தாண்டி உலக சினிமாவுக்கு புதிய காட்சிமொழியை தந்து சினிமா எனும் கலைக்கு இன்னொரு அணிகலன் எனும் பெருமைக்குரிய புகழைப்பெற்றவர் இயக்குனர் தார்க்கோவ்ஸ்கி. ரஷ்யாவின் தஸ்தயெவ்ஸ்கி, டால்ஸ்டாய் , புஷ்கின் ஆகியோருக்கு இணையாக வைத்து போற்றப்படக்கூடிய படைப்பாளி தார்க்கோவ்ஸ்கி என பலரும் மதிப்பிடத்தக்க பெருமை பெற்றவர்

உலகின் தலைச் சிறந்த இயக்குனர்களுள் ஒருவரான இயக்குனர் இங்க்மர் பெர்க் மன் "Tarkovsky for me is the greatest of us all, the one who invented a new language, true to the nature of film, as it captures life as a reflection, life as a dream". என அவரைப்பற்றி புகழ்ந்து கூறுகிறார்.

ஆந்த்ரே தார்க்கோவ்ஸ்கி Andrei Tarkovsky

(4th April 1932 - 29 December, 1986)

ரஷ்யாவின் யுர்ப்யேட்ஸ்கி மாவட்டம் சவ்ரஷ்யெ கிராமத்தில் 1932 ஆம் ஆண்டு பிறந்தவர் தார்க்கோவ்ஸ்கி அப்பா ஆர்ஸ்னெய் அலெக்ஸாண்ட்ரோவிச் தார்க்கோவ்ஸ்கி. அவர் ஒரு கவிஞர் மற்றும் மொழிபெயர்ப்பாளர். அம்மா இவானோவா விஷ்ன்யாகோவா போலந்து வம்சாவளியைச் சேர்ந்தவர் மரியா. தார்க்கோவ்ஸ்கி பிறந்த ஒரு சில வருடங்களிலேயே அவர் தந்தை அவர்களை விட்டுப் பிரிந்து சென்று விட தங்கை மரினா மற்றும் தாயுடன் அவர் குடும்பம் மாஸ்கோவுக்கு குடிபெயர்ந்தது.

அங்கு அவனது தாயார் ஒரு அச்சுக்கூடத்தில் பிழை திருத்துபவராக பணி செய்து குடும்பத்தை நிர்வகித்தார். தந்தை பிரிந்து போனாலும் தந்தை மீது அவருக்கு பிற்காலத்தில் மரியாதையும் அன்பும் மிகுந்திருந்தது. தந்தை பிரிவதற்கு அம்மாவின் சுபாவமே காரணமாக இருக்கும் என்பது அவருடைய நிலைப்பாடு .

1941ல் போர் துவங்கியவுடன் அவர்கள் மூவரும் மீண்டும் சொந்த கிராமத்துக்கு சென்று பாட்டி வீட்டில் வசித்தனர் . போர் முடிந்த பின் மீண்டும் மாஸ்கோவுக்கு வந்து பழைய பள்ளியில் படிப்பைத் தொடர்ந்தார். மாணவப் பருவத்திலேயே அவரை டிபி எனும் காச நோய் கடுமையாகத் தாக்க சிலகாலம் மருத்துவமனையில் தங்கியிருந்தார்.

தொடர்ந்து சிறுவயதிலேயே அவருக்கு ஏற்பட்ட இடமாற்றம் ,நோய், மருத்துவமனைவாசம் ஆகியவை அவரை உளவியல் ரீதியாக கடுமையாக பாதித்ததை அவரது ஆட்டோ பயோகிராபியாக எடுக்கப்பட்ட மிரர் படத்தில் காணமுடியும்.

அம்மா அவருக்கு சிறுவயதிலேயே கவிதை வாசித்து காண்பித்து இலக்கியத்தின் மீதான ஈர்ப்பை உண்டாக்க, அவரது விருப்பப்படியே பள்ளிக்கல்வியுடன் இசையும் ஓவியமும் கற்றுத்தேறினார்.

இந்த இரண்டும்தான் பிற்பாடு அவர் படங்களை இயக்கும்போது பின்புலனாக இருந்து அவரது படைப்பு

களுக்கான பரிமாணத்துக்கு உதவி செய்தது. இத்தோடு நில்லாமல் உடன் 1951—1952இல் அரபு மொழியும் கற்றார். கல்விக்காலம் முடியும் முன்பே படிப்பை பாதியில் நிறுத்திக்கொண்டு வெளியேறினார் திரைப்படக்கல்வி படிக்கும் ஆர்வம் அவரை இம்சித்து வந்ததுதான் அதன் காரணம்.

1954 இல் State Institute of Cinematography (VGIK) அரசுத் திரைப்படக் கல்லூரியில் சேர்ந்தார். அதுவரை நிலவிவந்த ஸ்டாலின் அரசின் அதீத கட்டுப்பாடுகள், தடைகள் அடுத்து வந்த குருசேவ் காலத்தில் சற்று தளர்த்தப்பட்டிருந்த நேரம். இக்காலத்தில் திரைப்படக் கல்லூரி முற்றிலும் சுதந்திரமான இடமாக மாறியிருந்தது.

ஆசிரியர்கள் அமெரிக்க ஐரோப்பியப் படங்களை தங்கள் பாடத்தில் சேர்த்திருந்தனர். இக்காரணங்களால் புதிதாக சேர்ந்த மாணவர்களுக்கு இத்தாலியின் நியோரியலிஸ படங்களையும் இதர ஐரோப்பிய இயக்குனர்களின் படங்களையும் பார்க்கும் வாய்ப்புக் கிட்டியது. ஆனால் அந்த வாய்ப்பை வாழ்க்கையாக மாற்றிக்கொண்டவர் தார்க்கோவ்ஸ்கி.

இயக்குனர்கள் அகிரா குரசோவா (Akira Kurosawa), இங்க்மர் பெர்க்மன் (Ingmar Bergman), ராபர்ட் ப்ரெஸ்ஸான்

(Robert Bresson) ;லூயி புனுவல் (luie bunuvel) மற்றும் ரஷ்ய இயக்குனர் டாவ்ஷென்க்கோ (Dovzhenko). ஆகியோரை மானசீகக் குருக்களாக ஏற்றுக் கொண்டார் குறிப்பாக போலந்து இயக்குனர் ஆந்த்ரேய் வாஜ்டாவின் (Andrzej Wajda)ஆஷஸ் அண்ட் டைமண்ட் (Ashes and Diamonds) படம் அவரை மிகவும் பாதித்தது. அங்கு அவருடன் படித்த நெருங்கிய நண்பர் செர்கேய் பரஜ்னோவ் (Sergei Parajanov). பின்னாளில் Shadows of Forgotten Ancestors, Color of Pomegranates போன்ற அற்புதமானப் படைப்புகளை அளித்தவர். படிக்கும் போதே 1957 இல் தன்னுடன் படித்த இர்மாவை திருமணம் செய்துக்கொண்டார். 1962 இல் மகன் அர்செனேய் பிறந்தான்.

திரைப்படக் கல்லூரியில் உடன் படித்த நண்பர்கள் இருவருடன் இணைந்து இவர் இயக்கிய குறும்படம் The Killers (1956), இதுவே இவருக்கு முதல் படம் . ஹெமிங்வேயின் (Ernest Hemingway) சிறுகதையை அடிப்படையாகக் கொண்டு அவர் இயக்கிய இப்படத்தில். தார்க்கோவ்ஸ்கியும் சிறு வேடத்தில் தோன்றுகிறார். உடன் படித்த ரஷ்ய இயக்குனர் அலெக்சாண்டர் கோர்டா இன்னுமொரு முக்கிய பாத்திரத்தில் நடித்தார்.

(இதே பெயரில் ஹங்கேரி இயக்குனர் ஒருவரும் இருக்கிறார்)

இப்படம் தார்க்கோவ்ஸ்கி யார் என கல்லூரிக்கும் சகமாணவர்களுக்கும் அறிமுகப்படுத்தியது.

இரண்டாவது மாணவக் குறும்படம் There Will Be No Leave Today (1959). போருக்குப் பின் இராணுவக் குழு ஒன்று வெடிக்காத குண்டுகளை அகற்றி ஒரு சிறு நகரைக் காப்பாற்றும் கதை.. மூன்றாவது குறும்படம் The Steamroller and the Violin. வயலின் கற்கும் சிறுவன் சாஷாவும், அவனை எப்போதும் துன்புறுத்திக் கொண்டிருக்கும் சிறுவர்களிடமிருந்து காக்கும் நண்பனான செர்கெய்யும் இரு முக்கிய பாத்திரங்கள். சாஷாவின் பார்வையில் சொல்லப்படும் இக் கதையில், தார்க்கோவ்ஸ்கி சிறுவயதில் இசைக் கற்ற அனுபவம் சாஷா வயலின் கற்கும் கிளைக்கதையாக இணைகிறது. கலைக்கும் தொழிலுக்கும் இடையேயான உறவு பற்றிய உரையாடலை முன்வைக்கும் இப்படைப்பு, சிறந்த மாணவப்படைப்புக்கான அமெரிக்க விருதைப் பெற்றது.

இவான்ஸ் : சைல்ட் ஹுட் (Ivan's Childhood) 1962

ஒவ்வொரு தேசத்துக்கும் மறக்க முடியாப் போரின் ரத்தக்கறைகள் ஆழமாய் நினைவில் பதிந்திருக்கும். ரஷ்யாவுக்கு இரண்டாம் உலகப்போரின் போது ஜெர்மனியின் ஊடுருவலால் உண்டான பேரழிவு அதன் சரித்திரத்தில் மறக்க முடியாத திகிலை உண்டாக்கியது. இதனையொட்டி எடுக்கப்பட்டதுதான் தார்க்கோவ்ஸ்கியின் முதல் முழு நீளப்படம் இவான்ஸ் சைல்ட் ஹுட் (Ivan's Childhood). என் பெயர் இவான்(My Name Is Ivan) எனும் Vladimir Bogomolov என்பவரது நாவலை அடிப்படையாகக் கொண்டு தன் கல்லூரி நண்பர் Mikhail Papava என்பவருடன் இணைந்து தார்க்கோவ்ஸ்கி திரைக்கதை எழுதி இயக்கிய படம்.

இரண்டாம் உலகப்போரில் ஹிட்லரின் நாஜிப்படை ரஷ்யாவைப் பிடிக்க அதிரடியாக எல்லை பகுதியில் ஊடுருவ அதன் தாக்குதலை எதிர்கொள்ளும் பொருட்டு ரஷ்யா முகாமிட்டு காத்திருக்கும் பின்னணியில் இவான் எனும் 12 வயது சிறுவனின் நீண்ட கனவிலிருந்து துவங்குகிறது

கதை. கனவு முடிந்ததும் அவன் வேகமாக காடு, மலை, மேடு என ஓடுகிறான். எதிர்படும் ஆற்றை நீந்திக் கடக்கும் போது ரஷ்ய வீரர்களால் சந்தேகத்தின் பேரில் பிடிக்கப்பட்டு முகாமின் இளம் லெப்டினண்ட் ஒருவர் முன் விசாரணைக்கு நிறுத்தப்படுகிறான்.

அவரோ அவன் சொல்ல வருவதை ஓவியமாக வரைந்து காண்பிக்கச் சொல்லி பென்சிலையும் பேப்பரையும் தருகிறார். அவன் படம் வரையத் துவங்குகிறான் கோடுகள் வழி அவன் தாய் தங்கையின் முகம் தோன்ற அங்கிருந்து இடை வெட்டான ப்ளாஷ் பேக்குகள் வழி சிறுவன் இவான் கதை காண்பிக்கப்படுகிறது.

ஜெர்மனிய வீரர்களால் அவன் கிராமம் தரைமட்ட மாக்கப்பட்டு அவன் தாயும் தங்கையும், கொல்லப்படுகிறார்கள் உடன் தந்தையும் அதில் தப்பிக்கும் அவன் ஜெர்மனி வீரர்களைப் பழிவாங்க ரஷ்ய படைகளுக்கு உதவ அவர்களுடன் சேருகிறான். சிறுவனை அவர்கள் பெரிதாக பொருட்படுத்தாவிட்டாலும் அவனிடம் அதிகாரிகள் பலரும் அன்பாகப் பழகுகிறார்கள் .

அவனது ஆர்வத்தைக் கண்டு இராணுவப் பயிற்சிப் பள்ளியில் சேர்த்துவிட விரும்புகின்றனர். ஆனாலும் அவனுக்கோ ஜெர்மனியரை பழிவாங்கும் உணர்வே பிரதானமாக இருக்கிறது. அதன் பொருட்டு உளவாளியாக ஜெர்மன் படைக்குள் ஊடுருவுகிறான். அவன் சிறுவன் என்பதால் அது அவனுக்கு பெரிய தடையாக இல்லை.

போரின் ஒரு கட்டத்தில் ஹிட்லர் வீழ்ந்து ஜெர்மனி ரஷ்யாவின் கைக்கு வருகிறது. தூக்கிலிடப்பட்ட ரஷ்ய கைதிகளைப்பற்றிய கோப்புகளை பெர்லினில் அந்த ரஷ்ய லெப்டினண்ட் புரட்டுகிறார் அதில் ஒரு படம் சிறுவன் இவானுடையது .

அவன் ஜெர்மனி வீரர்களால் தூக்கிலிடப்பட்டது தெரிய வந்து லெப்டினண்ட் மிகவும் வருந்துகிறார். இறுதியாக வரும் கனவுக் காட்சியில் அவன் ஓடிக்கொண்டிருப்பதோடு படம் முடிகிறது. கிட்டதட்ட பல கனவுகளின் தொகுப்பாகவே வரும் இப்படம் இவான் எனும் சிறுவனைப் பற்றியக் கதையாக இருப்பினும் இடையே ஒரு ரஷ்ய இராணுவ வீரனுக்கும் அகதிப்பெண்ணுக்குமான ஒரு காதல் காட்சியும் வருகிறது இருவருக்குமான ஒரு முத்தக்காட்சியும் வருகிறது.

கதைக்குப் பொருத்தமில்லாத இந்தக் காதல் மற்றும் முத்தக்காட்சிக்காக அவர் ஏறக்குறைய இரண்டு வருடங்கள் அரசின் திரைக்கதைக் கமிட்டியோடு போராட வேண்டியதாக இருந்தது. முகாமிலிருந்து காதலர் இருவரும் தனியே நடந்து செல்கின்றனர். விழுந்து கிடக்கும் ஒரு மரத்தின், மீது ஏறி காதலி நடந்து செல்ல அவனும் பின்தொடர்கிறான்.ஒரு பள்ளத்தை தாண்டவேண்டிய ஒரு முக்கிய நொடியில் அவன் அவளுக்கு உதவ கை நீட்ட எதிர்பாரா தருணத்தில் இருவரும் வசமிழுந்து இறுக்கி அணைத்து முத்தமிட்டுக்கொள்கின்றனர்.

அதே நேரம் பின்னால் பயங்கரமான சத்தத்துடன் குண்டு வெடிக்கிறது பெரும் புகை மண்டலம் வியபிக்க அதன் பின்னணியில் முத்தமிடும் அந்த காதலர்களது உடல்கள் மனித வாழ்வில் போரின் அவலத்தை நமக்கு துல்லியமாக கடத்திவிடுகிறது.

வெறும் அது முத்தமில்லாமல் அழிவின் பின்னணியில் உயிரின் துவக்கமாகவும் அதை பார்க்க முடியும். தார்க்கோவ்ஸ்கியின் பலமே இதுதான் அவரது படங்கள் கதைகளைத் தாண்டி மனிதகுலத்தின் நித்தியமான பிரச்சனைகளை ஆழ்ந்த தொனியில் சுய விசாரம் செய்து கொண்டிருக்கின்றன.

அவரது இந்த முதல் படமே ரஷ்யாவிலும் வெளிநாட்டிலும் மிகப்பெரிய வெற்றி பெற்றது இத்தாலியின் Venice Film Festival in 1962 ஆம் ஆண்டுக்கான தங்கச்சிங்கம் விருதை வென்று ரஷ்யாவுக்கு நீண்ட இடைவெளிக்குப்பின் உலகசினிமாவில் முகவரி தேடிக்கொடுத்தது. ஸ்டாலின் ஆட்சிக்காலத்தில் முடங்கிக்கிடந்த ரஷ்யாவின் கலைப் பெருமையை தார்க்கோவ்ஸ்கி மீண்டும் உயிர்பித்துவிட்டதாக உலகமெங்கும் சினிமா விமர்சகர்கள் கொண்டாடினர்.

இப்படத்தின் பிரதான அம்சம் அவர் காட்சிபடுத்திய விதம் குறிப்பாக காமிராவை கையாண்ட விதம் கதையை அவர் எங்கேயும் வாய் வழியாக சொல்லவில்லை அவரது காட்சிக்கோணங்கள் மற்றும் கட்டமைப்புகள் இதுவரை யாரும் பார்க்காத ஒரு புதிய அனுபவத்தை பார்வையாளனுக்குள் உண்டாக்கி தந்துவிடுகின்றன. குறிப்பாக இவான் மலைவழியாக ஓடிவரும் முதல் காட்சியில் அவன் அசுர ஓட்டத்துக்கு இணையாக மலைச்சரிவில் பயணிக்கும் காமிராவின் நகர்வு பிரமிப்பை

உண்டாக்கிவிடுகிறது. ரோஷமான் படத்தில் காட்டினூடே பயணிக்கும் மரவெட்டியை பின் தொடரும் மிக நீண்ட காட்சிக்கு இணையான காட்சி என குறிப்பிடக்கூடிய அளவுக்கு முக்கியத்துவம் நிறைந்த காட்சியாக உருவாக்கம் கொண்டிருக்கிறது.

இத்தனைக்கும் இன்று ஸ்டடிகேம் எனும் பிம்பம் அசையாமல் காமிரா நகர்த்துதலுக்கான நவீன கருவிகள் வந்து விட்டன ஆனால் அன்று இவை எதுவும் கண்டுபிடிக்கப்படாத அந்த காலத்திலேயே அவர் அப்படிபட்ட காட்சியை படம்பிடித்தது ஆச்சர்யப்பட வைக்கிறது.

படத்தின் ஒவ்வொரு சட்டகமும் மிகப்பெரிய ஆய்வுக்குப் பின் உருவாக்கியது போல மைய உணர்வை மிக அழுத்தமாகவும் ஆழமாகவும் பார்வையாளனுக்குள் கடத்தி விடுவதுதான் தார்க்கோவ்ஸ்கியின் பலம். இந்த முதல் படத்துக்கு மட்டுமே அவர் தேசம் போர் போன்ற புற விஷயங்களுக்கும் முக்கியத்துவம் கொடுத்து இயக்கியிருந்தார்.

தொடர்ந்த அவரது படங்கள் இந்த விளிம்புகளை இயல்பாக தகர்த்துக்கொண்டு தேசம் மொழி என மனிதன் உருவாக்கிய அனைத்து தடைகளையும் கடந்து பிரபஞ்சத்தின் உச்சமான பிரச்சனைகளை நோக்கி தேடத்துவங்கியது.

இயற்கைக்கும் மனிதனுக்குமான உறவைப்பற்றியும் சமூகத்துக்கும் பிரபஞ்ச இயக்கத்துக்குமான உறவுகளை பற்றியுமான மிகப்பெரிய தேடலாக இருந்தது.

அது போல துவக்கத்திலிருந்தே ரஷ்ய அரசுக்கும் அவரது படைப்பு சுதந்திரத்துக்கும் முட்டல் மோதல்கள் நடந்து கொண்டேயிருந்தன.

இரண்டாவது படமான ஆந்த்ரே ரூபலாவ்(Andrei Rublev) ரஷ்யாவில் 15ம் நூற்றாண்டில் புகழ்பெற்று விளங்கிய ஆந்த்ரே ரூபலாவ் எனும் ஓவியனைப்பற்றியது. 1965ல் இப்படம் வெளியாகி ஒரே ஒரு முறை மட்டுமே திரையிடப்பட்டு பின் அரசுக்கு ஆட்சேபகரமான காட்சிகள் இருப்பதாக கூறி அவற்றை நீக்கச்சொல்லி தார்க்கோவ்ஸ்கியிடம் வற்புறுத்தியது . ஆந்த்ரே ரூபலாவ் படம் தீவிரமாக ஆன்மீகத்தை பேசுவதுதான் அரசாங்கத்துக்கு பிரச்சனை, சோசியலிச நாட்டில் ஆன்மிகம் ஒரு இருண்மையான

சொல். அது மக்களிடம் தேவையற்ற குழப்பத்தை உருவாக்க கூடியது எனவே தார்க்கோவ்ஸ்கி சிலக் காட்சிகளை நீக்கியே தீரவேண்டும் என அரசு வற்புறுத்தியது. இதை எதிர்த்து தொடர்ந்து போராடிவந்த தார்க்கோவ்ஸ்கி பின் இறுதியாக 1969ம் ஆண்டுதான் கான் விருதுக்கு வேறு ஒரு புதிய வடிவத்தில் அரசு அனுமதி அளித்தது.

அந்த வருட கான் விழாவில் சிறப்புப்பரிசை பெற்றபின் அதற்கு பிறகுதான் 1971ல் ரஷ்யாவில் இப்படம் பலக் காட்சிகள் தணிக்கை செய்யப்பட்டு வெளியிடப்பட்டது.

இதே ரஷ்ய அரசு தார்க்கோவ்ஸ்கி இறந்த பின்பு இதன் 205 நிமிடங்கள் ஓடக்கூடிய தணிக்கையற்ற முழுமையான படத்தை வெளியிட்டு தவறுக்கு பிராயச்சித்தம் தேடியது வேறு விடயம்

ஆந்த்ரே ரூபலாவ் வெளியான கையோடு முதல் மனைவி இர்மலாவ் விவகாரத்து செய்துகொண்டு அதே படத்தில் தயாரிப்பு உதவியாளராக பணி புரிந்து வந்த Larissa Kizilova என்ற பெண்ணை இரண்டாவது திருமணம் செய்துகொண்டார். முதல் மனைவிக்கு ஒருமகன் இரண்டாவது மனைவிக்கு ஒரு மகன் என தார்க்கோவ்ஸ்கிக்கு இரண்டு ஆண் குழந்தைகள்

1972ல் அவர் இயக்கிய சோலாரிஸ் (Solaris) முழுக்க அறிவியல் திரைப்படம். சமீபத்தில் வந்த ஹாலிவுட் படமான கிறிஸ்டோபர் நோலனின் INTERSTELLER படத்தின் கதைக்கும்

சோலாரிஸ் கதைக்கும் பெரிய வித்தியாசமில்லை இன்னும் சொல்லப்போனால் இண்டர்ஸ்டெல்லர் சோலாரிஸின் பாதிப்பில் உருவான படம் என்று கூட உறுதியாகக் கூற முடியும்.

விண்வெளிக்கு அனுப்பப்பட்ட செயற்கைக்கோள் சோலாரிஸ் திடீரென செயலிழந்து போக இதுகுறித்து ஆய்வு செய்ய ரஷ்யாவிலிருந்து கெவின் சோலாரிசுக்கு அனுப்பி வைக்கப்படுகிறார், ஏற்கனவே விண்கலனில் இருக்கும் மூவரில் ஒருவர் இறந்து போக மீதமுள்ள இரண்டு விஞ் ஞானிகளும் விபரீதமான ஏதோ ஒன்றின் ஆக்கிரமிப்பில் கட்டுபடுத்தப்பட்டு செயலிழந்து காணப்படுகின்றனர் தொடர்ந்து நிகழ்வில் விஞ்ஞானி கெவின் பத்துவருடங்களுக்கு முன் தன் இறந்து போன மனைவியை அங்கு எதிர்பாராமல் சந்திக்கிறார். பின் கடைசியில் கெவினும் திரும்ப முடியாமல் சோலாரிஸ் எனும் விண்கலத்திலேயே இறப்பதாக படம் முடிகிறது.

சோலரிஸ் படத்தின் மூலம் மனித மனத்திற்கும் ஆகாயவெளிக்குமான சமிக்ஞை ரீதியான உறவுகளைப்பற்றி தார்க்கோவ்ஸ்கி பேச முற்படுகிறார். இது ஆன்மீகம் கடவுள் போன்ற குறுகிய வடிவங்களை கடந்து இயற்பியல் ரீதியான பேருண்மைகளை குறித்தது அவரது இந்த தேடல் .

கிட்டத்தட்ட 34 வெட்டுகளுக்கு பின் 1972ல் வெளியான இப்படம் அவ்வருடத்துகான கான் திரைப்பட விழாவில் Grand Prix Spécial du Jury மற்றும் FIPRESCI prize ஆகிய பரிசுகளை வென்றது.

வரலாற்றுக்கு முன்பே கலைஞன் சிந்தித்துவிடுகிறான் ஆனால் அரசு சட்டகத்துக்கு அதைப்பார்க்க போதிய கண்கள் இருப்பதில்லை என்பது தார்க்கோவ்ஸ்கியின் வாழ்க்கையில் கண்கூடு.

இப்படி உள்நாட்டில் புறக்கணிக்கப்பட்டும் வெளிநாடுகளில் கொண்டாடப்படுவதுமான இரட்டை நிலைமை தார்க்கோவ்ஸ்கியின் அடுத்த படமான Mirror க்கும் நிகழ்ந்தது. 1965லிருந்தே தன் சிறுவயது அனுபவங்களின் அடிப்படையில் அவர் எழுதி வந்த இதன் திரைக்கதையின் வடிவத்தை மிகுந்த பரிசோதனை ரீதியில் அணுகியிருந்தார். அவருக்கும் அவரது தந்தைக்குமான உறவுதான் படத்தின் கதை சிறுவயதிலேயே தந்தையை பிரிந்து வாழ நேர்ந்த

அவரது ஆழ்மன அனுபவங்களின் வெளிப்பாடாக கதை புனையப்பட்டிருந்ததால் இருவருடைய வாழ்க்கையையும் அது பேசியது.

இதனால் இரண்டு தலைமுறைகளின் ரஷ்ய ஐரோப்பிய வரலாறுகளையும் அவர் பின் புலமாக சேர்த்துக்கொண்டு நான்லீனியர் முறையில் திரைக்கதையை உருவாக்கியிருந்த விதம் இன்றைக்கும் புதியதாக இருக்கிறது.இந்த உத்திகள் 90களுக்கு பிற்பாடுதான் ஹாலிவுட்டுக்கே வந்தது.

இதனால் இப்படம் உலக சினிமா ரசிகர்களுக்கே அப்போது முழுவதும் பிடிபடாமல் இருந்திருக்கிறது. ஒரு வேளை பிரெஞ்சு புதிய அலையின் கோதார்த் பாணியால் உந்தப்பட்டு எதார்த்தமான அன்றாட வாழ்க்கையையும் அரசியலையும் பின்னி இப்படியான நான் லீனியர் பரிசோதனையை மேற்கொண்டிருக்கவேண்டும். காரணம் அன்று கோதார்த் சினிமா எனும் கலையை தீவிரமாக

நேசிக்கும் பலரையும் பாதித்திருந்தார். இது அவருக்கு புதிய பாணி என்ற போதும் வழக்கமாக அவர் கையாளும் கனவுகாட்சிகளை இதிலும் பயன்படுத்தத் தவறவில்லை. தன் சொந்த வாழ்க்கை அனுபவமாதலால் ஆங்காங்கு அவருடைய தந்தையின் கவிதைகளையும் பயன்படுத்தியிருந்தார் .

1975ல் வெளியான மிரர்(Mirror) கடும் விமர்சனங்களை சந்தித்தது. பூர்ஷவா கலை என கம்யூனிஸ்டுகள் கொதித்தனர். சிலர் படம் புரியவில்லை என்றனர், வேறு சிலரோ இது அவர் தன்னைப்பற்றி தனக்காக எடுத்துக்கொண்ட படம் இதில் நாட்டுக்கோ கலைக்கோ எதுவுமில்லை எனக் கூறினர் சிலர் படம் ஓடிக்கொண்டிருக்கும்போதே பாதியிலேயே வெளி நடப்பு செய்தனர்.

இந்த விமர்சனங்கள் காரணமாக அரசாங்கம் இதை மூன்றாம் தர படமாக பட்டியலிட்டது, இதன்காரணமாக குறைந்த எண்ணிக்கையில் மலிவான திரையரங்கங்களுக்கு மட்டுமே திரையிட வழங்கப்பட்டது.மேலும் இப்படத்தைத் திரையிட எடுத்துக்கொண்டால் கான் விருதுக்கு இனி படங்களை அனுப்பமாட்டோம் என ரஷ்ய அரசு மறைமுகமாக மிரட்டல் விட்டதைத் தொடர்ந்து அவர் நம்பியிருந்த கான் திரைப்பட விழாவும் கைவிரித்து விட்டது.

இப்படி பலராலும் வெறுக்கப்பட்ட அப்படம் பல வருடங்கள் கடந்த பின் 2012ஆம் ஆண்டு அமெரிக்காவின் sight and sound பத்திரிக்கையின் எல்லா காலத்திலும் மிகச்சிறந்த படங்களுக்கான வாசகர் தேர்வில் உலகின் சிறந்த 9வது படமாக தேர்வு செய்யப் பட்டதும் British film institute இப் படத்தை பன்முக கதையாடல் படங்களின் முன்னோடி என்றும் மிகுந்த இசைத்தன்மை கூடிய திரை மொழியால் உருவாக்கப்பட்ட சிறந்த படம் என்றும் குறித்து வைத்துள்ளது என்ற போதும் படம் வெளியான காலத்தில் அவருக்கு கிடைத்த கடும் தோல்வியும், மூன்றாம் தர மதிப்பீடும் அவரை மிகுந்த மனவேதனைக்கு ஆளாக்கி இனி அடுத்த படம் வெளி நாட்டில் சென்றுதான் எடுக்க வேண்டும் எனும் கசப்பான முடிவுக்கு அவரை கொண்டு போய் நிறுத்தி விட்டன. ஆனால் அவரால் உடனடியாக இந்த முடிவுக்கு வரமுடியவில்லை. துவண்டு போகமால் அடுத்தபடமான ஸ்டாக்கர் படத்துக்கு தயாரனார் . இம்முறை திரைக்கதைக்கு தேவையற்ற பரிசோதனைகளில் இறங்காமல் இரு

சகோதரர்களின் பயணத்தை அடிப்படையாகக் கொண்ட Roadside Picnic எனும் நாவலை படமாக்க முடிவுசெய்தார்.

பல வருடங்களுக்கு முன் வானிலிருந்து விழுந்த விண்கல்லால் அழிந்து போன நகரம் இருந்த இடம் இப்போது' -Zone - என அழைக்கப்படுகிறது. எப்போதும் மாறிக்கொண்டே இருக்கும் மர்மங்கள் நிறைந்த இடம். இந்த இடத்தில் ஒரு சக்தி வாய்ந்த ஓர் அறை. அங்கு வருபவரின் ஆழ்ந்த விருப்பங்கள் நிறைவேறும் என மக்கள் நம்புகின்றனர். இது போன்ற நம்பிக்கைகளால் அரசின்மேல் மக்களுக்கு அவ நம்பிக்கைகள் தோன்றிவிடும் என அரசு அஞ்சுகிறது, இதனால் அந்தப் பகுதியை, முள் வேலிகள் அமைத்து பாதுகாத்து இராணுவத்தை காவலுக்கு வைத்திருக்கிறது

இப்போது அந்த சக்தி வாய்ந்த அறைக்குள் ஊடுருவி தங்களுக்கு வேண்டியதை சாதித்துக்கொள்ளும் பொருட்டு ஒரு எழுத்தாளனும் பேராசிரியனும் விரும்புகின்றனர்.

ஆனால் அங்கு இராணுவ காவல் இருப்பதால் செல்லத் தயங்குகின்றனர் இராணுவ காவலையும், ஆபத்துகளையும் தாண்டி, ரகசியமாக அறை'க்கு அழைத்துச் செல்வதற்கு ஸ்டாக்கர் என்பவன் இருப்பதை அவர்கள் அறிகின்றனர். ஸ்டாக்கர் அனுபவம் மிக்கவன். அந்த சக்தி வாய்ந்த பகுதிக்குள் ஸ்டாக்கருடன் பயணிக்கின்றனர்.

அவர்கள் மூவரும் மேற்கொள்ளும் பயணம் தான் படத்தின் அதி தீவிரமான பகுதி ஒரு வழியாக அவர்களை சக்தி வாய்ந்த அறையின் வாசல் வரை அழைத்துச்செல்லும் ஸ்டாக்கருக்கு அப்போதுதான் உடன் வந்த எழுத்தாளர் பேராசிரியரின் எண்ணம் தெரியவருகிறது.

அந்த விசேஷ பகுதியின் மேல் நம்பிக்கையற்ற பேராசிரியர் — அந்த பகுதியையே குண்டு வைத்து தகர்க்க திட்டத்துடன் இருக்கிறார், இவர்களின் எண்ணங்களை அறியும் ஸ்டாக்கர் மனமுடைந்துவிடுகிறான். நம்பிக்கை அற்ற இவர்களை 'அறை'க்கு அழைத்து சென்றதையும், நம்பிக்கை என்பது அனைவரிடமும் குறைந்து வருவதையும் மனைவியிடம் சொல்லி வருந்துகிறான். அவனைப் பொறுத்தவரை அந்த இடம் சக்தி போன்றவை உண்மையோ பொய்யோ ஆனால் அங்கு நம்பிக்கையோடு வரும் மனிதர்களுக்கு வாழ்க்கை குறித்தப் பயத்தினை போக்கி நம்பிக்கையூட்டுவதால் அந்த இடம் அவனுக்கு முக்கியமானதாக படுகிறது. இதில்

149

குறிப்பிடப்பட்ட அந்த பிரதேசம் சக்தி வாய்ந்த அறை என்பது எதைக் குறிக்கிறது என்பது அரசுக்கு பெரும் பிரச் சனையாக இருந்தது. தனி மனித விழுமியங்கள் நம்பிக்கைகள் ஆகியவற்றிற்கு தடையாகிப்போன ஆட்சியும் அதிகாரம் பற்றிய கேள்விகளை இப்படம் பார்வை யாளனுக்குள் எழுப்பும் என அச்சப்பட்ட சோவியத் அரசு இந்த படத்துக்கும் பல தடைகளை உருவாக்கியது.

இப்படத்தின் படப்பிடிப்பின் போதே தார்க்கோவ்ஸ்கிக்கும் ஒளிப்பதிவாளர் வாதிம் யோசோவுக்கும் பிரச்சனை ஏற்பட்டு படம் பாதியில் நின்றது பின் தார்க்கோவ்ஸ்க்கி போராடி படத்தை மீண்டும் துவக்கிய போது கடும் மாரடைப்பு வந்து தார்க்கோவ்ஸ்கி படுக்கையில் வீழ்ந்தார். ஒருவழியாக படம் 1979ல் வெளியாகி சுமாரான வரவேற்பையே பெற்றது

இதனிடையே அடுத்தப் படத்துக்கான வேலைகளைத் துவக்கினார். படத்தின் பெயர் The first day. 18ம் நூற்றாண்டை யொட்டிய வரலாற்று படம் திரைக்கதை சென்சாரில் சமர்ப்பித்து ஒப்புதல் வாங்கி படப்பிடிப்புக்கும் போனார். படப்பிடிப்பும் ஒழுங்காக நடந்தது சில காட்சிகள் மட்டும் திரைக்கதையிலிருந்து மாற்றி எடுக்க வேண்டியிருந்த நிலையில் அரசாங்கத்துக்கு தெரிய வந்து தளத்துக்கே அதிகாரிகள் வந்து படப்பிடிப்பை நிறுத்தினர் அரசுக்கும் இவருக்கும் மீண்டும் பிரச்சனைகள் துவங்கியது.

எடுத்த படச்சுருள்களை அதிகாரிகள் ஆய்வுசெய்ய முயல தார்க்கோவ்ஸ்கி அதுவரை எடுத்த படச்சுருள்கள் அனைத்தையும் அழித்தார். அவர் இனி ரஷ்யாவில் படமே எடுக்க முடியாத சூழல் இதனால் உண்டானது .வேறு வழியே இல்லாமல் தார்க்கோவ்ஸ்கி ரஷ்யாவை விட்டு வெளியேற வேண்டிய நெருக்கடிக்கு தள்ளப்பட்டார். 1982 ல் இத்தாலிக்கு வந்த தார்க்கோவ்ஸ்கி அங்கு அடுத்தப் படமான நோஸ்டால்ஜியாவை (Nostalghia) எடுப்பதற்கான ஆயத்தப் பணியில் இறங்கினார் இத்தாலியின் RAI நிறுவனம் அப்படத்தை தயாரிக்க முன் வந்தது. 1983ல் நாஸ்டால்ஜியா வெளியாகி அவ்வருட கான் திரைப்பட விழாவில் சிறந்த படத்துக்கான கிராண்ட் பிரிக்ஸ் விருதை பிரான்சின் இன்னொரு மேதை ராபர்ட் பிரஸ்ஸானுடன் (Robert bresson) பகிர்ந்துகொண்டார். இந்தப் படத்துக்கும் கான் விழாவில் பரிசு கிடைக்காமல் இருக்க சோவியத் அரசு பல சதிகளை

செய்தது ஆனால் அதை மீறி தார்க்கோவ்ஸ்கி விழாவில் கவுரவிக்கப்பட்டார் இதனை தொடர்ந்து ரஷ்ய அரசுக்கும் தார்க்கோவ்ஸ்கிக்குமான உறவு முழுமையாக சிதைந்தது .

ஸ்வீடன் தயாரிப்புக்காக அடுத்தப் படமாக சேக்ரிபைஸ் (The Sacrifice)எடுக்க தயாரானார் இதற்கான அறிவிப்புக் கூட்டம் மிலன் நகரில் *10* ஜூலை *1984*ஆம் ஆண்டு நடைப்பெற்ற போது இனி ரஷ்யாவுக்கு திரும்பவே மாட்டேன் என பகிரங்கமாக அறிக்கை விட்டார் ஆனால் அடுத்த மாதமே அவர் ரஷ்யாவுக்கு ஓடிச்செல்ல வேண்டிவந்தது பதறியடித்து ஓடினார் காரணம் அங்கே அவரது இரண்டாவது மகன் வீட்டுக்காவல் வைக்கப்பட்டிருந்தார் மகனைக் காணச் சென்ற தார்க்கோவ்ஸ்கியை லத்தினாவில் உள்ள அகதிகள் முகாமில் அகதிகளுக்கான உடையைக் கொடுத்து முகாமில் அடைத்தது ரஷ்ய அரசு. அங்கு அவருக்கு வழங்கப்பட்ட எண் *13225/379.*

பின் அரசாங்கத்தின் அனுமதியோடு ஸ்வீடனுக்கு வந்தவர் அவரது கடைசி படமான சாக்ரிபைஸ் படத்தைத் துவங்கினார்.

நாடு, அரசு, மொழி அனைத்தையும் கடந்து மனிதன் முக்கியமானவன் மனித நேயம் முக்கியமானது அதை முன்னெடுத்துச்செல்லும் கலையும் கலையின் சுதந்திரமும் அவசியமானது . அவன் கலை சமகாலத்தில் யாருக்கும் புரியாமல் போகலாம் ஆனால் அவன் கலையுள்ளம் கண்டுபிடிக்கும் பிரபஞ்சத்தின் மகத்தான ரகசியத்தை அவன் வெளிப்படுத்த விழையும் போது அவனிடம் அரசும் அதிகாரமும் தன் பிடிவாதங்களை விட்டு விட்டு விலகி நின்று பார்க்க வேண்டும்

உலகின் மகத்தான விஷயங்கள் அனைத்துமே தனி மனிதனின் கனவின் வழி உருவாக்கப்பட்டதே கம்யூனிசமும் ஒரு மகத்தான மனிதனின் கனவு இத்தகைய கனவுகள் இல்லாவிட்டால் மனித குல வளர்ச்சியும் அறிவியலும் விஞ்ஞானமும் கலையும் மகத்தான படைப்புகளெல்லாம் உருவாக்கப்படாமலே போயிருக்கும்.

ஒரு அரசாங்கத்துக்கு எதிராக தார்க்கோவ்ஸ்கி எனும் கலைஞன் எதிர்த்து போரிட்ட வரலாறு வெறும் தனி மனித வரலாறு மட்டுமல்ல கலையின் கலைஞனின் இருத்தல் அவசியம் குறித்த பேருண்மையை உலகிற்கு

உணர்த்தும் பாடமும் கூட, வெறும் ஏழே படங்கள் மூலம் உலக சினிமாவையே திரும்பி பார்க்க வைத்த அதன் வரலாற்றில் பொன் எழுத்துக்களால் பொறிக்கத்தக்க தார்க்கோவ்ஸ்க்கி எனும் பெரும் கலைஞனின் கடைசிபடம் சாக்ரிபைஸ் . அவரையும் அவரது படைப்பையும் அந்தப் படைப்பு மனநிலைக்கு உண்டான சிக்கலையும் நன்கு அறிந்த இன்னொரு உலக இயக்குனர் இங்மர் பெர்க்மன் அவரை படம் இயக்க தங்கள் தேசம் ஸ்வீடனுக்கு வரும்படி அழைத்தார். ஸ்வீடன் அரசுக்கும் பெர்க்மனுக்கும் கூட பல பிரச்சனைகள் அவரும் நாட்டை விட்டு வெளியேறும் அளவிற்கு இருந்து வந்தது இன்னொரு விடயம். ஆனால் அப்போதைக்கு பெர்க்மன் தார்க்கோவ்ஸ்கிக்கு படம் எடுக்கும் ஒரு சந்தர்ப்பத்தை உருவாக்கிக்கொடுத்தார்.

1985ஆம் ஆண்டு ஸ்வீடனில் சாக்ரிபைஸ் படத்தின் படப்பிடிப்பு துவங்கியது படப்பிடிப்பு முழுக்கவும் பெர்க்மனுடைய தீவில் நடைபெற்றது.

பெர்க்மனுடைய ஆஸ்தான உலகப்புகழ்பெற்ற ஒளிப்பதிவாளர் ஸ்வான் நிக்விஸ்ட் (Sven Nykvist)தான் சாக்ரிபைஸுக்கு ஒளிப்பதிவு செய்தார். மேலும் படத்தில் நடித்த நடிக நடிகையார் அனைவருமே பெர்க்மன் படத்தின் படக்குழுவினர்.

சேக்ரிபைஸ் படத்தின் கதை

ஸ்வீடனின் பாரோ தீவில் கடற்கரையோரம் தனியாக அழகான வீட்டில் ஓய்வுபெற்ற நாடக நடிகர் அலெக் ஸாண்டர் மனைவி வளர்ப்பு மகள் ஆகியோருடன் வசித்து வருகிறார். அன்று அவருக்கு பிறந்த நாள் அதேநாளில் தொலைக்காட்சியில் மூன்றாம் உலகப்போர் துவங்கிவிட்டதாக செய்தி வருகிறது. தொடர்ந்து வீட்டில் மின்சாரம் துண்டிக்கப்பட்டு தொலைபேசி செயலிழந்து போர்விமானங்கள் வீட்டை சுற்றிப் பறக்க துவங்குகிறது. இந்தப்போரால் மனித குலமே அழியப்போவது உறுதியாகிறது போரிலிருந்தும் நிகழப்போகும் அழிவிலிருந்தும் இந்த உலகைகாப்பற்ற அலெக்ஸாண்டர் மன்றாடுகிறார்.

அதற்காக எதையும் இழக்கத்தயாராக இருப்பதாகவும் இந்த உலகை பேரழிவிலிருந்து காப்பாற்றுமாறும் அலெக்ஸாண்டர் கடவுளிடம் பிரார்த்தனை செய்ய கடவுள் அசரீரியாக அவர் தான் சொல்வது போல செய்தால் இந்த உலகைக்

காப்பற்ற முடியும் என்கிறார். அலெக்ஸாண்டரும் தான் எதையும் செய்ய தயாராக இருப்பதாக கூற கடவுள் அவனுக்கு ஒரு கோரிக்கை வைக்கிறார். அவர் வசிக்கும் வீட்டை யாருக்கும் சொல்லாமல் தீவைத்துவிட்டால் உலகம் பேரழிவிலிருந்து காப்பாற்றப்படும் இல்லாவிட்டால் மறுநாளே உலகம் அழிவதை யாராலும் தடுக்க முடியாது என அறிவிக்கிறார். அதன்படி அந்த கடற்கரையோர தன் அழகான வீட்டை யாருக்கும் சொல்லாமல் நெருப்பு வைத்து கொளுத்துகிறார்.

அவரது இந்த பைத்தியக்காரத்தனத்தைப் பார்த்து அனைவரும் பதைபதைத்தபடி தீயை அணைக்க, அவரோ தான் உலகை காப்பற்றிவிட்ட மகிழ்ச்சியில் துள்ளிக்குதித்தபடி அங்குமிங்கும் ஓடுகிறார். மறு நாள் எப்போதும்போல பொழுது விடிவதுடன் படம் முடிகிறது.

1985ல் துவக்கப்பட்ட இப்படம் படப்பிடிப்பு முடியும் தருவாயில் தார்க்கோவ்ஸ்கியை புற்றுநோய் கடுமையாக பாதித்து படுக்கையில் வீழ்ந்தார். 1986 கான் திரைப்பட விழா பரிசை அவர் மகன் பெற்றுக்கொண்டான். 1986 டிசம்பர் 29 ஆம் தேதி பாரிஸ் மருத்துவமனை ஒன்றில் அவர் உயிர் பிரிந்தது. பிரான்ஸில் Russian Cemetery எனுமிடத்தில் அவர் அடக்கம் செய்யப்ட்டார்.

தார்க்கோவ்ஸ்கி இறந்த சில வாரங்களிலேயே அவருக்கு மாஸ்கோவில் சிறப்பான நினைவு விழாவை ஏற்படுத்தி அதில் அவருடைய படங்களனைத்தையும் கவுரப்படுத்தியது சோவியத் அரசு 1990ல் ரஷ்ய நாட்டின் மதிப்பு வாய்ந்த உயர்ந்த விருதான லெனின் விருது வழங்கி அவருக்குண்டான கவுரவத்தையும் செய்தது கவனிக்கத்தக்கது , மட்டுமல்லாமல் தார்க்கோவ்ஸ்கி விருது என்ற ஒன்றை உருவாக்கி அதை மாஸ்கோ பிலிம் பெஸ்டிவலில் தேர்வு செய்யப்படும் சிறந்த படங்களுக்கு வழங்கி வருடம் தோறும் கவுரவம் செய்தது.

சிறு வயதில் அவர் வாழ்ந்த வீட்டை நினைவிடமாக மாற்றிய சோவியத் அரசு தங்கள் அரசு கண்டுபிடித்த செயற்கைகோளுக்கு 3345 Tarkovsky எனும் பெயரையும் சூட்டி பிராய்ச்சித்தம் தேடிக்கொண்டது தார்க்கோவ்ஸ்கியை குருவாக ஏற்றுக்கொண்டு அவரை போலவே பின்னாளில் சிறந்த உலகப்படங்களை இயக்கிய அலெக்சாந்தர் சுக்ரோவ் 1988ஆம் ஆண்டு தார்க்கோவ்ஸ்கியை பற்றி Moscow Elegy

எனும் ஆவணப்படம் ஒன்றையும் எடுத்து தன் ஆசானுக்கு சிறப்பு செய்தார்.

பிரான்சில் உள்ள தார்க்கோவ்ஸ்கியின் கல்லறையில் தேவதூதனை நேரில் கண்ட மனிதனுக்கு' *(To the man who saw the Angel)* எனும் வாசகம் ரஷ்ய சிற்பி ஒருவரால் செதுக்கப்பட்டிருக்கிறது.

இத்தாலி

பியர் பவ்லோ பசோலினி Pier Paolo Pasolini
(5 March 1922 - 2 November 1975)
ஆபாசம் கலை மதம் சினிமா

பசோலினியின் படங்களை உங்களால் ஏற்க முடியாமல் போகலாம். முகம் சுளிக்கலாம், அருவருப்பு கொள்ளலாம் அவரை முழுவதுமாக மறுக்கலாம், நிராகரிக்கவும் செய்யலாம். காரணம் அவரது படங்கள் உங்களைக் கொண்டு செல்வது மதத்தால் உண்டாக்கப்பட்ட சமூகத்தின் புழக்கடை வாசலில். அவர் காண்பிப்பது இதன் அவலங்களை இதை நீங்கள் புரிந்து கொள்ளும்போதுதான் இதற்கு நாமும் நம் சமூகமும் நம் மதமும் பொறுப்பிலிருப்பதை உணர முடியும். இந்த உண்மையை சொல்வதற்கு மதத்தின் புனிதங்களை அவர் தன் சினிமாவின் மூலம் கட்டுடைக்க வேண்டியது அவசியமாக இருந்தது. அதுவே அவர் 53ஆம் வயதில் அடையாளம் தெரியாத நபர்களால் கொலை செய்யப்படவும் காரணமாக இருந்தது.

கவிஞர், எழுத்தாளர், நாடகாசிரியர், பத்திரிக்கையாளர், சிந்தனையாளர், மொழியியல், வல்லுனர், தத்துவவாதி, ஓவியர் மற்றும் இத்தாலியின் சிறந்த அறிவுஜீவி என பன்முகங்கள் கொண்டு தான் வாழ்ந்த காலத்தின் இத்தாலிய அடையாளமாக வாழ்ந்த பவ்லோ பசோலினி இத்தாலியில் பொலோக்னா எனுமிடத்தில் மார்ச் 5, 1922ஆம் ஆண்டு பிறந்தவர்.

இவரது தந்தை கார்லா ஆல்பர்ட்டோ சர்வாதிகாரி முசோலினியின் பாதுகாப்புப் படையில் உயர் பதவி வகித்தவர். அனெட்டோ ஜாம்போனி எனுமிடத்தில் நடந்த முசோலினியின் மீதான கொலைவெறி தாக்குதலின் போது அவரை காப்பாற்றியவர். பள்ளி ஆசிரியை சுசானாவை காதலித்து மணம் புரிந்த காரணத்தால் பவ்லோ பசோலினிக்கு தந்தையானவர்.

தன் ஒன்பதாவது வயதிலேயே கவிதைகள் எழுதத்துவங்கிய பசோலினி ஆர்தர் ரெயின்போவின் கவிதைகளால் மிகவும் ஈர்க்கப் பட்டிருந்தார். தஸ்தாயெவெஸ்கி, டால்ஸ்டாய்,

ஷேக்ஸ்பியர், நோவாலிஸ் ஆகியோரால் அவர் வாழ்க்கை இலக்கியத்தின் பாதையைத் தேர்வு செய்துகொண்டது. அவரது தாயாரின் எழுத்துரு அல்லாத Friulan வட்டாரமொழியில் கவிதைகள் எழுத துவங்கினார். 20ஆம் வயதில் முதல் கவிதை தொகுப்பு வெளியானது இச்சமயத்தில்தான் கம்யூனிச இயக்கங்களின் பரிச்சயம் கிடைக்க இத்தாலிய கம்யூனிஸ்ட் கட்சியின் நிரந்தர உறுப்பினரானார். அவரது பகுதியின் சிறந்த இலக்கியவாதியாக அறிமுகமானார். இவரது கவிதைகளில் காணப்பட்ட வெளிப்படைத்தன்மை காரணமாக இவரை ஆர்கானிக் இண்டலக்சுவல் என புகழ்பெற்ற மார்க்சிய சிந்தனையாளரான அந்தொனியா கிராம்ஷி குறிப்பிடுமளவிற்கு இவரது படைப்புகள் இத்தாலியில் அழுத்தமானதொரு இடத்தைப் பெற்றிருந்தன.

இவரது இலக்கிய ஈடுபாடு ஆசிரியப் பணியை உன்னதமான பணியாக கருதியது. பள்ளி ஆசிரியப்பணியில் சேர்ந்தார். கல்வி கிடைக்க வழியற்ற அனாதை சிறுவர்களுக்கு தன் தாயோடு சேர்ந்து வகுப்புகள் எடுத்தார். ஒருபுறம் இப்படி தீவிர அரசியலுணர்வு கொண்ட பசோலினி இன்னொருபுறம் தீவிரமான கட்டற்ற பாலுணர்வு வேட்கை கொண்டவராகவுமிருந்தார். இந்நிலையில் இவரது ஒரு பாலுறவு காரணமாக ஆசிரியப்பணி பறிபோனது. மட்டுமல்லாமல்

கட்சியிலிருந்தும் முழுவதுமாக நீக்கப்பட்டார். பின் ரோம் நகருக்கு தாயாருடன் குடியேறி வேலையில்லாமல் மிகவும் அவதிப்பட்டார்.

இக்காலங்களில் தான்பட்ட அவமானங்களையும் வேதனைகளையும் பற்றி எழுதுகிறபோது சக எழுத்தாளர்கள் முன் பணத்தேவைக்காக கைகட்டி நிற்கும் கொடுமையை விட கீழ்த்தரமான காரியங்களை செய்யலாம் காரணம் அங்கே நம் படைப்பும் சேர்ந்து அவமானத்தை எதிர்கொள்ளும் துர்பாக்கியம் நேர்கிறது எனக்கூறுகிறார். வறுமையைப் போக்க தான் அதுவரை சேர்த்து வைத்தப் புத்தகங்களை நடைபாதை கடைகளிடம் விற்றது தனக்கு நேர்ந்த துர்பாக்கியங்களின் உச்சம் எனவும் கூறியுள்ளார்.

இச்சமயத்தில்தான் வானொலியில் வேலைக்கிடைக்க வாழ்க்கை சற்று மாறியிருந்தது. 1955—ல் வெளியான இவரது முதல் நாவல் வெளியாகி ரோம் நகர இலக்கிய உலகில் இவருக்கு முக்கிய அந்தஸ்தை உருவாக்கி தந்தது.

பசோலினியின் வாழ்க்கையின் துயர பக்கங்கள் விலகியது புதிய நண்பர்கள், விழாக்கள்,விருந்துகள், திரைப்பட நட்சத்திரங்கள் அறிமுகம் புதிய கைகுலுக்கல்கள் நடந்தேறின. இத்தாலியின் நட்சத்திர இயக்குனர் பெலினியோடு கைகுலுக்கும் வாய்ப்பு வர அதன் மூலம் திரைப்பட உலகினுள் நுழைந்தார். 1957—ல் வெளியான அவரது Le notti di Cabiria, படத்திற்கு வசனம் எழுதும் வாய்ப்பு கிடைத்தது. தொடர்ந்து சில படங்களுக்கு வசனம் எழுதவதோடு நடிக்கவும் செய்தார்.

1961—ஆம் வருடம் Accattone படம் மூலம் இயக்குனராக அறிமுகமானார். இத்தாலிய ரோமன் கத்தோலிக்க மதத்தினரின் போலித்தனங்களை தோலுரித்துக்காட்டியது இப்படம் தொடர்ந்து Mamma Roma(1962),Þll vangelo secondo Matteo(1964), Uccellacci e uccellini(1964), Teorema (1968), Porcile (1969), Medea(1969),The Decameron(1971), போன்ற படங்கள் வெளியாகின 1975ல்கொலை செய்யப் படுவதற்க்கு முன்பான சாபோ திரைப்படம் வரை மொத்தம் 12 படங்கள் இயக்கியுள்ளார். இவற்றுள் Il vangelo secondo Matteo (1964)மூன்றாவது படத்துக்காக வெனிஸ் திரைப்பட விழாவில் வெள்ளிச்சிங்கம் மற்றும் 1971—ல் வெளியான Decameron படத்துக்காக பெர்லின் திரைப்பட விழாவில் வெள்ளிபனை விருதும் 1972—ல்

வெளியான I Racconti di Canterbury படத்துக்காக 22—ஆம் பெர்லின் திரைப்பட விழாவில் சிறந்த படத்துக்கான தங்கப்பனை விருதும் பெற்றார்.

பசோலினியின் படங்கள் பத்தோடு பதினொன்றாக சினிமாவை வெறும் அதன் அழகியல் உச்சத்தோடு அணுக்கம் கொள்ளாமல் சமூகத்தின் அடித்தட்டு மக்களது வாழ்வியல் உண்மைகளை பேசத்துவங்கின. அவை நேரடியாகவும் மித மிஞ்சிய கற்பனை வெளிப்பாட்டுணர்வுடன் பேசின. இத்தாலியை ஆக்கிரமித்திருக்கும் மதம் சார்ந்த சடங்குகளையும் கொண்டாட்டங்களையும் பூர்ஷவாத்தனமாக அறிந்துணர்ந்தார். இதனால் மதத்தின் மீதான அவரது விமர்சனங்கள் அதன் அடிப்படையான அதிகாரத்தின் மையமாக குடும்பம் என்ற உறவை கட்டமைக்கும் பாலுறவின் புனிதத்தன்மைகள் மீதே குவிந்திருந்தன. இதனால் கட்டற்ற பாலுணர்வு சார்ந்தும் ஒரு பாலுறவை மையப்படுத்தியும் அவரது படங்கள் வெளிப்படுத்தின. மத குருமார்கள் அவரது படங்களில் தோலுரிக்கப்பட்டனர். அவர்களது பாலுறவு காட்சிகள் பல அதிர்வுகளை இத்தாலிய மேல்தட்டுகளில் உருவாக்கின. பசோலினிக்கு கடுமையான எதிர்ப்புகள் கிளம்பின. பலமுறை அவர் கொலைமிரட்டல்களுக்கு ஆளாகினார். தணிக்கை குழுவினருடன் அவர் ஒவ்வொரு படங்களுக்கும் கடுமையான சண்டையிட வேண்டியிட

இருந்தது. இத்தாலிய மேல்தட்டு பூர்ஷ்வாக்களுக்கும் விளிம்புநிலை மக்களுக்குமிடையிலான ஏற்றத்தாழ்வுகளே அவரது படைப்புகளின் பிராதன அம்சமாக இருந்ததால் அவர் கடும் எதிர்ப்புகளை சமாளிக்க வேண்டியிருந்தது. இத்தாலியின் கோதார்த் எனும் அடையாளம் அவரைச் சூழ்ந்தது. அவரது படங்களின் கட்டற்ற பாலுறவு காட்சிகள் மூலம் மோசடியான நிகழ்காலத்தை முற்றிலுமாக மறுத்து அதீத கற்பனையுலகை தன் படங்களில் உருவாக்கினார். அதே சமயம் அவரது படங்கள் மறுக்க முடியாத அளவுக்கு உலகத்தரமான காட்சி மொழியுடன் கட்டமைக்கபட்டிருந்தன. காட்சிகள் இம்ப்ரஷ்னிச கால ஓவியங்களை மனதில் பதியும் அளவிற்கு நீள நீள ஷாட்டுகளை கொண்டிருந்தன. விவால்டி மற்றும் பாக் ஆகியோரின் பின்னணி இசையுடன் கூடியிருந்த காட்சிகள் மூலம் ஒரு முரணான கட்டமைவை படைப்புக்குள் கட்டமைத்தார். இவரது படங்கள் நியோரியலிச யுகத்தின் டிசிகா மற்றும் ரோபர்ட்டோ ரோசலினுக்கும் இவருக்குப் பிற்பாடு வந்த இத்தாலியின் இளம் துருக்கியர்களாக கருதப்படும் பெர்னாட்டோ பெர்ட்டலூச்சிக்கும் மார்கோ பெலூச்சியாவுக்கும் பாலமாக இருப்பதாக இத்தாலிய திரைப்பட விமர்சகர்கள் குறிப்பிடுகின்றனர்.

நவம்பர் 2ஆம் தேதியன்று ரோம் புறநகர்ப்பகுதியான ஒஸ்ட்லோ எனுமிடத்தில் பசோலினி கத்தியால் குத்தப்பட்டு பிணமாக போலீசார் கண்டெடுத்தனர். அடுத்த எட்டு மணிநேரத்தில் பதினேழுவயது கொலைக்காரன் பெலோசியை போலீசார் ஓடும் ரயிலில் கைது செய்து விசாரணை செய்தனர். அவன் தன்னை ஒரு இடத்திற்கு பாலுறவு கொள்ள பசோலினி அழைத்து சென்றதாகவும் வழியில் ஏற்பட்ட பிணக்கு காரணமாக பசோலினியை கொலை செய்ததாகவும் வாக்குமூலம் தந்தாலும் பசோலினியின் நண்பரான இயக்குனர் பெர்னாட்டொ பெர்ட்டாலூசிக்கும் இன்னும் சிலருக்கும் கொலையில் சந்தேகம் வலுத்தது காரணமாக கொலைகாரன் ஆடைகளில் அதற்கான எந்த சுவடும் இல்லாததை போலீசாரிடம் சுட்டிக்காட்ட விசாரணை சூடுபிடித்தது.

பெர்ட்டலூச்சி பசோலினியிடம் அவரது Accattone படத்தில் உதவி இயக்குனராக பணி புரிந்தவர். மேலும் பசோலினியின் படைப்புலகை முழுமையாக புரிந்தவர் .

மேலும் பசோலினியின் படங்களுக்கு முசோலினியின் பாசிச கட்சியினரின் எதிர்ப்பு அதிகமாக இருந்த காரணத்தால் இந்த கொலை அவர்களால் திட்டமிடப்பட்டு நடத்தபட்டிருக்கலாம் என்கிற அவரது வலுவான சந்தேகமே விசாரணையை முடுக்கிவிட்டது. மேலும் பாசிச எதிர்ப்பு அதிகம் நிறைந்த படமான *1975*ல் தயாராகிக் கொண்டிருந்த Salò o le 120 giornate di Sodoma என்ற படத்தில் சில காட்சிகளை யாரோ ரீல்பெட்டியுடன் திருடிக்கொண்டு போக அவர்களை தேடி பசோலினி ஸ்டாக்கோம் வரை சென்று அவர்களுடன் கடுமையாக சண்டையிட்டு திரும்பிய சம்பவமும் அவரது தோழியான Sergio Citti மூலம் தெரியவர போலீஸ் வழக்கை வேறு கோணத்தில் விசாரிக்கத் துவங்கியது.

பிறகுதான் குற்றம் சாட்டப்பட்டவனை ஒரு காரில் நான்கு மர்ம நபர்கள் பின் தொடர்ந்து வந்ததாக தெரியவந்துள்ளது. ஆனாலும் போலீசார் இதை விசாரணைக்குக் கொண்டு போகாததால் வழக்கு குற்றவாளிக்கு ஏழு வருட தண்டனையுடன் முடிந்து போனது. இந்த வழக்கு முழுவதுமாக மூடிவைக்கப் பட்டு பல வருடங்களுக்குப் பிறகு குற்றம் சாட்டப்பட்டு தண்டனை அனுபவித்த பெலோசியா கடந்த *2005* நவம்பர் *2*ம் நாள் பத்திரிக்கையாளரிடம் பசோலினியின் கொலைப்பற்றி பேச துவங்க மீண்டும் வழக்கு தூசு தட்டப்பட்டது. தன்னை மூன்று பணக்காரர்கள் கொலை செய்ய தூண்டியதாகவும் அவர்கள் பசோலினியை டர்ட்டி கம்யூனிஸ்டென அசிங்கமாக திட்டியதாகவும் அவர்கள் அவன் குடும்பத்தை கொலை செய்துவிடுவதாக மிரட்டவே தான் பயந்து பசோலினியை கொலை செய்ததாகவும் அந்த குற்றவுணர்ச்சி தன்னை ஒவ்வொரு நாளும் அலைக்கழிப்பதாகவும் காலதாமதமாக உண்மைகளை வெளிப்படுத்தினான்.

இதைத் தொடர்ந்து விசாரணை மீண்டும் முடுக்கப்பட பசோலினியின் சாவின் மர்ம முடிச்சு நீண்டு கொண்டிருக்கிறது.

பெர்னாட்டோ பெர்ட்டலூச்சி Bernardo Bertolucci

(b.16 March 1940)

பாரீஸ் நகரின் பிரம்மாண்ட இரண்டடுக்கு பாலத்தின் மேல் ரயில் ஒன்று வேகமாக தடதடத்துச் செல்ல அதைப் பார்த்த படி மெல்ல கீழிறங்கும் காமிரா பாலத்தை தாங்கும் இரட்டை தூண்களுக்கிடையிலான சாலையொன்றில் முழு நீள கோட்டுடன் மிகுந்த மனச்சோர்வுடன் ஒருவன் (மார்லன் பிராண்டோ) நடந்து வருகிறான். கலைந்த கேசம் முகத்தில் வெம்பும் துயரம். அவன் சமீபமாக தன் மனைவியை இழந்து அத்துயரை கடக்க பாரீஸ் நகரத்தினுள் வந்திருக்கும் அந்நியன். கோட்டு பாக்கெட்களில் உள்ளங்கைகளை மறைத்தபடி தடுமாறும் அவனை காமிரா பார்க்க அவனுக்குப் பின்னால் குவியமிலா (அவுட் ஆப் போகஸ்) காட்சியில் இருபது வயது மதிக்கதக்க ஒரு இளம்பெண் நடந்துவருகிறாள். இவனைக் கடந்தவள் என்ன தோனியதோ அவனைத் திரும்பப் பார்க்கிறாள் . அதுவரை சோர்வாக இருந்தவன் அவள் பார்வையால் உற்சாகம் கொள்கிறான் . அவளை வேகமாக பின்தொடர அவளும் அவனை புரிந்து கொண்டவளாக ஆள் நடமாட்டமில்லாத பகுதியில் யாரும் வசிக்காத ஒரு ப்ளாட்டினுள் நுழைய இவனும் அவளுடன் நுழைகிறான். இவன் பேர் என்ன அவளுக்கு தெரியாது அவள் யார் எங்கிருந்து வருகிறாள் எதுவும் இவனுக்கும் தெரியாது. இருவரும் இணைகின்றனர். இப்படியாகத் துவங்கிறது பெர்ட்டலூச்சி இயக்கத்தில் 1972—ல் வெளியான Last Tango in Paris திரைப்படம்.

பிற்பாடு பெரும் சர்ச்சைக்குள்ளாகும் அளவிற்கு பாலுறவு காட்சிகளைக் கொண்ட இப்படம் பெர்ட்டலூச்சியின் திரைப்பட மேதமைக்கு எடுத்துக்காட்டாகவும் அதே சமயம் அந்த மேதமையின் சாரம் எதன் பொருட்டு என கேள்வி எழுப்பவும் செய்தது.

படத்தில் நாயகியாக நடித்த மரியாவின் அனுமதி பெறாமல் அவளுக்கு அதிர்ச்சியூட்டும் விதமாக வன்புணர்வு காட்சியை படம்பிடித்து அதை படத்தில் இணைத்திருந்த விதம் தான் இத்தனை கேள்விக்கும் காரணம். இதன் பொருட்டு பெர்ட்டலூச்சி நான்கு மாத சிறைத்தண்டனையையும் ஐந்து ஆண்டுகள் அவரது குடியுரிமையும் பறித்துக்கொள்ளும்

அளவிற்கு இவ்வழக்கு நீண்டுபோனது. மேலும் அந்த திரைப்பட பிரதிகள் இத்தாலியில் திரையிடாமல் முழுமையாக அழித்தொழிக்கவும் உத்தரவிடப்பட்டது.

பெர்ட்டலூச்சி கட்டற்ற காமத்தின் மூலமாக சொல்ல விரும்பிய உடல் இச்சை சார்ந்த உண்மைகள் இத்தாலியின் மத இறுக்கத்திலிருந்து தப்பிக்கும் விதமாகவும் இருத்தலியல் கோட்பாட்டுக்கு ஆதரவாகவும் உருவாக்கப்பட்டிருந்தாலும் அது தனிநபரின் சுதந்திரத்தை பறித்து கொண்டதன் காரணமாக அவர் தொடர்ந்து இப்பிரச்சனைக்கு பதில் சொல்ல வேண்டியிருந்தது. நாயகியாக நடித்த மரியா 2011—ல் மரணிக்கும் போது கூட பெர்ட்டலூச்சியை மன்னிக்கவில்லை.

இத்தாலியின் பார்மா நகரத்தில் மார்ச் 1940—ல் பிறந்த பெர்ட்டலூச்சியின் தாய் ஒரு பள்ளிகூட ஆசிரியை. தந்தை ஒரு கவி வரலாற்றாய்வாளர் மற்றும் திரைப்பட விமர்சகர். இதனால் இலக்கியம் மற்றும் அறிவுசார் சமுக சூழலில் அவர் வளர்ந்த காரணத்தால் தன் இருபதாம் வயதில் சிறந்த கவிதைத்தொகுப்பை வெளியிட்டு அதற்காக பரிசுகளையும் பாராட்டையும் பெற்று அக்காலத்திய இலக்கியவாதிகளின் கவனத்தைப் பெற்றவராக இருந்தார். உடன் ரோம் பல்கலைகழகத்தில் நவீன இலக்கியதில் பட்ட படிப்பையும் முடித்தார். இக்காலகட்டத்தில் அவரது அப்பாவுக்கு

இயக்குனர் பசோலினியின் நட்பு கிடைக்கப் பெற அவர் தன் மகன் பெர்னாட்டோ பெர்ட்டலூச்சியை உதவி இயக்குனராக சேர்த்துக்கொள்ளுமாறு கோரிக்கை விடுத்தார். பசோலினியிடம் அப்போது போதுமான உதவி இயக்குனர்கள் இருந்தாலும் பணக்காரன் அர்த்தூலியோ பெர்ட்டலூச்சியின் மூலம் தன் முதல் நாவலை வெளிக்கொணர இது சரியான வாய்ப்பாக இருக்கும் என அவர் நினைத்தார். இந்த ஒப்பந்தத்தை அவரும் ஏற்க அதன்படி பசோலினியின் முதல் நாவல் அச்சாகி வெளியாகியது. பெர்னாட்டோ பெர்ட்டலூச்சியும் சினிமாவுக்குள் ஒரு உதவி இயக்குனராக நுழைந்தார்.

இதைத் தொடர்ந்து பசோலினியின் கவித்துவ சினிமாவும் பாலுறவு அரசியல் மத எதிர்ப்பு ஆகியவையும் பெர்ட்டலூச்சியினுள் ஊடுருவத் துவங்கின பெர்ட்டலூச்சி முதல் படம் இயக்க வாய்ப்பு வந்த போது அதற்கான திரைக்கதையையும் பசோலினியே எழுதித்தந்தார். 1962—ல் லா காம்ர்ஸ் செக்கா எனும் அப்படத்தின் கதை ஒரு கொலையையும் அதை சுற்றிய மர்மங்களையும் பிண்ணிப்பிணைந்து உருவாக்கப்பட்டிருந்தது. 1964—ல் தொடர்ந்து அவரது இரண்டாவது படம் Before the Revolution (Prima della rivoluzione)வெளியானது. முந்தையப் படத்தில் பசோலினியின் படம் போலவே இருப்பதாக வெளியான விமர்சனங்களை முன்னிட்டு இப்படத்தில் அவருக்கான தனித்தன்மையை உருவாக்கிக் கொள்ளும் முயற்சியில் முழுமையாக தன்னை ஈடுபடுத்திக் கொண்டார். ஆனால் படம் வெளியான போது அதே பசோலினியின் சாயல் எனும் விமர்சனம் தொடர்ந்தது.

இருவருமே கவிஞர்கள் இருவருமே முசோலினிக்குப் பின்பான சமகால அரசியலால் படைப்பாக்கம் உந்தப் பட்டவர்கள். மத இறுக்கத்தின் மீது தீவிர வெறுப்பைக் கொண்டவர்கள். இதனை எதிர்க்கும் கருவியாக பாலுறவை கண்டடைந்தவர்கள் மற்றும் கம்யூனிச ஆதரவாளர்கள் இப்படியான பல ஒற்றுமைகளைக் கொண்டிருந்த காரணத்தால் அவர்களின் படங்களும் ஒரே மாதிரியான தோற்றத்தை கொண்டிருந்தன. இந்தப் படைப்புத் தடையை மீறும் அவசரத்தில் அவர் 1972—ல் ஒரு படத்தை உருவாக்கப் போக அப்படம் தான் முன்பு குறிப்பிட்ட Last Tango in Paris.

இப்படம் இத்தாலியில் மட்டும்தான் பெரும் விமர் சனத்தையும் சர்ச்சைகளையும் உருவாக்கியதே தவிர வெளி நாடுகளில் இப்படம் பெருத்த வரவேற்பைப் பெற்றதோடு மட்டுமல்லாமல் உலக இயக்குனருக்கான அங்கீகாரத்தையும் வழங்கியது.அதன்பிறகு சில ஆண்டுகளுக்குப் பின் அவர் எடுத்த திரைப்படங்கள் அவரைப் படிப்படியாக உயரத்துக்கு அழைத்துச்செல்ல துவங்கின.

ஆனாலும் பெர்ட்டலூச்சிக்கு தன் மதம் சார்ந்த வெறுப்பும் இத்தாலியே பொறாமைப்படும் அளவிற்கு சாதிக்கும் அவாவும் பெருகியது. ஐரோப்பாவை விட்டு வெளியேறி அமெரிக்காவின் லாஸ் ஏஞ்சல்ஸுக்கு குடிபுகுந்த அவர் 1987—ல் அந்த லட்சியத்தை தி லாஸ்ட் எம்பரர் படத்தின் மூலமாக தீர்த்துக்கொண்டார்.

இன்று வாழும் உலகின் தலைச்சிறந்த பத்து இயக்குனர்களுள் ஒருவராக பெர்ட்டலூச்சியை அடையாளம் காண உதவும் படம் தி லாஸ்ட் எம்பரர்.

கம்யூனிசப் புரட்சிக்கு முன்பாக சீனாவை ஆண்ட பேரரசனான புயி எனும் அரசனின் வாழ்க்கையை மார்க் பிப்புள் என்பவர் நாவலாக எழுத அந்த நாவலை

அடிப்படையாகக் கொண்டு பெர்டலூச்சி ஒரு திரைக் கதையை எழுதி தயாரிப்பாளர் ஜெர்மி தாமாசிடம் தர இருவரும் இப்படத்தை தயாரிக்க சீன அரசை அணுகினர். எதற்கும் இருக்கட்டும் என சீனா சார்ந்த இன்னொரு திரைக்கதையையும் அவர்களிடம் தர சீன அரசு The Last Emperor படத்துக்கு அனுமதி வழங்கியது.

உண்மையில் அப்போது எங்களுக்கு அதிர்ஷ்டம் இருந்தது முதல் முறையாக சீனா தன் பூட்டிக்கிடந்த கதவுகளை வெளியுலகுக்கு திறக்க நினைத்த நேரம் அது இந்த திரைக்கதையை அதற்கு சரியான வாசலாக இருந்த காரணத்தால் அவர்கள் மகிழ்ச்சியுடன் ஒத்துக்கொண்டனர் என ஒரு பேட்டியில் படத்தின் தயாரிப்பாளர் ஜெர்மி தாமஸ் கூறுகிறார்.

1950—ல் ஐக்கிய குடியரசாக கம்யூனிச ஆட்சிக்கு சீனா மாறிய காலத்தில் தன் நாட்டுக்குத் திரும்பும் புயி மன்னனிடமிருந்து துவங்கும் திரைக்கதை பிற்பாடு புயியின் இளமைகாலம். கம்யூனிசப்புரட்சி மாவோவின் செம்படை எழுச்சி என பல காலங்களை வாரிச் சுருட்டி இறுதியில் ஒரு டூரிஸ்ட் கைட் அரண்மனை முன்பிருந்து புயியின் வாழ்க்கையை சுருக்கமாக சொல்வதில் வந்து முடிகிறது. அசாத்திய தொழில் நுட்பங்களின் வரவை முன்னெடுத்துக்

கொண்ட இத்திரைப்படம் காட்சி மொழியின் புதிய அணுகு முறைகளை கொண்டு உலக சினிமாவின் காட்சியல்ரீதியான புதிய ட்ரெண்டை அறிமுகப்படுத்தியது.

புயியின் சிறுவயது வாழ்க்கையை காண்பிக்கும் காட்சிகளில் காமிரா நகர்வும் பிரம்மாண்டமும் உலகம் முழுக்க பார்வையாளர்களை பரவசப்படுத்தின. சீன அரசர்களின் பிரம்மாண்ட அரண்மனைகள் கண்டு உலகமே வியந்தது.

இன்று வரை ப்ளாஷ் பேக் உத்திகளின் பைபிளாக விளங்கும் இத்திரைப்படத்தில் காமிர மேனாக பணி புரிந்த விட்டோரிய ஸ்ட்ரோர்ரோ உலகின் தலைச்சிறந்த ஒளிப்பதிவாளராக அல்லது முதல் ஐந்து ஒளிப்பதிவாளர்களுள் ஒருவராக இன்றளவும் கவனிக்கப்படுகிறார். உலகம் முழுக்க வணிக ரீதியாகவும் பெரும் வெற்றிப்பெற்ற இத்திரைப்படம் 60ஆம் ஆண்டு ஆஸ்கார் விருது விழாவில் சிறந்த திரைப்படம் சிறந்த இயக்குனர் மற்றும் ஒளிப்பதிவு உட்பட ஒன்பதுக்கும் மேற்பட்ட விருதுகளை குவித்துக் கொண்டது.

இத்திரைப்படத்திற்குப் பிறகு மீண்டும் இத்தாலிக்கு திரும்பியபோது இத்தாலியே அவர் கனவு கண்டபடி வியந்து பார்த்து வரவேற்றது.

1993—ல் அவர் இயக்கத்தில் வெளியான லிட்டில் புத்தா ஞானம் பெறுவதற்கு முந்தைய புத்தரின் வாழ்க்கையை அடியொற்றி வெளியானது. சிவப்பும் ஆரஞ்சுமான ஒளிப்பதிவும் ரியூச்சி சகமட்டோவின் பின்னணி இசையும் பிரமிப்பூட்டியது தொடர்ந்து Stealing Beauty (1996) Besieged (1999), Ten Minutes Older: The Cello (2002), The Dreamers (2003), Me and You *(2012)* என வரிசையாகப் படங்களை இயக்கி வெளியிட்டு சிறந்த இயக்குனருக்கான அந்தஸ்தை முழுமையாக தக்க வைத்துக் கொண்டிருக்கிறார்.

அவரது ஒட்டுமொத்த திரை பங்களிப்புக்காக 2007ஆம் ஆண்டு வெனிஸ் திரைப்பட விழாவில் தங்கச் சிங்க விருதும் 2011—ல் கேன்ஸ் திரைப்பட விழாவில் தங்கப்பனை விருதும் வழங்கி கவுரவிக்கப்பட்டுள்ளார்.

குஸப்பே டொர்னாட்டோர் Giuseppe Tornatore

(b.27 May 1956)

இத்தாலிய சினிமாவின் ஆன்மாவை மீண்டும் பல ஆண்டு களுக்கு பிறகு திரைப்படங்களில் கொண்டு வந்தவராக கருதப்படுபவர் குஸப்பே டொர்னாட்டோர்.

உலக சினிமாவுக்கு எண்பதுகளில் மகத்தான பங்களிப் புகளை தந்தவராகக் கொண்டாடப்படுகிறவர் குஸப்பே டொர்னாட்டோர்

50,60களில் உலகமெங்கும் புத்தெழுச்சி கண்ட சினிமா எனும் கலை எழுபதுகளின் இறுதியில் சிறு சோர்வை சந்தித்தது. அப்படியே சில படங்கள் விம் வெண்டர்ஸ், ஜனுசி, கீஸ்லோவ்ஸ்கி போன்ற இயக்குனர்கள் தென்பட்டாலும் அவை இருண்மையான படங்களாவோ அல்லது தத்துவார்த்த சிக்கல்களிலோ மட்டுமே மூழ்கியிருந்ததேயொழிய மகத்தான படைப்புகள் என சொல்லத்தக்க படைப்புகள் எதுவுமே வரவில்லை என கூறலாம்.

இப்படி உலக சினிமாவே இறுகிக்கிடந்த சமயத்தில் தன் நெகிழ்ச்சியூட்டும் கதையாடலால் உலக சினிமாவையே திரும்பிப் பார்க்க வைத்தவர் குஸப்பேடொர்னாட்டோர்.

அப்படி பார்க்க வைத்த அவருடைய திரைப்படம் சினிமா பாரடைஸோ (Cinema paradiso) 1985ம் ஆண்டு வெளியானது

தொடர்ந்து A Pure Formality(1994) The Star Maker (1995) The Legend of 1900 (1998), Malèna , Baarìa (2009), and The Best Offer(2013). ஆகிய படங்களை தந்து உலக சினிமாவில் தனக்கென நிலைத்த புகழைத் தேடிக்கொண்டவர்

தங்களது நில அடையாளத்தையும் மண்ணின் மைந்தர்களையும் பல ஆண்டுகளுக்குப் பிறகு முழுமையாக திரையில் வடித்துக்காண்பித்தவர் என இத்தாலியே அவருக்கு மகுடம் சூட்டுகிறது. இத்தாலியில் இவருக்கு முந்தைய இயக்குனர்களான பசோலினி மற்றும் பெர்டலூச்சி போன்றவர்கள் கூட அரசியல் படங்களை தந்திருந்தார்கள் ஆனால் இத்தாலியின் ஆன்மாவாக கருதப்படும் அதன் கிராம மங்களின் அப்பழக்கற்ற வாழ்க்கையை நியோரியலிச அலைகளுக்குப் பின் உலக சினிமாக்குள் தந்ததே குஸப்பே

டொர்னாட்டோரின் சிறப்பு என விமர்சகர்களால் கொண்டாடுகின்றனர். இத்தாலியின் Palermo, நகரின் அருகே பாகேரியா எனும் சிற்றூரில் பிறந்த குஸப்பே க்கு 16 வயதிலிருந்தே கலை இலக்கியங்களின் மீது அதீத ஆர்வம் இத்தாலியின் மகத்தான எழுத்தாளரும் நாடக ஆசிரியர்களுமான லூகி பிராண்டலோ, மற்றும் எட்வட்ர்டோ டி பிலிப்போ ஆகியோரது படைப்புகளால் கவரப்பட்டு கலையின் மீதும் குறிப்பாக திரைப்படத்துறையின் மீதும் ஆசை கொண்டார். துவக்கத்தில் புகைப்படக்கலைஞராக சில காலம் பணி புரிந்தவர் பின் டாக்குமண்டரி படங்களை இயக்குவதன் மூலம் சினிமாவுக்குள் நுழைந்தார் .

சிசிலி நகரைப்பற்றின The Ethnic Minorities எனும் அந்த டாக்குமண்டரி படம் Salerno Festivalலில் பரிசை வென்றது. தொடர்ந்து 1985ல் அவரது முதல் முழு நீள திரைப்படம் Il Camorrista, அது அவருக்கு இத்தாலியின் திரைப்பட சங்கம் சார்பாக சிறந்த இயக்குனருக்கான Silver Ribbon பரிசைப் பெற்று தந்தது. வஇரண்டாவது படமாக 1988ல் சினிமா பாரடைஸோ வெளியாகி அவருக்கு உலகப்புகழை உண்டாக்கித்தந்தது.

சினிமா பாரடைசோ(cinema paradiso)

இத்தாலியின் சிசிலிக்கு அருகே இருக்கு Giancaldo எனும் சிறுகிராமத்தில் வசித்த சிறுவன் சல்வடாருக்கும் அதே

கிராமத்தில் திரையரங்கில் ஆப்ரேட்டரக பணி புரியும் ஆல்பிரடோவுக்குமிடையிலான அன்பும் மகிழ்ச்சியும் உறவும்தான் கதை

படம் 1980 களில் ரோம் நகரில் துவங்குகிறது . வீட்டுக்கு மாலை தாமதமாக திரும்பும் புகழ்பெற்ற திரைப்பட இயக்குனர் சல்வடாரிடம் பாதி தூக்கத்தில் அவனது காதலி ஊரிலிருந்து அவன் அம்மா பேசியதாகவும் யாரோ ஆல்பிரடோ இறந்துவிட்ட தகவலை சொல்லச்சொன்னதாகவும் கூறுகிறாள். இதை கேட்டதுமே சல்வடாரை பெரும் இறுக்கமும் சோகமும் கப்பிக்கொள்கிறது, காதலிக்கு ஆச்சர்யம் யார் அந்த ஆல்பிரடோ அவ்வளவு முக்கியமானவரா என கேட்கிறாள் .

தொடர்ந்து அவனது நினைவலைகளின் வழி ப்ளாஷ் பேக்கில் சல்வடாரின் கிராமத்து பால்ய பருவம் காண்பிக்கப்படுகிறது.இரண்டாம் உலகப்போர் முடிந்த சமயம். தன் அப்பா இறந்த துக்கம் கூட அறியாத வயதில் சல்வடார் தன் விதவைத்தாயுடன் சிறு வயதுக்கே உரித்தான துறுதுறுப்புடன் காணப்படுகிறான். அப்போது அவன் செல்லப் பெயர் டோட்டோ எல்லோரும் அவனை டோட்டோ என்றே கூப்பிடுகின்றனர்.

டோட்டோவுக்குப் பிடித்த பொழுதுபோக்கே அருகிலிருக்கும் தியேட்டருக்கு ஓடிசென்று சினிமாப் பார்ப்பது. அந்தத் தியேட்டரின் பெயர்தான் சினிமா பாரடைஸோ. அவனுக்கு மட்டுமல்லாமல் ஊரில் உள்ள பலருக்கும் அந்தத் தியேட்டர் மகிழ்ச்சிக்கான இடமாக இருக்கிறது காதலர்கள் முதல் வயதான பெரியவர்கள் வரை அனைவரும் தத்தமது வாழ்க்கையின் துக்கங்களை போக்க சினிமா பாரடைஸோவுக்கு வந்துஉணர்ச்சி பூர்வமான சினிமாக்களில் உள்ளத்தை பறிகொடுக்கின்றனர்.

அந்த ஊரின் பாதிரி அவரும் விதிவிலக்கால் அவரும் சினிமா பாரடைஸோவின் படங்களுக்குத் தவறாக வந்துவிடுவார் . படத்தில் முத்தக்காட்சியோ அல்லது நெருக்கமான காதல் காட்சியோ வந்தால் உடனே ஆபரேட்டருக்கு கை உயர்த்த ஆபரேட்டர் உடனே அந்த காதல் காட்சியை கத்தரித்து விட்டு மீண்டும் படத்தை ஓட்டுவார், அந்த ஆபரேட்டர்தான் ஆல்பிரடோ நடுவயதைக் கடந்தவர். சினிமா பார்ப்பதில் ஆர்வம் கொண்டு அடிக்கடி தியேட்டருக்கு வரும் சிறுவன்

டோட்டோ சினிமா எப்படி காண்பிக்கிறார்கள் என பார்க்க ஆபரேட்டர் அறைக்கு வருகிறான். துவக்கத்தில் அவனை தொந்தரவு செய்பவனாக விரட்டி அடிக்கும் ஆல்பிரடோ பின் அவன் மேல் பிரியம் கொண்டவராக ஆபரேட்டர் அறையிலிருந்து படம் பார்க்க அனுமதி அளிப்பதோடு அவனே படத்தை ஓட்டவும் கற்றுக்கொடுக்கிறார்.

சினிமாவின் மேல் அதீத காதல் கொண்டிருக்கும் டோட்டோவுக்கு ஒரு கட்டத்தில் சினிமாக்கள் அம்மாவாகும் ஆல்பிரடோ அப்பாவும் போல ஆகிவிடுகிறார்கள் இருவருக்கும் வயதை கடந்து சினிமா வழியாக ஒரு பரிசுத்தமான அன்பு வசப்படுகிறது.

ஒரு நாள் யாரும் எதிர்பாராவிதமாக சினிமா பாரடைஸோ தியேட்டர் தீப்பிடித்து எரிகிறது. அந்த விபத்தில் ஆல்பிரடோ சிக்கிக்கொள்ள சிறுவன் சல்வடார் அவரை எப்படியோ காப்பற்றி விடுகிறான். ஆனாலும் விபத்தில் அவருக்கு பார்வைகள் இரண்டும் போய்விட்டன.

இதனிடையே எரிந்து போன சினிமா பாரடைஸோவை ஒரு புதிய லாட்டரியில் பணம் சம்பாதித்த திடீர் பணக்காரன் ஒருவன் வாங்கி தியேட்டரை நவீனமாக புதுப்பிக்கிறான் ஆனால் ஆல்பிரடோவுக்கு பார்வை போனதால் ஆபரேட்டரை இயக்க ஆளில்லை. தொழில் தெரிந்த ஒரே ஒருவன் நம் சிறுவன் டோட்டோ மட்டும்தான்.

பார்வையிழந்த ஆல்பிரடோவை உட்காரவைத்துவிட்டு டோட்டோவே ஆபரேட் செய்கிறான்.

காலங்கள் உருள்கின்றன டோட்டோ எனும் சிறுவன் சல்வடார் எனும் இளைஞனாக மீசை அரும்பி இளம் வயது வாலிபனாக காணப்படுகிறான்.

ஊரில் பணக்காரப் பெண் எலீனா. அவளுக்கும் அவனுக்குமாக காதல். இருவரும் நெருங்கி பழகுகின்றனர். ஆல்பிரடோவிடம் தான் காதல் வசப்பட்டதை சல்வடார் பகிர்ந்து கொள்கிறான். ஆனால் அவர்கள் காதலுக்கு பெண்ணின் அப்பா கடுமையாக எதிர்க்கிறார் இதனிடையே கட்டாய இராணுவ சேவைக்கு செல்லும் சல்வடார் காதலிக்கு கடிதங்கள் அனுப்ப அவை திரும்பி வருகின்றன. எலினா அப்பாவுடன் அந்த ஊரைவிட்டே காலிசெய்து கொண்டு போக சல்வடாரால் அந்த காதல் தோல்வியைத்

171

தாங்கிக்கொள்ள முடியவில்லை. இராணுவ சேவை முடிந்து ஊருக்கு வந்த சல்வடார் நிம்மதியற்றவனாக இருப்பதை காணும்”ஆல்பிரடோ “இனி நீ இங்கே இருக்காதே, உன் கனவை லட்சியங்களை நோக்கி நகர்ந்து செல், சினிமாவில் போய் சேர் உன் திறமைகள் ஒரு நாள் அங்கீகாரம் பெறும் அப்படி நீ அங்கீகாரம் பெற்றாலும் மறுபடியும் ஊருக்கு வந்து விடாதே வந்தால் மீண்டும் பழைய நினைவுகள் உன்னைக் கொன்றுவிடும்” எனக்கூற அதன்படி சல்வடாரும் புறப்பட்டு ரோம் நகருக்கு சென்று படிப்படியாக உயர்ந்து இன்று புகழ்ப்பெற்ற இயக்குனாராக மாறிவிட்டான். ஆண்டுகள் பலவும் கடந்த நிலையில் அவன் முற்றிலுமாக வேறு ஒருவனாக மாறிவிட்டபின் அவன் பழைய நினைவுகளிலிருந்து பல மைல்கள் கடந்து வந்தபின் இன்று ஆல்பிரடோ மறைவு சேதி இப்போது வந்திருக்கிறது

அவரைப் பற்றிய நினைவுகளுடன் சொந்த கிராமத்துக்கு திரும்பும் சல்வடார் ஆல்பிரடோவின் இறுதிசடங்கில் கலந்து கொள்கிறான். அங்கு வருபவர்களின் வயதான முகங்கள் அனைத்தும் சிறுவயதில் அவனோடு சினிமா பாரடைஸோவில் படம் பார்க்க வந்த முகங்கள்.

இறுதிச்சடங்கு முடிந்ததும் ஆல்பிரடோவின் வீட்டுக்கு சல்வடார் செல்கிறான் அவனை அடையாளம் கண்டு வரவேற்கும் சல்வடாரின் வயதான மனைவி அவன் வளர்ச்சி பற்றியும் அவனைப்பற்றி வரும் சேதிகள் பற்றியும் ஆல்பிரடோ மகிழ்ச்சியுடன் அவளிடம் பகிர்ந்துகொண்டதாக கூறுகிறாள் அவன் எப்போதாவது ஊருக்கு திரும்பி வந்தால் அவனுக்கு கொடுக்கவேண்டும் என ஒரு பரிசு பொட்டலத்தை எடுத்து வைத்திருந்ததாக கூறும் அவர் அதை அவனிடம் கொடுக்கிறார்.

ரோம் நகரில் வீட்டுக்குத் திரும்பும் சல்வடார் அந்த பரிசு பொருளை பிரித்து பார்க்க அது முழுக்க துண்டுகளாய் இணைகப்பட்ட பிலிம் சுருள்கள் அவை சிறுவயதில் பாதிரியார் கட்டளைக்கு பயந்து ஆபரேட்டர் அறையில் துண்டிக்கப்பட்ட பழைய படங்களின் முத்தக்காட்சிகள். அவற்றை திரையிட்டு அவன் ரசித்து பார்ப்பதுடன் படம் முடிகிறது. இப்படம் 1988ஆம் ஆண்டு தியேட்டர்களில் வெளியான போது மொத்த நீளம் 174 நிமிடங்கள் படம் வெளியான போது பெரிய வரவேற்பை பெறாதகாரணத்தால்

பின் நீளம் 155 நிமிடங்களாக கணிசமாக குறைக்கப்பட படம் மிகப்பெரிய வெற்றியைப் பெற்றது.

உலகப்புகழ் பெற்ற இத்தாலிய இசையமைப்பாளரான எனியோ மரிக்கொனின்(Ennio morricone) இசை படத்தின் உலகத் தரத்திற்கு மிகப்பெரிய வலுச்சேர்த்தது.

1989ஆம் ஆண்டில் மட்டும் கான் திரைப்பட விழாவில் சிறந்த படம், கோல்டன் குளோப் சிறந்த படம் ஆகிய விருதுகளுடன் அந்த ஆண்டில் அந்நிய மொழிக்கான சிறந்தபடமாக ஆஸ்கார் பரிசையும் இப்படம் வென்றது குறிப்பிடத்தக்கது. உடன் 1991ஆம் ஆண்டுக்கான பாஃப்டா போட்டிப் பிரிவில் சிறந்த படம், சிறந்த திரைக்கதை, சிறந்த நடிகர், சிறந்த இசை என அனைத்து முக்கிய பிரிவுகளின் விருதையும் வென்றது.

சினிமா பாரடைஸோவுக்கு பிறகு அவர் இயக்கிய படங்களில் 1994: A Pure Formality 1995: The Star Maker ஆகியன குறிப்பிடத்தக்க படங்கள்.

இதில் ஸ்டார் மேக்கர் படத்திலும் அதே அப்பாவி இத்தாலி கிராம மக்கள்தான் பின்புலம். சினிமாமீது மோகம் கொண்ட அவர்களிடம் ஒருவன் “படம் எடுக்கப்போகிறேன் அதற்கு நடிகர் நடிகையர் தேர்வு செய்கிறேன்” எனக் கூறிக்கொண்டு எப்படி அப்பாவி மக்களை ஏமாற்றி தனக்கு தேவையானதை சாதித்துக்கொள்கிறான் என்பது திரைக்கதை.

இதேபோல இத்தாலி மக்களின் சமூக சூழலை முன்னிறுத்தி அவர் 2000ல் உருவாக்கிய படம் மெலினா.

சினிமா பாரடைஸோவுக்குப் பிறகு குஸப்பிக்கு உலக சினிமாவில் மிகப்பெரிய பெயரை வாங்கித்தந்த படம் மெலீனா.

சினிமா பாரடைஸோ போலவே இதுவும் இத்தாலிய சமூகம் சிறுவன் என்ற பொருத்தப்பாடு அவருக்கு மிக நன்றாக கைகொடுத்தது.

சினிமா பாரடைஸோவில் காதலை துன்பொருளாக எடுத்துக்கொண்டவர் இதில் காமத்தை மையப்பொருளாகவே எடுத்துக்கொண்டார். அதில் ஆல்பர்ட்டோ எனும் சினிமா ஆபரேட்டர் இதில் சிறுவனோடு ஒரு அழகி. அழகி என்றால் சாதாரண அழகி அல்ல உலகமே போற்றும் மகத்தான

அழகி. உண்மையிலேயே இப்பாத்திரத்தில் நடித்த மோனிகா பெலுச்சியும் ஒரு பேரழகிதான். உலகமே அவர் அழகைக் கொண்டாடியது.

மெலீனா (Malena) 2000

1940 கால இத்தாலியை பின் புலமாகக் கொண்டது அப்போதுதான் இத்தாலி உலகப்போரில் பங்கெடுக்க துவங்கிய காலம். அந்த சிறு கிராமத்தில் புதிதாக ஒரு அழகி வருகிறாள் அவள் கணவன் பிரிட்டன் இராணுவத்துக்கு சேவை செய்யும் பொருட்டு ஆப்பிரிக்காவுக்கு சென்றுவிட இவள் தன் தந்தையுடன் தனியாக வசித்து வருகிறாள்.

அதே ஊரில் வசிக்கும் 12 வயது சிறுவன் ரெண்டோர்வுக்கு அன்று அவன் அப்பா புதிய சைக்கிள் வாங்கித்தருகிறார். அதை நண்பர்களிடம் காண்பிக்க கடற்கரை சாலைக்கு

வருபவன் எதேச்சையாக மெலீனா நடந்து வருவதை பார்க்கிறான். அவன் வயது சிறுவர்கள் அனைவருக்குமே அவள் நடையும் அழகும் இனம்புரியாத கிளர்ச்சியை ஊட்ட, ரெண்டோ அவள் நடந்து வரும் அழகையே வைத்த கண் வாங்காமல் பார்க்கிறான்.

வெறும் அழகு மட்டுமல்லாமல் அவள் நடையில் ஒரு அலட்சியம் துணிச்சல் எல்லாம் சேர்ந்து அவள் மீது பல விழிகளை ஊற வைக்கிறது கிட்டத்தட்ட கிராமம் முழுவதுமே வயதான பெரியவர், சிறுவர் என பாகுபாடில்லாமல் அவள் அழகால் காம வசப்பட்டு பெரும் மயக்கத்தில் திளைக்கின்றனர். சிறுவன் ரெண்டோவோ அவளைத் தொடர்ந்து கண்காணிக்கிறான் அவள் இல்லாதபோது அவள் வீட்டுக்குள் நுழைந்து அவள் உள்ளாடைகளை திருடிக்கொண்டு வந்து கட்டுப்படுத்தப்பட முடியாத உடல் கிளர்ச்சிக்கு வடிகாலாய் பயன்படுத்திக்கொள்கிறான்.ஒரு நாள் அவன் அம்மாவுக்கு இது தெரிய வந்து கடுமையாக கடிந்து கொள்கிறார்.

இச்சூழலில் போருக்கு ஆப்பிரிக்கா சென்ற மெலினாவின் கணவன் இறந்து போன சேதி வர, அந்த துக்கசேதி ஊருக்கே மகிழ்ச்சி சேதியாக மாறுகிறது அவளது இயலாமையைப் பயன்படுத்தி ஊரின் முக்கிய புள்ளிகள் அவளைத் தங்கள் இச்சைக்கு கொண்டுவர எண்ணி அவளுக்கு தகாத உறவுகள் இருப்பதாக பொய் வழக்குகள் போடுகின்றனர். ஊரிலுள்ள பெண்கள் வேறு அவள் அழகால் பொறாமைக் கொண்டு அவளை திட்டி தீர்க்கின்றனர்.

அவளை வழக்கிலிருந்து காப்பற்றுகிறேன் என வரும் வக்கீல் ஒருவன் அவளை மிரட்டி பலவந்தமாக வன்புணர்ச்சி

செய்து விடுகிறான். இச்சூழலில் அவள் மீது பரிதாபபடும் ஒரே ஒருவன் சிறுவன் ரெண்டோ மட்டும்தான், ஆனால் அதுவும் ஒரு காமத்தின் விளைவு என்பதை அவனறியவில்லை. அவளது இந்த இக்கட்டான சூழலை 12 வயது ரெண்டோ கடவுளிடம் அவளைக்காப்பாற்ற தனக்கு வல்லமை தருமாறு வேண்டுகிறான். இதனிடையே அந்த சிறு நகரைப்போர் சின்னா பின்னமாக்குகிறது போரின் குண்டுவெடிப்பில் அவளுடனிருந்த ஒரே ஆண் துணையான தந்தையும் கொல்லப் பட்டு மெலீனா அனாதையாக்கப்படுகிறாள். அவள் நிலை இப்போ தலைகீழாகிறது வேலை தேடி அலைய, ஒருவரும் அவளுக்கு தர மறுத்த காரணத்தால் அவளை வேறு வழியின்றி சமூகம் விபச்சாரத்துக்குள் தள்ளுகிறது.

நாஜிப்படைகள் ஊடுருவ மெலினாவை சில நாஜி அதிகாரிகள் பயன்படுத்திக்கொள்கின்றனர். இது ஏற்கனவே அவள் மீது காமத்திலிருக்கும் ஆண்களுக்கு பொறாமையையும் பெண்களுக்கு கோபத்தையும் உண்டாக்குகிறது.

இதனிடையே ரெண்டோ ஒருநாள் மெலீனாவை இரண்டு நாஜிக்கள் உறவுகொள்வதை பார்க்கிறான் அது அவனைமிகவும் பாதிக்கிறது . இதனால் பெரும் மன அழுத்தத்தில் அவன் வீழ அவன் அம்மாவோ அவனுக்கு பேய் பிடித்து விட்டது என பயந்து பாதிரியிடம் அழைத்து செல்கின்றார்.

ஆனால் அவன் அப்பாவோ அவனை பிடித்திருப்பது காமநோய்தான் என அறிந்து அவனை பாலியல் விடுதிக்கு அழைத்து செல்கிறார் அங்கே அவனுக்கு பாலியல் சேவை செய்ய வரும் பெண் மெலினாவாக இருக்கிறாள். போர் முடிந்து நாஜிக்கள் போனபின் மக்கள் கோபம் அதுவரை நாஜிக்களிடம் உறவுகொண்டிருந்த மெலினாவின் மேல் திரும்புகிறது . அவள் அழகின் மேல் ஆண்களுக்குகிருந்த காமம், பெண்களுக்கிருந்த பொறாமை ஆகியவை தீர்த்துக்கொள்ளும் பொருட்டு அனைத்து பெண்களும் ஒன்றாகச் சேர்ந்து அவளை வீட்டிலிருந்து வீதிக்கு அழைத்து வந்து அடித்து உதைக்கின்றனர். அவள் தலைமுடி வெட்டப்படுகிறது அவள் அழகு அலங்கோலமாக்கப்பட்டு கடைசியில் அவள் அந்த ஊரைவிட்டே விரட்டப்படுகிறாள். இது நடந்த சில நாட்கள் கழித்து இறந்து போனதாக சொன்ன அவள் கணவன் திரும்ப வருகிறான். போர்க்கைதியாக அவன் பிடிபட்டு

இப்போதுதான் விடுதலையாகி ஊருக்கு வருகிறான். ஆனால் யாருமே அவனுக்கு அவன் மனைவி என்ன ஆனால் என்ன நடந்தது என எதுவும் சொல்லவில்லை, அனைவரும் மவுனமாகப் பார்கின்றனர் . ரெண்டோ அவனுக்கு துண்டுசீட்டு மூலம் அவள் இப்போது வசிக்கும் நகரை குறிப்பிடுகிறான். இவை நடந்து பல நாள் கழித்து மெலினாவும் கணவனும் ஒரு வசதியான காரில் வந்து சாலையில் இறங்குகின்றனர். பலரும் அவளை மரியாதையுடன் பார்த்து வணக்கம் செய்கின்றனர். ரெண்டோவும் அவளைப் பார்க்கிறான், அவள் கைபையிலிருந்து சில பழங்கள் கீழே விழ அதை ரெண்டொ எடுத்து அவளிடம் தருகிறான்.

அவள் நன்றி சொல்கிறாள்

ரெண்டோ அதற்குப் பின் பல பெண்களோடு பழகி அனைவரையும் மறந்து விட்டதாகவும் அவனால் மறக்கவே முடியாத ஒரே பெண் மெலினாதான் என்றும் குரல் வழி சொல்வதோடு படம் முடிகிறது.

ராபர்ட்டொ பெனிகினி Roberto benigni
(b.27 October 1952)

லைஃப் இஸ் பியூட்டிஃபுல் (Life is beautiful) 1997

இரண்டாம் உலகப்போர் சார்ந்து உலகில் ஆயிரக் கணக் கானப் படங்கள் வந்துவிட்டன இன்னும் வந்துகொண்டு தானிருக்கும், ஆனால் அவற்றில் சிறந்த பத்துப் படங்களுள் ஒன்றாக இன்னும் சொல்லப்போனால் அந்த பத்திலும் சிறந்த படமாக கூட லைப் இஸ் பியூட்டிபுல்லை சொல்ல முடியும்.

1997ஆம் ஆண்டு ராபர்ட்டொ பெனிகினி(Roberto benigni) எழுதி நடித்து இயக்கிய இப்படம் மனித நேயத்தை மிக மிக ஆழமாக வேறு ஒரு கோணத்தில் பேசுகிறது.

கூட்டம் கூட்டமாய் யூதர்களை ஹிட்லர் கொன்றுகுவிக்கும் ஈவு இரக்கமற்ற வதை முகாமில்தான் இந்த ஒப்பற்ற மனித நேயமிக்க கதை நிகழ்கிறது.

இத்தாலியின் மிகச்சிறந்த எதார்த்த படங்களில் வரும் அதே போன்ற மையப் பாத்திரமாக பை சைக்கிள் தீவ்ஸ்(Bicycle Thieves), போல இதிலும் அப்பா பையன் இரு முனைகளில் கதைப் பின்னல்.

படம் 1939 ல் துவங்கும்போது உலகப்போர் தீவிர மடைவதற்கு முந்தைய காலகட்டம் Guido Orefice இதுதான் நாயகனின் பெயர். இளம் யூதன் அவனது மாமா நடத்தும் ரெஸ்டாரண்டில் பணி செய்ய அந்த இத்தாலி நகருக்கு வருகின்றான். வந்த இடத்தில் ஒரு அழகான இளம் பெண் டோரா வின் பரிச்சயம். சட்டென காதலும் வருகிறது ஆனால் அவளது அப்பாவோ பெரும் பணக்காரராண கொடூர அரசு அதிகாரிக்கு அவளைத் திருமணம் செய்து வைக்க நிச்சயம்செய்து விடுகிறார். ஆனால் டோராவுக்கோ இதில் உடன்பாடில்லை. இன்னொருபக்கம் நாயகன் கிடோ தொடர்ந்து டோராவை தீரா காதலுடன் அலைகிறான். ஒரு கட்டத்தில் அவளும் அவனது அப்பழக்கற்ற காதலை ஏற்கிறாள். டோராவின் நிச்சய நாளன்று குதிரையுடன் வரும் கிடோ, டோராவை குதிரையில் ஏற்றி கடத்திச்சென்றுவிடுகிறான். இதனால் அந்த அரசு அதிகாரியும் டோராவின் தாயும் கடும்

எரிச்சலும் கோபமும் அடைகின்றனர் குதிரையில் அவளைத் தூக்கி வரும் கிடோ தன் ஊருக்கு வந்து அவளைத் திருமணம் செய்து கொண்டு மகிழ்ச்சியுடன் வாழ்கிறான். ஒரு குழந்தை ஒன்றும் பிறக்கிறது. அவன் பெயர் கியோசு.

கியோசுவும் வளர்ந்து 6 வயது சிறுவனாக வளர்கிறான். இச்சூழலில் அவனுடைய பிறந்த நாளின் போது இரண்டாம் உலகப்போர் குண்டு மழை பொழிய நாஜிக்கள் படை நகரை ஆக்கிரமிக்கின்றன.

யூதர்களான நாயகன் கிடோ அவன் குழந்தை சிறுவன் கியோசு மற்றும் அங்கு வசிக்கும் யூதர்கள் பலரும் ரயிலில் கூட்டமாக ஏற்றி வதை முகாமுக்கு அழைத்துச்செல்லப்படுகின்றனர். டோரா யூதப்பெண் அல்லாவிட்டாலும் கணவனும் குழந்தையும் இழுத்துச்செல்லப்படுவதை அறிந்து அவளும் அவர்களோடு ரயிலில் பயணிக்கிறாள். முகாமில் கணவனும் மனைவியும் பிரிக்கப்பட கிடோ மகனை மட்டும் தன்னுடனே முகாமில் யாருக்கும் தெரியாமல் தங்க வைத்துக்கொள்கிறான். மனைவியிடம் தானும் மகனும் உயிருடன் இருப்பதை மக்கப்போன் வழியாக தெரிவிக்கிறான்.

முகாமில் உடனிருந்த பலரும் ஒவ்வொருவராக அழைத்துச்சென்று கொல்லப்பட்டு வர இந்த கொடூரம் தங்களுக்கும் நடக்க போகிறது என தெரிந்தால் மகன் மனம் அடையும் பீதியும் அச்சமும் கிடோவை முன்னெச்சரிக்கை செய்ய மகனுக்கு இந்த பயங்கரம் தெரியாதிருக்கும் பொருட்டு தாங்கள் வந்திருப்பது ஒரு விளையாட்டு போட்டி நிமித்தம் எனக்கூறி அவனை மகிழ்விக்கிறான். போட்டியில் யார் வெற்றி

பெறுகிறார்களோ அவர்களுக்கு டாங்கி பரிசாக கிடைக்கும் எனக்கூற சிறுவன் கியோசுவும் இந்த விளையாட்டில் நாம் எப்படியும் வெற்றிப்பெற்று டாங்கியை பரிசாக வெல்ல வேண்டும் என கூறுகிறான்.

ஆனால் கிடோவோ அவன் சுவாரசியத்தை அதிகப் படுத்தும் பொருட்டு பரிசு பெறுவது அத்தனை சுலபமல்ல என்றும் விளையாட்டில் பல கட்ட போட்டி உள்ளது என்றும் ஒவ்வொன்றுக்கும் புள்ளிகள் பரிசு உண்டு யார் 1000ம் புள்ளிகள் வாங்குகிறார்களோ அவர்களுக்குத் தான் முதல் பரிசு என்றும் கூறுகிறான். மேலும் போதிய உணவு இல்லாமல் அவன் பசியில் அழும்போதும் அம்மாவைப் பார்க்க வேண்டும் என அடம்பிடிக்கும் போதும் பாய்ண்டுகளை இழந்து நாம் போட்டியில் தோற்றுவிடுவோம் என பயமுறுத்தி அவன் அங்கு தங்கியிருப்பது வெளியே தெரியாமல் பாதுகாத்து வருகிறான். தனக்கு தெரிந்த ஒரு அதிகாரி மூலம் அங்கிருந்து எப்படியும் வெளியேறி மீண்டும் மனைவியுடன் தானும் குழந்தையும் சேர்ந்து மகிழ்ச்சியுடன் வாழமுடியும் என்பது அவனுடைய அசைக்க முடியா நம்பிக்கை ஆனால் அந்த நம்பிக்கை எல்லாம் தவிடு பொடியாகிறது ,

போரின் இறுதிக்காலம் அச்சு நாடுகள் முகாமை நெருங்கும் தகவல் கேட்டு நாஜிக்கள் முகாமில் அனைவரையும் கொல்ல முடிவெடுத்து அழைத்துப்போக திட்டமிடுகின்றனர்.

கிடோ மகனிடம் தாம் இறுதிப்போட்டிக்கு தேர்வு செய்யப்பட்டிருப்பதாகவும் இறுதிப்போட்டியில் ஜெயித்து முதல் பரிசு வெல்ல வேண்டுமானால் நீ இந்த பெட்டியிலேயே அடைந்து கிடக்க வேண்டும், எல்லோரும் இந்த இடத்தை விட்டு முழுவதுமாக போன பின் வெளியேற வேண்டும், அப்படி வந்தால்தான் முதல் பரிசு நமக்குகிடைக்கும் எனக்கூறிவிட்டு மகனை யாரும் பார்க்காத போது அந்த தபால் பெட்டியினுள் வைத்து சாத்திவிட்டு மரணத்தை நோக்கி நடந்து செல்கிறான்.

வரிசையாக நடந்து போகும்போது பெட்டியைப் பார்க்கிறான் பெட்டியின் சிறு இடைவெளி வழியாகத்தெரியும் கியோசுவின் கண்களில் போட்டியில் முதல் பரிசு பெறும் ஆர்வம். கிடோ மகனுக்கு என்ன நடந்தாலும் வெளியே வரவே கூடாது என சமிக்ஞை செய்தபடி வரிசையில் நடக்கிறான். அனைவரும் கேஸ் சேம்பரில் கூட்டமாக நாஜிக்களால்

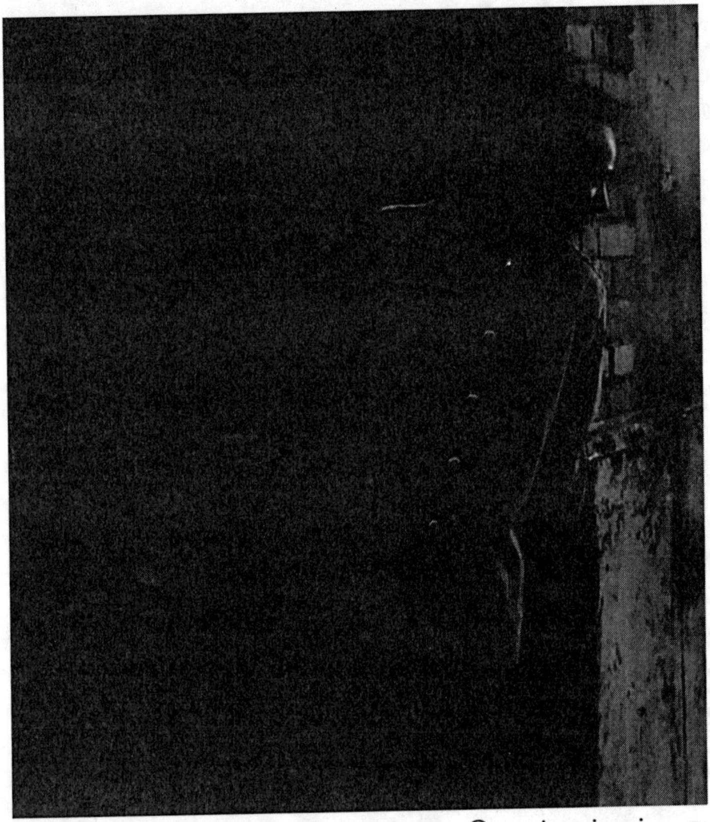

கொல்லப்படுகின்றனர். அப்பா கொல்லப்பட்டது அறியாமலே யாருமே இல்லாமல் வெறிச்சோடிக்கிடக்கும் முகாமில் மூலையில் கிடக்கும் ஒரே தபால் பெட்டியினுள் பிஞ்சு கியோசு காத்திருக்கிறான்.

அவன் அப்பா அவன் உயிரைக்காப்பற்றாத்தான் அப்படி பொய் சொல்லியிருக்கிறார் எனத் தெரியாத சிறுவன் விளையாட்டில் ஜெயிக்க போகும் தருணத்துக்காக...

அவன் காத்திருந்தது போல அன்று இரவில் ஜெர்மனி தோற்கடிக்கப்பட்டு அமெரிக்கப்படைகள் முகாமுக்குள் வருகின்றன.

விளையாட்டு முடிந்து விட்டதாக எண்ணி கியோசு வெளியே ஓடிவருகிறான். அவன் கண்முன்னே அவன் அப்பா சொன்னது போல ஒரு மிகப்பெரிய டாங்கி வருகிறது

அமெரிக்காவின் அந்த டாங்கிதான் அப்பா சொன்ன முதல் பரிசு என நினைத்து கியோசு மகிழ்ச்சியுடன் அதன் முன்னால் நின்று கூக்குரலிடுகிறான் டாங்கிலியிருந்து எட்டிப்பார்க்கும் அமெரிக்கன் அவன் சொல்வது தெரியாமல் அவனை மேலே ஏறி வரச் சொல்லிக் கொண்டு டாங்கியில் நகர கியோசுவுக்கோ டாங்கி முதல் பரிசாக நமக்கு கொடுத்துவிட்டார்கள் என நினைத்து மகிழ்கிறான்.

அப்போது முகாமிலிருந்து விடுவிக்கப்பட்ட கைதிகள் இருபக்கமும் வரிசையாக நகர அதில் தன் அம்மாவைப் பார்த்து கூச்சலிட டாங்கி நிறுத்தப்பட்டு இறக்கி விடப் படுகிறான் கியோசு அம்மாவை நோக்கி ஓடுகிறான். டோரா மகனை கண்ட ஆனந்தத்தில் அவனை கட்டி யணைத்து முத்தமிடுகிறாள். அப்பா தன்னைக் காப்பற்றவே விளையாட்டு என பொய்சொல்லி தியாகம் செய்திருக்கிறார் எனும் வளர்ந்த மகனின் குரல் பின்னணியில் ஒலிக்கப் படம் முடிவடைகிறது.

Rubino Romeo Salmonì என்பவர் எழுதிய In the End, I Beat Hitler நாவலை அடிப்படையாகக்கொண்டு Vincenzo Cerami என்பவருடன் இணைந்து இயக்குனர் ராபர்டோ பெகினினி இதன் திரைக்கதையை எழுதியிருந்தார் அவரே நாயகனாக கிடோ பாத்திரத்தில் அற்புதமாக நடித்துமிருந்தார். இந்தக் கதை நாவலாசிரியரின் வாழ்வில் நடந்த உண்மைக் கதை கதையில் சொல்லப்படாத நாயகனுடைய இன்னுமிரண்டு சகோதரர்கள் கொல்லப்பட்டனர்.

இப்படத்தைப் பற்றி சொல்லும் போது ராபர்ட்டோ பெனிகினி சிரிப்பு, அழுகை இரண்டும் ஆன்மாவின் ஒரே இடத்திலிருந்துதான் வருகிறது. உன்னதாமன அழகைச்சொல்ல நான் இரண்டையுமே கலந்து தர முயற்சிக்கிறேன் என தன் படைப்பின் பின்னிருந்து இயக்கும் தத்துவத்தைப் பற்றி கூறுகிறார்.

1997ல் இத்தாலியில் வெளியான இப்படம் 1998 கான் விருது விழாவிலும் பிற்பாடு 1999ஆம் ஆண்டு பிப்ரவரியிலும் வெளியானது.

1999ஆம் ஆண்டு 71வது ஆஸ்கார் விருது விழாவில் இந்தப் படத்தில் நடித்தமைக்காக சிறந்த நடிப்புக்கான விருது வாங்கினார் ராபர்ட்டோ பெனிகினி. சிறந்த நடிப்புக்காக ஆஸ்காரில் வெளிநாட்டு நடிகர் ஒருவர் விருது வாங்குவது என்பது சாதராண விடயமல்ல. மேலும் அந்த ,முறை டாம் ஹாங்க்ஸ், எட்வர்ட் நோர்டன் மற்றும் நிக் நோல்ட்டே, போன்ற மிகச்சிறந்த நடிகர்களை தோற்கடித்து ராபர்ட்டோ பெகினி விருதை வென்றது எனும்போது படத்தில் அவரது நடிப்பு எத்தகையது என அறிந்து கொள்ள முடியும். இது மட்டுமல்லாமல் சிறந்த பின்னணி இசை மற்றும் சிறந்த வெளி நாட்டு படம் என மேலும் இரண்டு பிரிவுகளில்,லைப் ஈஸ் பியூட்டிபுல் விருதுகளை வென்றது. அது மட்டுமல்லாமல் 98ஆம் ஆண்டுக்கான Cannes Film Festival, கிராண்ட் பிரிக்ஸ் பரிசையும் வென்றது அதற்கான விருதை வாங்க மேடைக்கு சென்ற ராபர்ட்டோ பெனிகினி தேர்வுக்குழுவின் தலைவரான மார்ட்டின் ஸ்கார்சிஸின் காலில் விழுந்து ஆசிபெற்றது மறுநாள் பத்திரிக்கைகளில் முக்கிய செய்தியானது. இவை மட்டுமல்லாமல் இன்னும் BAFTA Awards, César Awards , Critics' Choice Awards, David di Donatello Awards , Jerusalem Film Festival, Screen Actors Guild Awards, Toronto International Film Festival மற்றும்,European Film Awards.

என வரிசையாக அனைத்து விழாக்களிலும் போட்டிகளிலும் உயர்ந்த விருதுகளை சிறந்த படம், சிறந்த நடிப்பு, மற்றும் இயக்கத்துக்காக வென்று சாதனை படைத்தது.

எனியோ மரிக்கோன் Ennio Morricone

(b.10 November 1928)

இத்தாலியில் உலகப்புகழ்பெற்ற பல திரைப்பட இயக்குனர்களுக்கு சற்றும் குறைவில்லாத புகழை ஈட்டியவர் எனியோ மரிக்கோன். எனியோ மரிக்கோனின் இசை திரைப்பட உலகில் சகாப்தம்.

உலகம் முழுக்க ரசிகர்களை கொண்ட திரைப்பட நடிகர்கள், ஆர்னால்ட், சில்வர்ஸ்டார் ஸ்டோலன்போல இயக்குனர்களில் ஆல்ஃப்ரட் ஹிட்ச்காக், ஸ்பீல்பெர்க் போல திரைப்பட இசையமைப்பாளர்களில் இவருக்கும் உலகம் முழுக்க பல ரசிகர்கள் உண்டு.

500க்கும் மேற்பட்ட படங்களுக்கு இசையமைத்த பெருமைமிக்க இசையமைப்பாளர் . இதில் 100க்கும் மேற்பட்ட படங்கள் உலக அளவில் பேசப்பட்ட கிளாசிக்குகள் என்பது குறிப்பிடத்தக்கது.

பொதுவாக வெஸ்டர்ன் படங்கள் என்றாலே அமெரிக்க நிலப்பரப்பில் மட்டுமே சாத்தியம் என்றிருந்த வரலாற்றை இத்தாலிய நிலப்பரப்பில் மாற்றி அமெரிக்க நடிகரான CLINT EAST WOOD ஐ நாயகனாக போட்டு செர்ஜியோ லியோன் இயக்கியப் படங்கள் ஹாலிவுட்டையே அதிரவைத்தன. பிற்பாடு உலகம் முழுக்கவும் அவை கச்சிதமான காட்சிமொழிக்காக கொண்டாடப்பட்டன.

டாலர் சீரிஸ்(The Dollars Trilogy)எனப்படும் For a few dollars more, Good bad ugly, Fist full of dollars ஆகிய இவரது படங்கள் இப்போதும் டோரண்டில் ஹிட் சீரிஸ் . இந்த படங்களின் வெற்றிக்கு மூலக்காராணமாக இருந்தது எனியோ மரிக்கோனின் மயக்கும் இசை.

இப்போதும் எந்த மொழிப் படமானாலும் அதில் தொப்பி துப்பாக்கி சப்தம் நாயகன் குதிரையில் பாய்ந்து வந்தால் பின்னணியில் இசைக்கப்படும் அந்த மயக்கும் கிதாரின் இசைக்கு ஒரிஜினல் சொந்தக்காரர். எனியோ மரிக்கோன்.

இத்தாலியின் ரோம் நகரில் 1928 நவம்பரில் பிறந்த எனியோ மரிக்கோனின் தந்தை ஒரு ட்ரம்பட் வாசிப்பவர். தன் குழந்தைக்கு இருக்கும் ஆர்வத்தைக் கண்டு சிறுவயதிலேயே

இசையைக் கற்றுத்தர தன் ஆறாவது வயதிலேயே இசைக் கோர்வையை எழுதத் தொடங்கியவர் என்பது இவரது மேதமைக்கு சான்று.

1946 முதல் பல இத்தாலியப் படங்களுக்கு எனியோ மரிக்கோன் இசையமைத்தாலும் அதில் இவருக்கான பங்களிப்பு முழுமையாக வழங்கப்படவில்லை. அப்படியே அவர் பங்களித்தாலும் அவரது பெயர் இருட்டடிப்பு செய்து வேறு ஒரு பெரிய இசையமைப்பாளருடைய பெயரே பயன்படுத்தப்பட்டது.

1960ல் தான் அவருக்கு அதிர்ஷ்டக்காற்று வீசியது முதல் படம் Luciano Salce's Il Federale (The Fascist). இத்தாலிய மொழிப்படம் அன்று துவங்கிய அவருடைய இசைப்பயணம் இன்றுவரை முடிவில்லாமல் தொடர்ந்து கொண்டேயிருக்கிறது.

எனியோ மரிக்கோனுடைய இசையின் தனிச்சிறப்பே அது வேறு எந்த வகை இசையையும் சாராமல் தனித்து நிற்கக்கூடியதுதான்.

புறக்கட்டுமானங்களை நிர்மாணிக்கும் ஜாஸ் இசையின் பெருந்தோற்றத்துடனும் மனதின் துள்ளலை விஸ்தரித்துச் செல்லும் மெலோடியாகவும் இரண்டு உணர்வுகளையும் ஒரு சேர உருவாக்கும் அதிசயம் அவரால் மட்டுமே நிகழ்த்தப் பட்டிருக்கிறது.

அவரது படங்களின் டைட்டில் இசைக்கு என தனி முக்கியத்துவம் உண்டு. அதுவும் பிஸ்ட் புல் ஆப் டாலரின் டைட்டிலில் கறுப்புத்திரையில் அனிமேஷனில் சிவப்புக்குதிரைகள் துள்ளி வரும் பின் புலத்தில் புல்லாங்குழல் இசையின் அதீத கவர்ச்சிக்கு மயங்காதவர்களே இல்லை எனலாம், பிற்பாடு பேஸ் கிதாரின் அதிர்வோடும் ஒற்றை பெல் இசையின் குறிப்பிட்ட இடைவெளியிலான முழக்கத்தோடும் இடையிடையே துப்பாக்கிச் சத்தம் வெடிக்க சன்னமாக துவங்கும் இசையானது தொடர்ந்து ஒரு உயரத்துக்குள் நம்மை அழைத்துச்சென்று பெரும் வெளிக்குள் நம்மை சஞ்சரிக்க வைத்து அதிசயத்தில் ஆழ்த்தும்.

அதேபோல அவருடைய புகழுக்கெல்லாம் உச்ச ஒளியாக திகழும் குட் பேட் அக்லியின் (good bad ugly) இசைக்கோர்வையில் மயங்காதவர்களே இருக்க முடியாது எனலாம். இதுவரை வெளியான திரைப்படப் பாடல்களில்

இரண்டாவது மிகச்சிறந்த இசைக்கோர்வை என்ற பெருமையை இப்படத்தின் பாடல் வாக்கெடுப்பில் தேர்வானதாக ஒரு ஆய்வு சொல்கிறது. தமிழில் காதலன் படத்தில் வரும் முக்காப்புலா பாடலின் துவக்கத்தில் வரும் இசை மின்னலே படத்தில் அழகிய தீயே பாடல் என இவரது இசையின் தாக்கத்தில் உருவான தமிழ் பாடல்கள் என தனி பட்டியலே போடலாம் .

தங்களது படங்களுக்கான ட்யூன்களை தேர்ந்தெடுக்க இயக்குனர்கள் தடுமாறும் போது தன் மனைவி அதை சிறப்பாக செய்வதைகூறி மகிழும் எனியோ மரிக்கோன் அவரது இசை ரசனை மூலமாக தான் அரிய பாடல்களை தந்திருப்பதாகவும் கூறுகிறார். ஹாலிவுட்டின் பண்பாட்டுக்கு விரோதமாக 87 வயது வரை ஒரே மனைவி மற்றும் அவர் மூலமாக பிறந்த நான்கு வாரிசுகளுடன் இப்பவும் மகிழ்ச்சியுடன் வாழ்கிறார் என்பதுதான் அவரது இசையைவிட பலரும் அவரைப் பார்த்து ஆச்சர்யப்படும் முக்கியமான விஷயம்.

வழக்கமாக கவுரவ ஆஸ்கார் விருது என்பது ஒருவரது பணிக்காலம் முழுவதும் முடிந்தபின் வீட்டில் பழைய

நினைவுகளை அசைபோட்டுக்கொண்டு மிச்சமிருக்கும் நாட்களை எண்ணிக் கொண்டிருக்கும் போது வழங்கப்படும். அவர்களும் நாலுபேர் தோளை கெட்டியாகப் பிடித்துக்கொள்ள நடுங்கும் கரங்களால் அதைபெற்று அடுத்த ஒரு சில வருடத்திலேயே முக்தியடைவதும் வழக்கம். 2006ஆம் ஆண்டு இவருக்கு இந்த விருது வழங்கப்பட்டபோது எனியோ மரிக்கோன் சாதனை இத்தோடு முடிந்தது என்றுதான் அனைவரும் நினைத்திருப்பார்கள் ஆனால் 9 வருடங்கள் கழித்து 2016ஆம் ஆண்டு மீண்டும் அவர் இசையமைத்த குவாண்டின் டொராண்டினோ (Quentin tarantino) இயக்கத்தில் வெளியான Hate ful eight படம் போட்டியில் நாமினேட் ஆகி ஆஸ்காரையும் வென்றிருப்பது ஆஸ்கார் வரலாற்றிலேயே முக்கியமான சாதனையாக கருதப்படுகிறது. கலைக்கு வயதில்லை என்பதுபோல் சாதனைக்கும் வயதில்லை என்பதையே எனியோ மரிக்கோன் நமக்கு உணர்த்துகிறார்.

ஈரான்

துவக்க காலம்

1980களுக்கு முன் வரை உலகசினிமாக்கள் பெரும்பாலும் பிரிட்டன் பிரான்ஸ், ஜெர்மன், ஸ்வீடன்,நார்வே,அமெரிக்கா ஜப்பான், போன்ற வளர்ந்த நாடுகளிலிருந்துதான் உருவாகி வந்துள்ளன. மற்ற நாடுகளிலிருந்து அவ்வப்போது ஒண்ணோ ரெண்டோ வரும் . நம் சத்யஜித்ரேவின் பதேர் பாஞ் சாலி(Patherpanjali)போல அதிர்வை உண்டாக்கி விட்டு மறையும் ஆனால் ஒரு ட்ரெண்டாக உலக சினிமாவின் போக்கையே தீர்மானிக்கும் அளவுக்கு எந்த ஒரு சிறிய வளர்ச்சியடையாத நாட்டிலிருந்தும் சினிமாக்கள் வந்ததில்லை.

90களில் பேரலையாக உருவெடுத்த ஈரானிய சினிமாக்கள் அனைத்து கண்டங்களின் ஆன்மாவையும் அதிரச்செய்தன. அதிலும் ஈரான் தொடர்ந்து ஈராக்குடன் போரில் தொடர்ந்து ஈடுபட்டு வந்த நாடு. மத இறுக்கம் மற்றும் சர்வாதிகார ஆட்சி போன்ற நெருக்கடிகளும் அதற்கு அதிகம் . அப்படிபட்ட ஒரு நிம்மதியற்ற சூழலிலிருந்து அந்நாட்டின் திரைப்படங்கள் தொடர்ச்சியாக உலகத்தரத்தில் வெளியாகிக் கொண்டிருப்பதை பார்த்து உலகமே வியந்து நோக்கியது.

பிரான்சில் நியூ வேவ் உருவாக்கிய சினிமா கோட்பாடுகள் அனைத்தும் ஈரானிய சினிமாக்கள் முன் உடைந்து சிதறின. சினிமா எனும் கலைக்கு காட்சி மொழியைக்காட்டிலும் மனித உணர்வுகளின் உள்ளுறைந்துக் காணப்படும் அழகே பிரதானம் என்பதை ஈரானிய சினிமாக்கள் உலகிற்கு உரத்துக்கூறின.

ஒரு பக்கம் மனித இதயத்துள் தளும்பிக்கிடக்கும் உணர்ச்சிகளின் பிரதிபலிப்பை மஜித் மஜிதியின் சில்ரன் ஆப் ஹெவன் (ChildrenofHeaven) போன்ற படங்கள் பிரதிபலித்தாலும் இன்னொருபக்கம் கதை என எதுவுமில்லமால் செய்தித்தாளில் வரும் அன்றாட வாழ்வை அப்படியே காமிராவில் பதிவுசெய்து அதன் வழியாக ஒரு புனைவை கட்டமைக்கும்.

அப்பாஸ் கியாரோஸ்டாமியின்(Abbas Kiarostami க்ளோசப் போன்ற புது வகையான சினிமாக்களையும் கண்டு பிடித்ததுதான் ஈரானிய சினிமாக்கள் சாதனை. இத்தாலியின் நியோ ரியலிஸமும், ஈரானின் மாடர்ன் ரியலிஸமும் இத்தாலியின் நியோரியலிஸ அலையை காட்டிலும் வீச்சும் வீரியமும் ஈரானிய சினிமா அலையில் காணப்பட்டது.

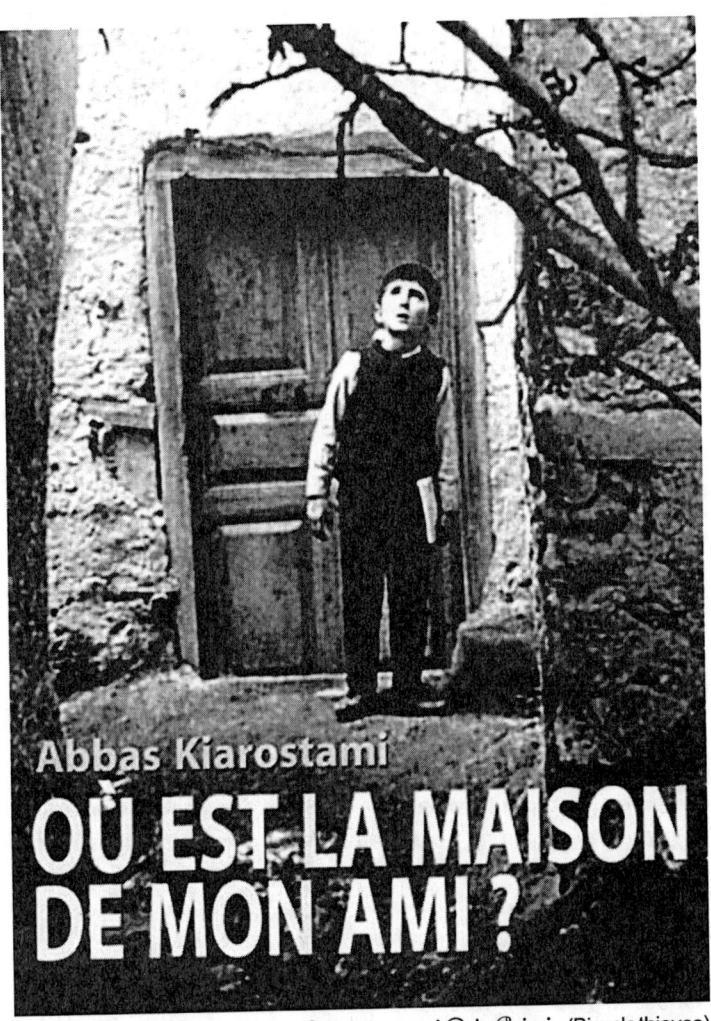

நியோ ரியலிஸ அலையில் பைசைக்கிள் தீவ்ஸ் (Bicycle thieves) ரோம் ஓபன் தி சிட்டி (Roman open the city) என முக்கியமான இரண்டு படங்கள் என்றால் ஈரானிய சினிமாவில் அதே தரத்தில் கிட்டத்தட்ட சில்ரன் ஆப் ஹெவன் (Chilldren Of Heaven) , தி சைக்ளீஸ்ட் (The Cyclist), வேர் ஈஸ் மை பிரண்ட்ஸ் ஹோம் (Where is my friend's home), கலர் ஆப் பாரடைஸ் (colour of Paradise), க்ளோஸ் அப் (close up), தி வொய்ட் பலூன் (The white Ballon), கந்தஹார் (kandahar), எ செபரேஷன் (A separation) என இருபது படங்களை அடுக்க முடியும்.

இப்படியான உலகையே வியக்க வைத்த ஈரானிய சினிமாக்கள் உருவாக காரணம் அங்கிருந்த அரசியல் சூழல்.

ஈரான் சினிமா வரலாற்றுப் பின்னணி:

1900ல் தான் ஈரானில் சினிமா முதன்முதலாக வந்தது. அப்போது ஈரான் அதிபராக இருந்த டின் ஷா கஜ்ஜார் அவர் தனது அவையில் புகைப்படக்கலைஞராக இருந்த மிர்ஸா இப்ராஹிம் அக்பாக்ஷியை அழைத்து பிரான்சிற்கு சென்று காமிரா வாங்கி வர பணித்தார். அவரும் அதை வாங்கிக்கொண்டு பெல்ஜியம் சென்று மலர்திருவிழாவிற்கு சென்று அழகான பூக்களை நோக்கி காமிராவை திருப்பி படம்பிடித்தார். ஈரானின் சினிமா வரலாறு துவங்கிய கணம் அதுதான் .

இப்படி முதல் ஷாட்டிலேயே கவித்துவமான பதிவுடன் துவங்கிய பயணம் நூற்றாண்டின் இறுதியில்தான் தன் கவித்துவத்தை முழுமையாக சாத்தியப்படுத்திக்கொள்ள முடிந்தது.

1930 ஆர்மீனியாவைச் சேர்ந்த ஓவன்ஸ் சானியன் என்பவர்தன் ஈரானில் சினிமாவுக்கென பள்ளியைத் துவக்கினார் மாஸ்கோவில் லெனின் துவக்கிய சினிமா பள்ளியில் சினிமாவைக் கற்றுக்கொண்ட ஓவன்ஸ் முதலில் சினிமாபள்ளியை துவக்க நினைத்தது என்னமோ இந்தியாவில் தான் அதற்காகவே கல்கத்தா வந்து தங்கி சில துவக்க வேலைகளைப் பார்த்து அவை சரிவராமல் போக உடனே பெட்டியைச் சுருட்டிக்கொண்டு ஈரான் தலைநகர் டெஹ்ரானுக்கு வந்திறங்கி கால சூழல்கள் கைகட்டி ஒத்துழைக்க சினிமா பள்ளியை துவக்கினார் . 1933ல் ஈரானின் முதல் மவுனசினிமா ஹஜ்ஜி ஆகாவை எடுத்தவரும் அவரே

1960களில் வருடத்துக்கு இருபத்தைந்து படங்கள் வரை வெளியாகி வந்தாலும் அவை பெரும்பாலும் உள்நாட்டு கலச்சாரங்களை பிரதிபலிக்காமல் ஆங்கில அல்லது ஐரோப்பிய படங்களின் சாயலிலேயே எடுக்கப்பட்டன. காரணம் சொந்த நாட்டுக் கலாச்சாரத்தை பதிவுசெய்வதற்கு அப்போதைய அரசு கடும் எதிர்ப்பை தெரிவித்தது. கடுமையான தணிக்கைக்கு பின்பே திரைப்படங்கள் வெளியாகின .

ஈரான் முதல் அலை 1965

1964ல் வெளியான ஹஜீர் டரோயஸ் (Hajir Darioush) எனும் இயக்குனரின் இரண்டாவது படமான சர்பண்ட் ஸ்கின் (Serpent skin) படம்தான் ஈரானின் முதல் எதார்த்த சினிமாவாக கருதப்படுகிறது டி எச்லாரன்ஸின் லேடி சாட்டர்லி ஸ் லவ்வர் நாவலை அடிப்படையாகக் கொண்டு உருவாக்கப்பட்டிருந்த இப்படம் 1965; பெர்லின் பெஸ்டிவலில் சிறந்தப் படத்துக்கான விருதைப் பெற்றது. அடுத்து மசூத் கிய்மாய் (Masoud Kimiai) இயக்கத்தில் கெய்ஸர் (Qeysar) மற்றும் டாரியஸ் மெஹ்ருஜிஸ் (Dariush Mehurjui), தி கவ் (The Cow) ஆகிய திரைப்படங்கள் 1969ல் வெளியாகி அலையின் உச்சத்தை தொட்டன தி கவ் திரைப்படம் 1972ஆம் ஆண்டின் பெர்லின் மற்றும் வெனிஸ் திரைப்பட விழாவில் சிறப்புப் பரிசுகளைப் பெற்றது. இப்படத்தால் பெரிதும் ஈர்க்கப்பட்ட காரணத்தால்தான் அயத்துல்லா கொமெய்னி பிற்பாடு 1979ல் அதிபரானபோது சினிமாவை முழுதும் முடக்காமல் அடுத்த புதியஅலை உருவாக வித்திட்டார்.

ஈரான் புதிய அலை

1979ல் அதுவரை ஈரானை ஆண்டுவந்த முகம்மது ரைசா பாஹ்லவியின் ஆட்சி புது இஸ்லாமிய புரட்சியாளர்கள் மூலமாக தூக்கியெறியப்பட்டு அயத்துல்லா கொமெய்னி

புதிய அதிபராக பதவியேற்றார். கொமெய்னி பதவிக்கு வந்தவுடன் இஸ்லாமிய சட்டத் திட்டங்களை திரைப் படத்துறையில் கடுமையாக பிரயோகித்தார். அன்னிய கலாச்சார நடவடிக்கைகள் குறிப்பாக அமெரிக்க ஐரோப்பிய கலச்சராங்கள் ஈரானுக்குள் ஊடுருவுவதை முழுமையாக தடைசெய்தார் .

இஸ்லாமிய சட்டங்களுக்கு புறம்பான விடயங்களை காட்சிப்படுத்துவது பெண்பால் சித்தரிப்பு ஆகியவை தடைசெய்யப்பட்டன. பொதுவாக பாரசீக இலக்கியங்கள் என்றாலே காதல்தான் அங்கு பிரதானமாக காணப்படும். ஆனால் அதுவே சினிமா என வந்தவுடன் தடுமாறிவிட்டனர் எழுத்தில் உன்னதமாக கருதப்பட்ட காதல் அதுவே காட்சியாக சினிமாவில் வரும்போது அது தங்கள் மதக்கோட்பாடுக்கு எதிராக உணர்ந்தனர்.

அதிபர் கொமெய்னி சினிமாவுக்கு உருவாக்கிய திடீர் சட்டங்கள் காரணமாக திரைப்படத்துறையே முடங்கியது அதுவரை புகழ்பெற்ற பல சிறந்த இயக்குனர்கள் ஜெர்மனிக்கும் பிரான்சுக்கும் குடிபெயர்ந்தனர்.

83 வரையிலான கொமெய்னியின் முதல் நான்கு வருடத்தில் மொத்தமே 40 திரைப்படங்கள் மட்டுமே உருவாக்கம் பெற்றன இருபதுக்கு மேற்பட்ட படங்கள் தடை விதிக்கப்பட்டு பெட்டியிலேயே முடக்கப்பட்டன.

ஒரு கட்டத்தில் அரசாங்கம் இறங்கி வந்தது. குறைந்த பட்ஜெட்டில் சில விதிகளை தளர்த்திக்கொண்டு படமெடுக்க அனுமதித்தது. குறிப்பாக காதல் காட்சிகள் பெண் உணர்வுகளுக்கு முக்கியத்துவம் கொடுப்பது மற்றும் ஆங்கில படங்களைப் போல வன்முறை காட்சிகளை தவிர்க்கப்பட வேண்டும் என்ற கட்டுப்பாடுகளுடன் படம் எடுக்க ஒத்துழைப்பு நல்கியது .

சினிமா எனும் கலைக்கு இந்த கட்டுப்பாடுகள் சமாதிகட்டிவிடும் என பலரும் நினைத்தனர். ஆனால் பிற்பாடு இந்த கட்டுபாடுகள் தான் ஈரானிய சினிமாவை ஒரு தனித்துவமான அடையாளத்துக்குள் கொண்டு வந்து நிறுத்தியது.

பெண்பாத்திரச் சித்தரிப்பும் வன்முறையும் தவிர்க்கப் பட்டதால் திரைக்கதை இயல்பிலேயே வாழ்வின் புற

காரியங்களின் மீது கவனம் செலுத்த துவங்கியது.நுண்மையான விவரிப்புகளுடன் மனிதனின் அடிப்படையான வாழ்வியல் பிரச்சனைகள் குறித்து இயக்குனர்கள் சிந்திக்கத் துவங்கினர். உணர்வுப்பூர்வமாக சிந்திப்பவர்கள் அன்பை படங்களில் போதிக்க வேறு வழியே இல்லாமல் குழந்தைகளின் உலகத்திற்கு திரும்பினர்.

இந்த சட்டத்திட்டங்கள் ஈரானிய சினிமாவுக்கு உலக அடையாளத்தைக் கொடுக்கும் என்றோ அல்லது உலக மெங்கும் உள்ள பலகோடி மனிதர்களுக்கு அன்பைப் போதிக்கும் என்றோ அப்போது யாரும் யோசித்திருக்கவில்லை ஏன் அயத்துல்லா கொமெய்னிக்கே கூட தன் இரும்புபிடிக்குள் சில அன்புக்கொடிகள் பூக்கும் என தெரிந்திருக்காது. இந்த ஆச்சர்யமான மாற்றத்தை உருவாக்கியவர்கள் ஈரானின் மகத்தான திரைமேதைகள் என வர்ணிக்கப்படும் சில திரைப்படஇயக்குனர்கள். பிரெஞ்சு புதிய அலை சினிமாவுக்குப் பிறகு ஒரே காலத்தில் பல திறமையான இயக்குனர்கள் வரிசையாக புற்றீசல் போலத் தோன்றியது ஈரானிய சினிமாவில்தான்.

அவர்களுள் குறிப்பிடத்தக்கவர்கள்

அப்பாஸ் கியாரோஸ்தாமி. மோஷன் மக்பல்ப் மஜித் மஜிதி , ஜாபர் பனாஹி, அப்சார் பர்ஹாடி ஆகிய ஐந்து ஆண் இயக்குனர்களும் சமீரா மக்பல்ப் உள்ளிட்ட சில பெண் இயக்குனர்களும் ஆவார்.

அப்பாஸ் கியாரோஸ்தமி Abbas Kiarostami

(22 June 1940 - 4 july 2016)

ஈரானின் சத்யஜித்ரே அல்லது ஈரானின் அகிராகுரோசேவா, ஈரானின் கோதார்த், என எப்படி வேண்டுமானாலும் அழைக்கக்கூடிய அளவுக்கு மேற்குறிபிட்ட இயக்குனர்களின் கலைத் தன்மையான சினிமாவுக்கு கடுகளவும் குறையாத தரத்தோடும் மனித நேயத்தோடும் பிரபஞ்ச உணர்வோடும் படங்களை இயக்கியவர். 1940ல் டெஹ்ரான் நகரத்தில் பிறந்த அப்பாஸ் கியாரோஸ்தமிக்கும் ரேவுக்கும் பல ஒற்றுமைகள். ரேவைப் போலவே ஒரு ஓவியராகவும் தொடர்ந்து அவரைப் போலவே விளம்பர துறையிலும் பின் அவரைப் போலவே சிறுவர் நூல்களுக்கு அட்டை வடிவமைப்பாளராகவும் பணி புரிந்துள்ளார். 1970ல் ஈரான் சினிமா தி கவ் (The cow) எனும் படத்தின் மூலம் புதிய பாதையை உருவாக்க அதன் தொடர்ச்சியாக 1970ல் அப்பாஸ் கியாரோஸ்தமி 12 நிமிடத்தில் bread and alley என்ற முதல் படத்தை இயக்குகிறார். முதல் படத்திலேயே அவர் வழக்கத்தை மீறிய புதிய பாணியில் படம் பிடிக்க துவங்க அது காமிராமேனுக்கு புரியவில்லை.அவரிடம் விளக்கி படம் எடுப்பதற்க்குள் மலையை உருட்டும் காரியமாகிவிட்டதாக பின்னாளில் கூறுகிறார்.

தொடர்ந்து அவர் பல குறும்படங்களை இயக்கி வந்தபின்தான் 1989ல் வேர் ஈஸ் மை பிரண்ட்ஸ் ஹோம் மூலம் உலக சினிமாவின் இயக்குனராக அறியப்படுகிறார்.

வேர் ஈஸ் மை பிரண்ட்ஸ் ஹோம் (where is my friends home) **எங்கே என் நண்பனின் வீடு**

பாக்கெட்டில் வைக்கும் நோட்டு போல குட்டியான அழகான கதை. படம் பள்ளிக்கூடத்தில் துவங்குகிறது. மாணவர்கள் வகுப்பறைக்கு ஓடுகிறார்கள். வகுப்புகள் துவங்குகின்றன.ஒரு வகுப்பில் ஆசிரியர் வீட்டு பாடம் எழுதியாச்சா என விசாரிக்கிறார். முதல் வரிசையில் தன் அருகில் அமர்ந்திருக்கும் ஒரு ஏழை மாணவன் வீட்டுச்சூழலால் பாடம் எழுதவில்லை. அவனை ஆசிரியர் நாளை அவசியம் எழுதவேண்டும் இல்லாவிட்டால் டிஸ்மிஸ் என கடுமையாக எச்சரிக்கிறார், இதை பரிதாபத்துடன்

பார்க்கிறான் நம் ஹீரோ பள்ளிகூடம் முடிந்து வீடு வருகிறான்.. பையை திறந்தால் திட்டு வாங்கிய ஏழை மாணவனின் வீட்டு பாட நோட்டு தன் பையில் .

பதட்டத்துடன் அதைக்கொண்டு போய் நண்பனிடம் இரவே சேர்க்க அவன் வீட்டைத் தேடி அந்த சிறுவன் அலைவது தான் கதை. இரவு நெடுநேரம் அங்கும் இங்கும் அவன் அலைந்து வீட்டைக் கண்டுபிடிக்க முடியாமல் திரும்புகிறான். மறுநாள் அந்த பையனுக்கு என்ன ஆனது என்பதும் இவன் அதன் பொருட்டு என்ன செய்கிறான் என்பதும்தான் கதையின் இறுதி முடிச்சு அதன் சாரம்சம். இந்த அற்புதமான படத்தின் கதைக்கரு அவருக்குள் உருவாக காரணம் ஒரு கவிதை, அதை எழுதியவர் ஷோரப் ஷெப்ரி ஈரானிய கவிஞர்.

எங்கே என் நண்பனின் வீடு

முகவரி என தலைப்பிட்ட அக்கவிதை

இருள் கவிழும் அந்திபொழுதில்

குதிரை மீதமர்ந்தவன்

வழிப்போக்கனிடம் கேட்டான்

எங்கே அந்த நண்பனின் வீடு

நிச்சலனமற்றிருந்தது வானம்

வழிப்போக்கன் உதட்டிலிருந்து
மிகபெரிய கிளை முறிந்தது
இருண்டு கிடந்த மணல்வெளி நோக்கி
உயர்ந்தன அவன் கைகள்
சற்று தொலைவிலிருந்த பாப்ளர் மரத்தை
விரல் சுட்டி காண்பித்து சொன்னான்
அந்த மரத்தின் எதிரே
அங்கே ஒரு வழித்தடம்
கடவுளின் கனவை காட்டிலும்
அடர்ந்த பச்சை தோட்டத்தின் நடுவே
அதனோடு உண்மையான நட்பு
நீல நிற றெக்கையாக
காதலோடு விரிந்து கிடந்தது
அந்த வழிதடமேகினால் இறுதியில்
அறிவின் எல்லைகளுக்கெல்லாம் அப்பால்
ஒரு மலரின் முன் நாம் நிற்பதை
உணர முடியும்
மலரை நெருங்குவதற்கு முன்
எல்லாக்காலத்துக்குமான
தொன்ம கதைகளில் வரும்
அந்த நீரூற்று முன் நில்லுங்கள்
கட்புலனாகும் ஒரு பயங்கரம்
அத் தருணத்தில் நம்மை
உறை நிலைக்குள் தள்ளும்
உண்மையும் சிரத்தையுமாக
நீல வானம் ஓடை போல நகரும்
வேகமாய் தலையசைக்கும்
உயர்ந்த பைன் மரங்களின்
இரைச்சலை அப்போது கேட்க முடியும்

அங்கு ஒளிக்கூட்டிலிருந்து

மேவாய் தூக்கி ஒரு குழந்தை பார்க்கும்

அக்குழந்தையிடம் கேளுங்கள்

எங்கே அந்த நண்பனின் வீடு

மூலம் : ஷோரப் ஷெப்ரி (sohrab sepehri)

இந்த கவிதைக்கும் படத்துக்கும் எந்த விதத்தில் தொடர்பு என்பதை நம்மால் புரிந்துகொள்ள முடியாவிட்டாலும் அப்பாஸ் இந்த கவிதையை எப்படியாக உள்வாங்கி அந்தக் கதையை செதுக்கிக்கொண்டார் என்பதன் மூலம் அவரது படைப்பாற்றலின் ஊற்றுக்கண்ணை நாம் கண்டுகொள்ள முடியும்.

1987ல் வெளியான இப்படம் அவரது திரைப்பட வரலாற்றின் திருப்புமுனை படம் என்று மட்டுமல்லாமல் ஈரானிய சினிமாவுக்கே புதிய வெளிச்சத்தை உலகம் முழுக்க பெற்றுத்தந்த படம் என்றும் கூட சொல்லலாம்.

ஈரானிய சினிமாவின் இன்னொரு திரைப்பட மேதையான மோஷன் மக்பல்ஃப் பின் தி சைக்ளீஸ்டும்(The Cyclist) இதே ஆண்டில்தான் வெளியானது.

இந்த இரண்டு படங்களும் உலகசினிமாக்களில் உண்டாக்கிய அதிர்வலைகள் காரணமாக தொடர்ந்து பல உலகப்படங்கள் ஈரானிய சினிமாவில்வெளியாகி உலகுக்கே அன்பையும் சகோதரத்துவத்தையும் சிறுவர்களின் அக உலகம் மூலமாக காண்பித்தது. ரே எப்படி பதேர் பாஞ் சாலிக்குப் பிறகு அபராஜிதோ (Aparajito), அபு சன்ஸார் (Apur sansar) என அபு ட்ரையாலாஜி எடுத்தாரோ அதேபோல அப்பாஸ் கியாரோஸ்தமியும் வேர் ஈஸ் மை ப்ரண்ட்ஸ் ஹோம் படத்தைத் தொடர்ந்து லைஃப் அண்ட் நத்திங் மோர் (Life and nothing more), த்ரூ தி ஆலீவ் ட்ரீஸ் (Through the olive trees) ஆகிய படங்களை இயக்கி அதற்கு கோக்கர் ட்ரையாலஜி என்றும் பெயர் சூட்டினார் .

அப்பாஸின் படங்களில் விமர்சகர்களால் பெரிதும் பாராட்டப்படும் படம் க்ளோஸ் அப் (close up).

1990ல் வெளியான இப்படத்தின் கதை மிகவும் சுவாரஸ்யமானது உண்மைச் சம்பவமும் கூட.உலகில் எதார்த்தத்திற்கு மிக நெருக்கமான படம் என்றால் அந்த பட்டியலில் முதல் படமாக இடம் பெறக்கூடிய படம் க்ளோஸ் அப்

ஈரானில் அப்பாஸ் கியாரோஸ்தமி போலவே புகழ்பெற்ற உலகசினிமாவின் இன்னொரு நட்சத்திர இயக்குனரான மோஷன் மக்பல்ஃப் போலத் தோற்றம் கொண்ட ஒருவன் எதேச்சயாக பேருந்தில் பயணிக்கும்போது அருகில் அமர்ந்திருக்கும் குடும்பப் பெண் அவனை உற்றுப் பார்க்கிறாள் . நீங்கள் பிரபல இயக்குனரான மக்பல்ஃப் தானே எனக்கேட்க அவனும் ஆமாம் என தலையசைக்கிறான். அப்படி ஆரம்பிக்கிற நாடகம் தொடர்ந்து அப்பெண்மணி கேட்கும் கேள்விகளுக்கேற்ப பதில் சொல்லி தான் மக்பல்ஃப்தான் என நம்ப வைக்கிறான். அவளுக்கோ மகிழ்ச்சி தாங்கவில்லை.உலகமே போற்றும் இயக்குனர் இயல்பாக பழகுகிறாரே என வியந்து தன் முகவரி கொடுத்து வீட்டுக்கு வரச்சொல்கிறாள். அவனும் வீட்டுக்கு வர, வீட்டார் விழுந்து விழுந்து உபசரிக்கின்றனர். அடுத்த படத்தை இயக்கப் பணமில்லை அதற்காகத்தான் அலைகிறேன் எனக்கூற அவர்கள் பணமும் கொடுத்து உதவுகின்றனர். பின்னர்தான் அவன் போலி மக்பல்ஃப் எனத் தெரிய வந்து விவகாரம் போலீசுக்கு செல்கிறது. அவனும் குற்றத்தை ஒப்புக்கொள்ள வழக்கு விசாரணைக்கு வருகிறது. நீதிமன்றத்தில் தீர்ப்புப் பெறுவதும் பின் ஒரிஜினல் மோஷன் மக்பல்பே அவனோடு சேர்ந்து அவனால் ஏமாற்றப்பட்ட குடும்பத்திற்கு வந்து சமாதானம் ஆவதும்தான் கதை.

உண்மையாக நடந்த இச்சம்பவத்தை அப்படியே அதே பாத்திரங்களைக் கொண்டு அதே இடத்தில் திரும்ப

நடிக்க வைத்து இயக்கினார். சில காட்சிகளை குறிப்பாக கோர்ட் விசாரணைக் காட்சிகளை நேரடியாக படம்பிடித்து இணைத்துள்ளார். இதனை படம்பிடிக்கும் அப்பாஸூம் படத்துக்குள் வருவார். விசாரணையைப் படம்பிடிக்க அவர் அரசாங்கத்திடம் கேட்கும் காட்சிமுதல் படம் முழுவதும் இதனை பார்த்துக்கொண்டிருக்கும் நாம் கூட சினிமாவில் இடம்பெறுகிறோமோ என ஐயத்தை உண்டாக்கும் வகையில் மிக நெருக்கமானப் படமாக அவர் இதை உருவாக்கியிருந்தார். ஒரு டாக்குமெண்ட்ரியை புனைவாக்கும் துல்லியம்தான் அப்பாஸின் மேதமை வெளிப்படும் இடம்.

இறுதிக்காட்சியில் ஒரிஜினல் மக்பல்ஃப் போலியை பின்னால் உட்காரவைத்து டூவீலர் ஓட்டிக்கொண்டு வருவார். பின்னால் உட்கார்ந்து வரும் போலி ஆசாமி கையில் ஒரு ரோஜா செடி இருக்கும்.

இந்தச் செடியை நடுவில் வைத்து இருவரது முகமும் க்ளோசப்பில் இருக்குமாறு காணப்படும் அந்த நீண்ட பாலோ ஷாட் நமக்குள் அன்பின் உடைப்பை நிகழ்த்தும். அதுதான் அப்பாஸின் இயக்கத்தின் மேதமை

பொதுவாக இது போன்ற உண்மைக்கு நெருக்கமான படம் பண்ணுபவர்கள் உணர்ச்சியை உருவாக்குவதில் பின் தங்கி விடுவார்கள். டிராமாவை அறவே வெறுப்பார்கள், ஆனால் அப்பாஸின் படங்களில் பெரும் பாறையில் சிறு செடி ஒன்று காற்றில் வேகமாக ஆடிக்கொண்டிருக்கும் அதுதான் அவரது படங்களின் தனிச்சிறப்பு.

பிற்பாடு ரோபர்ட்டோ ரோஸலினி, த்ரூஃபோ, பெலினி உள்ளிட்ட உலகின் சிறந்த இயக்குனர்களின் பேரால் வழங்கப்படும் அத்தனை விருதுகளையும் வாங்கினார். மட்டுமல்லாமல் சில்வர் லயன் வெனிஸ் விருது, மற்றும் கேன்ஸ் விருது ஆகியவற்றையும் பெற்று சிறப்புக்கு அரிய பல உயரங்களை அடைந்தார். 2016 ஜூலை 13ம் தேதி உடல்நிலை சரியில்லாமல் மருத்துவ சிகிச்சை பெறும் தருவாயில் முழுமையாக விடைபெற்றார்.

மோஷன் மக்பல்ஃப் Mohsen Makhmalbaf
(b.29 May 1957)

மக்பல்ஃபின் வாழ்க்கையே ஒரு மிகச்சிறந்த திரைப்படம். அவர்பட்ட துன்பங்கள், வலிகள், காயங்கள், பின் வெற்றிகள், மாலைகள், எதிர்ப்புகள், தடைகள், சொந்த நாட்டை விட்டு துரத்தப்படுத்தல், என மக்பல்ஃபின் வாழ்க்கையின் ஒவ்வொரு பக்கமும் ஒவ்வொரு நொடியும் ரத்தமும் சதையுமான வாழ்வை உள்ளடக்கியது.

மே 29 ஆம் தேதி 1957ஆம் வருடம் டெஹ்ரானில் பிறந்த மக்பல்ஃப் தன் பதினைந்தாம் வயதிலேயே அப்போது ஈரானை ஆண்ட முகமது ரசா பாஹ்லவியின் ஆட்சிக்கெதிரான கலகத்தில் பங்கெடுத்துக் கொண்டார். போராளிகளை அரசாங்கம் சுட்டுக் கலைத்த போது ஒரு தோட்டா இவரது காலை துளைத்தது. ஆயினும் போராட்டங்களில் புரட்சிகர நடவடிக்கைகளில் தொடர்ந்து ஈடுபட, அரசாங்கம் இவருக்கு நான்கு வருட தண்டனை கொடுத்து சிறையிலடைத்தது.

சிறையில் கிடைத்த நேரத்தை வாசிக்க பயன்படுத்திக் கொண்டார். புதிய வாசல்கள் திறந்தன, எழுத துவங்கினார் புத்தகங்கள் உருவாகின.

பின் திரைப்படத்துறைக்குள் நுழைந்து பயின்று திரைக் கதைகள் எழுத துவங்கினார்.

1983ல் முதல் படமாக பாய்காட்(Boycott) எனும் படத்தை இயக்கினார். புரட்சிக்கு முந்தைய காலக்கட்டத்தைச் சேர்ந்த இக்கதையின் நாயக பாத்திரத்தின் பெயர் வாலே, அரசாங்கத்துக்கு எதிராக புரட்சி செய்யும் இளைஞன் வாலே சிறைபிடிக்கப்பட்டு சிறையில் படும் துன்பங்கள், சித்ரவதைகள் இதுதான் கதை. இந்த கதை அவருடைய சொந்த வாழ்வில் பட்ட வேதனைகள் மற்றும் வலிகளின் தொகுப்புதான் என்பது அனைவரும் அறிந்தது. அதில் நாயகனாக வாலே பாத்திரத்தில் நடித்த நாயகன்தான் பிற்பாடு சில்ரன் ஆப் ஹெவன் எனும் ஒப்பற்ற காவியத்தின் மூலம் பல கோடி இதயங்களை கண்ணீரால் கரைந்துருக செய்த மகத்தான இயக்குனர் மஜித் மஜிதி.

மக்பல்ஃப் 1987ல் இயக்கிய தி சைக்ளீஸ்ட் (The Cyclist) தான் அவரை உலகப்புகழ்பெறச்செய்து உலக சினிமா அரங்கில் ஈரானின் கொடியை மீண்டும் அழுத்தமாக ஊன்றச் செய்தது.

சிறுவயதில் நம் கிராமங்களில் இடைவிடாமல் சைக்கிள் ஓட்டியபடி சாகசம் செய்து சர்க்கஸ் கட்டும் வித்தைக்காரனை பார்த்திருப்போம் .

சைக்கிளை விட்டு இறங்காமல் வித்தைகள் காட்டியபடி வட்டமாக சுற்றிக்கொண்டே இருப்பான், அவன் மனைவியும் மகளும் கூடி வேடிக்கைப் பார்க்கும் கூட்டத்தின் நடுவே தட்டை ஏந்தி வருவர்.

தி சைக்ளீஸ்டின் கதை இதுதான் இவர்கள் தான் பாத்திரங்கள் ஆப்கானிலிருந்து அகதியாக ஈரானுக்குள் வரும் நாயகன் வயிற்று வலியால் துடிக்கும் தன் மனைவியின் அறுவை சிகிச்சைக்காக பணம் திரட்டவேண்டி ஏழு பகல் ஏழு இரவு இடைவிடாமல் சைக்கிள் ஓட்டுகிறான்.

சுற்றியிருக்கும் கூட்டம் அவன் விழுந்து போட்டியில் தோற்று அவமானப்படும் கணத்துக்காக கண்கொட்டி பாம்புபோல கேலியும் கிண்டலுமாக பார்த்துக்கொண்டிருக்கிறது. இந்தச் சூழலில் அவன் அந்த பந்தயத்தை முடித்தானா மனைவிக்கு அறுவை சிகிச்சை நடந்ததா என்பது இறுதிக்காட்சி. இத்தாலிய நியோரியலிஸம் போலவே ஈரானிய சினிமாவின் இந்தப் புதிய எதார்த்த அலையும் சைக்கிளோடு உலக சினிமா பார்வையளனின் இதயத்தில் சுற்றத் துவங்கியது ஒரு

ஆச்சர்யமான ஒப்புமைவு. இப்படம் 1991ஆம் ஆண்டு ஹவாய் திரைப்பட விழாவில் சிறந்த படத்துக்கான விருதை பெற்றது மட்டுமல்லாமல் இத்தாலியின் ரிம்மிணி திரைப்பட விழாவிலும் பரிசை வென்றது. மேலும் அதே ஆண்டு சென்னையில் நடைபெற்ற இந்திய திரைப்பட விழாவிலும் பங்கேற்று பரவலான அலையை உருவாக்கியது.

தொடர்ந்து 1989ல் அப்பாஸ் கியாரோஸ்தமியின் வேர் ஈஸ் மை பிரண்ட் ஹோம் படமும் வெளியானதையொட்டி ஈரானிய சினிமா எனும் புதிய பதம் உலக சினிமாவில் பரபரப்பாக பேசு பொருளாகியது.

1990ல் இவர் இயக்கிய டைம் ஆப் லவ் (Time Of Love), ஏற்கனவே திருமணம் ஆன பெண்ணின் காதலை பற்றிய கதை. இந்த வில்லங்கமான கதையை ஈரான் அரசு தடைவிதித்து

முடக்கியது. மக்மல்பல்ஃப் பல ஆண்டுகளாக இதை திரையிட பலமாக போராடி இறுதியில் திரைப்பட விழாவில் மட்டும் திரையிட அனுமதி வாங்கினார்.

விழாவின் போது இப்படத்தைப் பார்க்க இரண்டு பகல் இரண்டு இரவு ஈரான் இளைஞர்கள் தியேட்டர் முன் காத்திருந்து படம் பார்த்தது வரலாறு.

மேலும் இதே பெயரில் அவர் நாவலாகவும் இக்கதையை எழுதி வெளியிட்டார். வழக்கமாக நாடுமுழுக்க 3000 பிரதிக்குக்குமேல் விற்பனையாகத புத்தகம் ஒரு லட்சத்துக்கும் அதிகமாக விற்று வரலாற்று சாதனை படைத்தது.தொடர்ந்து இவர் இயக்கிய தி ஆப்கான் ஆல்பபேர்ட் (The Afghan Al-phabet) எனும் டாக்குமெண்டரி படம் ஆப்கான் அகதி சிறுவர்களுக்கு ஈரானில் கல்வி மறுக்கப்படும் பிரச்சனையை

அலசியது . இப்படம் உண்டாக்கிய பாதிப்பின் காரணமாக ஏறக்குறைய 1200 ஆப்கான் அகதி சிறுவர்களும் மாணவர்களும் பள்ளியிலும் கல்லூரியிலும் சேர்த்துக்கொள்ளப்பட்டனர்.

தொடர்ந்து ஈரானில் சினிமா தோன்றிவளர்ந்த வரலாற்றை ஆவணமாக சிறந்த தொழில் நுட்பத்துடன் 1995ல் சலாம் சினிமா (Salam cinema) என்ற பெயரில் வெளியிட்டார். சினிமா நூற்றாண்டுக்கு ஈரானின் சமர்ப்பணமாக இதை செய்திருந்தார்.

அதில் பழைய படங்களின் காட்சிகளில் காணப்பட்ட சுதந்திர சித்தரிப்பு காரணமாக அப்படம் ஈரானில் தடை செய்யப்பட்டது.

1995ஆம் ஆண்டின் கான் திரைப்பட விழாவில் திரை யிடப்பட்டு மிகப்பெரிய பாரட்டையும் கைதட்டல் களையும் அள்ளிய இந்த ஆவணப்படம் அதன் மிகச்சிறந்த தொழில்நுட்ப பயன்பாடு காரணமாக அனைவராலும் போற்றப்பட்டது.

அதேவருடம் ம்யூனிச் திரைப்பட விழாவில் சிறந்த படத்துக்கான பரிசைப் பெற்றது. தொடர்ந்து உலகின் பல திரைப்படக் கல்லூரிகளில் ஆவணப்படங்களில் சிறந்த தொழிநுட்பப் பயன்பாட்டிற்கான படமாக திரையிடப்பட்டு வருகிறது.

அது சிறந்த ஆவணம் என்றால், 1996ல் வெளியான காப்பே ஆகச்சிறந்த கவித்துவத்தின் வெளிப்படாக அமைந்தது.

2001ல் அவர் இயக்கிய காந்தஹார் (Kandahar) ஆப்கான் பின்னணியை கதைக்களமாகக் கொண்டிருந்தது. உண்மை சம்பவத்தை அடிப்படையாக கொண்டு உருவாக்கப்பட்ட இப்படம் ஆப்கானில் வசிக்கும் மக்களின் துயர் மிகுந்த அரசியல் நெருக்கடிக்குள் சிக்கித்தவிக்கும் மரண வாழ்வை படம்பிடித்து காண்பித்தது.

2001ஆம் ஆண்டு கான் திரைப்பட விழாவின் போது பெரிதும் கவனத்தை ஈர்க்காத இந்த அரசியல் திரைப்படம் அமெரிக்காவின் இரட்டை கோபுரம் தகர்க்கப்பட்ட செப்டம்பர் 11 நிகழ்வுக்குப் பின் மிகுந்த முக்கியத்துவம் வாய்ந்த அரசியல் படமாக மாறியது.

மக்பல்ஃப் சினிமா இயக்குவது வெறும் கலை செயல்பாடு மட்டுமல்லாமல் அது சமூக செயல்பாடு,

அரசியல் செயல்பாடு என்பதில் திண்ணமாக இருந்தார். அதனாலேயே தான் கற்ற திரைப்பட வித்தையை தன் அடுத்த தலைமுறையும் முன்னெடுத்துச் செல்பவராகவும் தொடர்ந்து அடுத்த தலைமுறைக்கும் கற்றுத்தரும் உத்வேகத்துடன் ஒரு திரைப்படக் கல்லூரியை நிறுவினார்.

இதில் படித்த இரு பெண்கள் முக்கியமானப் படங்களை இயக்கி சரித்திரத்தில் இடம்பிடித்தனர்.

ஒருவர் சமீரா மக்பல்ஃப் (Samira Makhmalbaf) அவரது பதினேழு வயது மகள் இவர் இயக்கிய திஆப்பிள்(The Apple) படம்.

இதுவும் ஒரு உண்மைச்சம்பவத்தை அடிப்படையாகக் கொண்ட ஆவணப்படம். இதில் இரண்டு பெண் குழந்தைகள் பதினோரு வருடமாக வெளியுலமே தெரியாமல் வீட்டுக்குள்ளேயே கைகால் பூட்டப்பட்டு அடைக்கப்பட்டிருக்கும் அவலத்தை நமக்கு சொல்கிறது. குருட்டு அம்மாவும் வயதான தகப்பனும் சேர்ந்து அறியாமையால் செய்த இந்த கொடூரத்திலிருந்து அந்த குழந்தைகள் விடுவிக்கப்படுவதைப் பற்றிய இந்த படம் 1998ஆம் ஆண்டு வெளியாகி கான் திரைப்பட விழாவில் திரையிடப்பட்டது.

இப்படத்தில் அவருக்கு உதவியாக இருந்த பெண்ணும் அடுத்து ஒரு படத்தை இயக்கினார். அது வேறு யாருமல்ல சமீராவின் தாயாரும் மக்பல்ஃப்பின் மனைவியுமான மரியாஸ் மெச்கினி ஆவார்.

மகளிடம் உதவி இயக்குனராக பயின்ற இத்தாயானவர் 2000ஆம் ஆண்டு தி டே ஐ பிகம் எ வுமன் (The Day I Became a Women) என்ற படத்தை இயக்கி வெளியிட்டார். இப்படம் சிக்காக்கோ இண்டர்நேஷனல் திரைப்பட விழாவிலும் வெனிஸ் திரைப்பட விழாவில் யுனெஸ்கோ விருதும் பெற்றது.

மஜித் மஜிதி Majid Majidi

(b.17 April 1959)

உங்கள் வீட்டில் குழந்தைகளோ அல்லது பெரியவர்களோ இருந்தால் அவர்களுக்கு உலகத்தரத்தில் உன்னதமான ஒரே ஒரு சினிமா ஒன்றை காண்பிக்க விரும்பினால் அந்த சினிமாவானது அவர்களது ஒட்டு மொத்த வாழ்க்கைக்கும் பயனுள்ளதாக மாற்றவேண்டும் என நினைத்தால் அதற்கு தகுதியான ஒரே படம் சில்ரன் ஆப் ஹெவன் (Chilldren of Heaven).

உலக சினிமாவுக்கு ஈரானிய சினிமாக்கள் பெரும் கொடை என்றாலும் சில்ரன் ஆப் ஹெவன் மனித குலத்துக்கே ஒரு கொடை உலகின் ஆகச்சிறந்த இலக்கியப் படைப்பு எதற்கும் குறைவில்லாத அந்த அற்புத படைப்பை உருவாக்கியவர் ஈரான் இயக்குனர் மஜித் மஜிதி. பொதுவாகவே இவரது படங்கள் அனைத்துமே அன்பை, காதலை, மனித நேயத்தை பேசுபவை. தேசம், மொழி எல்லைக்கடந்து சினிமா ரசனையையும் கடந்து உலகின் எந்த மூலையில் இருக்கும் பாமரனுக்குள்ளும் ஊடுருவும் திறன் கொண்டவை. மஜித் மஜிதியின் படங்கள் அவர் உருவாக்கும் பாத்திரங்கள் ஈரானில் எங்கோ ஒரு வீதியில் யார் வீட்டின் கதவையோ தட்டினாலும் அது நம் வீடுதானோ என எண்ணச்செய்து கதவை நோக்கி நம் பார்வையை திருப்பச்செய்யும் அளவிற்கு அவை நம் வாழ்க்கையோடு நெருக்கமான உறவை கொண்டிருப்பவை. ஈரானில் டெஹ்ரான் நகரத்தில் 1958ல் பிறந்த மஜித் மஜிதி தன் பதினான்காம் வயதில் நாடகங்களில் நடிக்க ஆர்வம் காட்டினார் . பின் டெஹ்ரானில் .இன்ஸ்டிட்டியூட் ஆப் டிரமட்டிக் ஆர்ட்ஸ் கல்லூரியில் படித்துக்கொண்டே நடிப்பிலும் தொடர்ந்து ஆர்வம் காட்டி வந்தார். 1985 ல் மோஷன் மக்பல்ஃப் இயக்கத்தில் உருவான BOYCOTT படத்தில் நாயகனாக நடித்தார். தொடர்ந்து இயக்கத்தின் மீது ஆர்வம் கொண்ட மஜிதி பல குறும்படங்களையும் ஆவணப்படங்களையும் இயக்கி வந்தார். 1992ல் வெளியான Baduk இவருக்கு முதல் முழு நீளப்படமென்றாலும் அடுத்து இயக்கிய father (1996) தான் இவரை முழுமையாக அடையாளம் காட்டியது .

Father (1996)

நகரத்தில் கூலிவேலை செய்யும் பதினான்கு வயதேயான சிறுவன் மெஹ்ரல்லோ, விடுமுறைக்காக தன் கிராமத்துக்கு கிளம்புகிறான். அவன் அப்பா கொஞ்ச காலத்துக்கு முன்தான் விபத்தில் மரணமடைந்துவிட்டார். இதனால் ஒரு பொறுப்புமிக்க குடும்பத்தலைவனைப் போல அம்மாவுக்கும் மூன்று சின்னஞ்சிறு தங்கைகளுக்கும் தன் சம்பாத்தியத்தில் பொருட்களை வாங்கிக்கொண்டு ஆசையோடு வீட்டுக்கு வருகிறான். பேருந்திலிருந்து இறங்கி கிராமத்தை நோக்கி நடந்து போகும் போதே அதிர்ச்சி சேதி. அவன் யாரைத்தேடி செல்கிறானோ அந்த அவனது அம்மாவும் மூன்று தங்கைகளும் வீட்டில் இல்லை, யாரோ ஒரு போலீஸ் அவன் அம்மாவை கல்யாணம் செய்துகொண்டதாகவும் மூன்று தங்கைகளை அவன் வீட்டிற்கு கூட்டிப்போய்விட்டதாகவும் எதிரே வரும் நண்பன் லத்திப் கூற சிறுவன் மெஹ்ரல்லோவுக்கு அதிர்ச்சி. அம்மாவும் தங்கையும் இல்லை, இனி அவன் எங்கே போவான்? ஆசை ஆசையாய் வாங்கி வந்த பொருட்கள் எல்லாம் அர்த்தமிழந்து போய்விட்டன. ஆற்றாமையும் கோபமும் அவனை புரட்டிஎடுக்கிறது அவனால் இதைத் தாங்கிக்கொள்ள முடியவில்லை. அந்தப் போலீஸ் மீதும் அப்பாவுக்கு துரோகம் செய்துவிட்ட அம்மா மீதும் கோபம் கொந்தளிக்கிறது. ஆவேசத்துடன் அம்மாவின் புது கணவன் வீடு தேடிச் சென்று கோபத்துடன் கேட்க அவளோ தன் ஆபத்துக்காலத்தில் அவர்தான் உதவி செய்தார் எனக்

கூற "நான் சம்பாதிக்கத்தானே போனேன் அதற்குள் ஏன் அவசரப்பட்டாய்" என கோபத்துடன் திட்டுகிறான்.

பின் அந்தப் போலீஸ் வர, அவரிடம் தான் கொண்டு வந்த பணத்தையெல்லாம் காண்பித்து "இதை எடுத்துக்கொண்டு எனக்கு என் அம்மாவையும் தங்கையையும் திருப்பிக்கொடு" என கேட்கிறான். ஆனால் அவரோ அவனைச் சமாளித்து வீட்டுக்குள் வந்து தங்களுடன் வசிக்கும்படிகூற அவன் அவரைத் திட்டுகிறான். அவர் வீட்டில் இல்லாத சமயத்தில் அவன் தன் மூன்று தங்கைகளையும் தூக்கி வந்து மறைவிடத்தில் வசிக்க, அவன் அம்மாவும் புது தந்தையும் குழந்தைகளை காணாமல் பதறியடித்து இவனைத்தேடி வருகின்றனர். நண்பன் லத்திப் காட்டிக்கொடுக்க மூன்று குழந்தைகளையும் சண்டைப் போட்டு அவனிடமிருந்து அழைத்துச் செல்கின்றனர். இதனிடையே மாடிப்படியில் விழுந்து மெஹ்ரல்லோ காயமுற போலீஸ் தந்தை அவனை வீட்டுக்கு அழைத்து வந்து சிகிச்சை அளிக்கிறார்.

அப்படியும் மனம் கேளாத மெஹ்ரல்லோ அவரை பழிவாங்கும்பொருட்டு போலீசான அவரதுகைத்துப்பாக்கியை தூக்கிக்கொண்டு நகரத்துக்கு சென்றுவிடுகிறான். துப்பாக்கி பறிபோன போலீஸ், அதிகாரிகளுக்கு என்ன சொல்வது என்ற கோபத்தில் ஆவேசத்துடன் நகரத்துக்கு அவனைத்தேடி பைக்கில் புறப்பட்டுச்செல்கிறார்.

நகரத்தில் அவனைத் தேடிப்பிடித்து குண்டுகட்டாய் தூக்கிக்கொண்டு கிராமத்துக்கு வருகிறார். வரும்வழியில் நடக்கும் சில சம்பவங்களில் அந்த முரண்பட்ட இதயங்கள் எப்படி ஒன்று சேர்கின்றன என்பதே நெகிழ்வூட்டும் இறுதிக்காட்சி.

இந்தப் படத்தில் நடித்த அனைவருமே நடிப்புக்கு புதியவர்கள், சிறுவனாக நடித்த மெஹ்ரல்லோ தர்பூசணி பழங்களை தெருவில் விற்றுக்கொண்டிருக்கும் போது இயக்குனரால் கண்டுபிடிக்கப்பட்டவன். படப்பிடிப்பின் போது இப்படம் வெளியானபின் "என் வியாபாரம் சூடு பிடிக்கும் எல்லோரும் என்னிடம் பழம் வாங்குவார்கள் நான் பணக்காரன் ஆகப்போகிறேன்" என அவன் கூறி வந்தான். ஆனால் படம் வெளியாகியும் அவன் நிலை மாறவில்லை.

பிற்பாடு அவர் எடுத்த பாரன் (Baran) படத்திற்கு 18 வயது இளைஞனை தேடியபோது வேறு யாரும் கிடைக்காமல்

மீண்டும் இவன் தர்பூசணி பழக்கடைக்கே வந்து நடிக்க அழைத்துச் சென்றார்.

இந்தப் படம் மூலம் மஜித் மஜிதி ஈரானிய சினிமாவின் மகத்தான அலையை அடுத்த கட்டத்துக்கு உயர்த்திச் சென்றார். 1996ஆம் ஆண்டில் மட்டும், Crystal Simorgh Fajr Film Festival , San Sebastián International Film Festival , Torino International Festival of Young Cinema ஆகிய விழாக்களில் சிறந்த படத்துக்கான விருதைப் பெற்றது தொடர்ந்து 1997ஆம் ஆண்டு Golden Dolphin Festróia - Tróia International Film Festival மற்றும் 1998, 16th Ale Kino! Festival ஆகிய விழாக்களிலும் திரைக்கதை மற்றும் சிறந்த படங்களுக்கன பரிசுகளைப் பெற்றது.

தி சில்ரன் ஆப் ஹெவன். பாதர் படத்தைத் தொடர்ந்து அவரை பேருயரத்திற்கு அழைத்துச்சென்ற படம் தி சில்ரன் ஆப் ஹெவன். 1997ல் வெளியான இப்படம் முழுக்கவும் குழந்தைகளின் அக உலகம் சார்ந்த படமாக இருந்தாலும் அது இன்றைய உலகின் வயது வித்தியாசமில்லாமல் அனைத்து மனிதர்களுக்குள்ளும் இல்லாது போன விட்டுக்கொடுக்கும் மனப்பான்மையையும் தியாக உணர்ச்சியையும் அழுந்த பேசுகிறது. அலி, சாரா இருவரும் அண்ணன் தங்கைகள் ஒருநாள் சாராவின் ஷுவை தைக்க கொண்டுபோன அலி அதை ஒரு கடையில் தொலைத்துவிடுகிறான் . வீட்டிலோ கஷ்டகாலம் சொன்னால் அடிப்பார்கள் , அதனால் தங்கையிடம் இதை அப்பா அம்மாவிடம் சொல்ல வேண்டாம்

என கெஞ்சி கேட்டுக்கொள்கிறான் . அவளிடம் அதுவரை பள்ளிக்கு தன் ஷூவையே போட்டுக்கொள்ளுமாறு கூறுகிறான்.

ஈரானில் பெண்குழந்தைகளுக்கு காலையிலும் ஆண் குழந்தைகளுக்கு மாலையிலும் வகுப்புகள் நடக்கும்.அதனால் காலையில் சாரா அண்ணன் ஷூவை போட்டுக்கொண்டு ஓடுகிறாள். மதியம் அவள் திரும்பும் வழியில் ஒரு கழிவு நீர்சந்தில் புத்தக பையுடன் அலி காத்திருக்கிறான்.

பள்ளிவிட்டதும் சாரா ஓடிவர அவள் கால்களிடமிருந்து அவசரமாக தன் காலுக்கு ஷூவை மாற்றிக்கொண்டு அலி பள்ளிக்கு ஓடுகிறான்.

ஒவ்வொரு நாளும் அலி லேட்டாக பள்ளிக்கு அவசரமாக ஓடிவருவதை பார்த்துவிடும் தலைமை ஆசிரியர். அவனை எச்சரிக்கிறார், இப்போது அலி தங்கையிடம் பள்ளிவிட்டதும் சீக்கிரம் ஓடிவருமாறு கூறுகிறான். மறுநாள் சாரா அண்ணனுக்காக சீக்கிரமாக ஓடிவரும்போது ஷூ தவறி சாலையின் நடுவில் ஓடும் கால்வாய் நீரில் விழுந்துவிடுகிறது. பதட்டத்துடன் சாரா நீரை துரத்தியபடி ஷூவை எடுக்க ஓடுகிறாள். கடைசியில் சாரா போராடி அதனை எடுத்துக்கொண்டு அண்ணனை நோக்கி அவசரமாக ஓடிவருகிறாள்.

இதன் நடுவில் தங்கைக்காக காத்திருக்கும் அலி நேரமாவதால் தங்கையின் மேல் கோபத்தில் இருக்கிறான். அவளைத் திட்டியபடி அவசரமாக ஷூவை மாற்றிக்கொண்டு அலி பள்ளிக்கு ஓடுகிறான். இப்படி என்னதான் லேட்டாக வந்தாலும் அலி தேர்வில் முதல் மதிப்பெண் வாங்குகிறான். இதனால் அவனுக்கு பேனா பரிசாகக் கிடைக்க அதனை தங்கைக்குப் பரிசளிக்கிறான். ஒருநாள் சாரா வகுப்பில் இன்னொரு பெண்காலில் தன் ஷூ இருப்பதை பார்த்து விடுகிறாள். பள்ளிவிட்டதும் அண்ணனும் தங்கையும் அந்த குட்டிப் பெண்ணை பின்தொடர்ந்து செல்கின்றனர். அப்போது அந்த குட்டிப்பெண் குடும்பம் தங்களைவிட மிகவும் ஏழை என்பதை அறிகின்றனர். இதனால் அவளிடம் ஷூவை திருப்பிக்கேட்கும் திட்டத்தை கைவிடுகின்றனர்.

இதனிடையே ஒருநாள் அலி தந்தையுடன் நகரத்துக்கு செல்கிறான். தோட்ட வேலைகேட்டு அப்பா ஒவ்வொரு வீடாக படியேறுவதை பார்க்கிறான். பணத்துக்காக அவர்

படும் சிரமங்களை உணர்கிறான். ஷு பிரச்சனைத்தீர இனி என்ன தான் வழி என அவன் யோசிக்கிற போதுதான் பள்ளியில் அந்த மகிழ்ச்சியான அறிவிப்பு வருகிறது.

அது அனைத்து பள்ளிகளுக்கான ஓட்டடப்பந்தயப் போட்டி.அவனது மகிழ்ச்சிக்கு காரணம் அதில் மூன்றாவதுபரிசாக ஷு அறிவிக்கப் பட்டிருக்கிறது. அலி மகிழ்ச்சியுடன் போட்டியில் கலந்துகொண்டு அந்த மூன்றாவது பரிசான ஷுவை பெற்று தங்கைக்கு கொடுக்கவேண்டும் என நினைக்கிறான்.. போட்டிக்கான நாளும் வந்தது.

ஆயிரக்கணக்கில் மாணவர்கள் அந்த மாராத்தான் ஓட்டப் பந்தயத்தில் கலந்துகொள்கின்றனர்.போட்டி துவங்குகிறது. எப்படியாவது மூன்றாவது பரிசு வாங்கிவிடவேண்டும் என ஓடிய அலி யாரும் எதிர்பாராவிதமாக முதல் மாணவனாக ஓடிவந்து முதல்பரிசை பெறுகிறான். கைதட்டல் ஆரவாரம். கேமாரக்கள் அவனை மொய்க்கின்றன.

அனைவரும் அலியை பாராட்டுகிறார்கள். நடுவர்கள் அவனைச் சுற்றி கைகுலுக்க கூடுகிறார்கள். ஆனால் அலியோ தனக்கு மூன்றாவது பரிசு கிடைக்காமல் போய்விட்டதே என்று கவலைப்படுகிறான். முதல் பரிசு கோப்பை அவனுக்கு கொடுக்கப்படுகிறது. அவனை புகைப்படம் எடுக்க பத்திரிக்கையாளர் தலைநிமிரச் சொல்கிறார் ஆனால் ஷுகிடைக்காத சோகத்தில் அலியின் கண்கள் கலங்கி அழுகிறான். முதல் பரிசு வந்தாலே கொண்டாடும் மனித உலகில் மூன்றாவது பரிசு கிடைக்கவில்லையே என அழும் அலியின் ஏக்கத்தின் மூலம் நமக்குள் விரிவது அவனது தூய இதயம். மறுநாள் அவன் அப்பா இருவருக்கும் புது ஷு வாங்கி வருகிறார். அலியும் சாராவும் மீண்டும் மகிழ்ச்சியுடன் பள்ளிக்குச் செல்கின்றனர். பொருள் மட்டுமே பிரதானமாக கருதும் இந்த கார்பரேட் உலகில் சின்னஞ்சிறு இதயங்களுக்குள் ஊடாடும் மனித நேயத்தின் பெரும் விக சிப்பின் வழியாக கடவுளின் கரம் நம் இதயத்தை தீண்டுவதை படம் பார்க்கும் ஒவ்வொருவரும் உணரமுடியும். ஈரானிய சினிமாவை உலக

சினிமாவின் உச்சத்துக்கு அழைத்துச்சென்ற இப்படம் ஈரானில் இருந்து ஆஸ்கார் விருதுக்கு பரிந்துரைக்கப்பட்ட முதல் படம் எனும் பெயரையும் பெற்றது.

அனைவருமே இப்படம் சிறந்த வெளிநாட்டுப் படத்துக்கான பிரிவில் விருது கிடைக்கும் என்ற நிலையில் கடும் போட்டிக்கு பின் அந்த வருடம் ஆஸ்கர் விருதை இத்தாலிய திரைப்படம் 'life is beautiful' வென்றது.

பின்னாளில் மஜித் மஜிதி ஒரு பேட்டியில் இப்படி குறிப்பிடுகிறார். "அந்த வாழ்க்கையை அப்படியே பதிவு செய்வதற்கு காமிராவை மறைத்து வைத்து படம்பிடித்தோம். அப்படி எடுக்கும்போது சில தவறுகள் நேர்ந்தன. ஆனால் அவை எல்லாமே எதார்த்தமாகவே இருந்தன. முக்கிய கதாபாத்திரத்திற்கே காமிரா எங்கிருக்கிறது என்பது தெரியாது. அது இன்னும் இயல்பைத் தந்தது. படப்பிடிப்பு நடப்பதே தெரியாமல் படம் எடுப்பதென்பது ரொம்பவும் கஷ்டமானது. ஆனால் மிக எதார்த்தமான நடிப்பை அதில் பெறமுடியும்." சில விஷயங்கள் ஸ்க்ரிப்டில் இருக்காது. நடிக்கும்போது,

ஒளிப்பதிவு, இசை , சில உருவகக் காட்சிகள் இவற்றையெல்லாம் சேர்த்து பார்க்கும்போது வேறு ஒரு வடிவத்திற்கு வந்துவிடும். எனக்கு அப்படித்தான் நடக்கின்றன. என்கிறார். மேலும் ஈரானில் சினிமா சூழல் பற்றி குறிப்பிடும் போது "எங்களுடைய நாட்டில் வருடத்திற்கு 70 முதல் 80 படங்கள் வரை தயாரிக்கிறோம். அதில் 40 முதல் 50 படங்களே 'நடுநிலை' என்பதற்குள் வருகிறது. இங்கு நடுநிலை என்பது வெறும் பரபரப்புக்காகவும், பொழுது போக்குகாகவும் எடுக்கப்படுகிற படங்கள். அவை ஹாலிவுட் போல ஃபாஸ்ட் ஃபுட் வகை படங்கள். வெறும் பொழுதுபோக்கு என்பது தவிர வேறெந்த தாக்கத்தையும் ஏற்படுத்தாத படங்கள் அவை. பணம் சம்பாதிப்பது மட்டுமே அதன் நோக்கம். ஆனால் எங்களிடம் இருபது முதல் முப்பது இயக்குனர்கள் இருக்கிறார்கள். இவர்கள் தான் ஈரானின் கௌரவம். இந்தப் படங்களின் வெற்றி தான் ஈரானுக்கு வெளியே பேசப்படுகிறது. இந்த இயக்குனர்கள் வருடத்திற்கு 10 முதல் 15 நல்ல படங்களை எடுக்கிறார்கள். இவை மட்டுமே மற்ற நாடுகளில் திரையிடப்படுகிறது. பெரும்பாலும் இந்தப் படங்கள் திரைப்பட விழாக்களிலும், திரைப்பட சங்கங்களிலுமே காட்டப்படுகிறது. வெகு சொற்பமான படங்கள் தான் திரைப்பட சந்தைக்குள் வருகின்றன. இந்த சந்தைகளில் பங்கெடுப்பதில் தான் எங்களது உண்மையான வெற்றி இருக்கிறது." என்றும் கூறியுள்ளார்.

தி சில்ரன் ஆப் ஹெவன் படத்திற்கு பின் The Color of Paradise (Rang-e Khoda) *(1999)* — Baran (Rain) (2001)- என தொடர்ந்து அவர் இயக்கத்தில் வெளியான இரண்டு படங்களுமே மிகப்பெரிய வெற்றிகளை பெற்று உலகம் முழுக்க அனைவரது இதயங்களையும் கொள்ளைகொண்டது. குறிப்பாக பாரன் *2001*ஆம் ஆண்டு Montreal World Film Festival மற்றும் Gijón International Film Festival ஆகிய திரைப்பட விழாக்களில் சிறந்த படம் மற்றும் சிறந்த இயக்கத்திற்கான விருதைப் பெற்றது குறிப்பிடத்தக்கது.

இத்தனை சிறப்புப் பெற்ற இயக்குனர் இந்தியாவில் அதுவும் தமிழில் படம் இயக்குகிறார் என்பது தமிழுக்கு கிடைத்த கூடுதல் பெருமை. 2017ஆம் ஆண்டு மஜித் மஜிதி இயக்கிக் கொண்டிருக்கும் Beyond the Clouds—ஈரானிய மொழியுடன் தமிழ், இந்தி ஆகிய மொழிகளிலும் தயாராகிறது. இப்படத்திற்கு இசையமைப்பாளர் ஏ ஆர் ரகுமான் (A.R.Rahman). இவர் முன்னதாக 2009ஆம் ஆண்டு வெளியான ஸ்லம் டாக் மில்லியனர் ஆங்கிலப் படத்தின் இசைக் கோர்ப்புக்காக இரண்டு ஆஸ்கார் விருதுகள் உள்ளிட்ட அவ்வருடத்துக்கான பாஃப்டா, கோல்டன் க்ளோப் எனப் பல உயர்ந்த விருதுகளைப் பெற்று தமிழுக்கும் தமிழர்களுக்கும் உலக அரங்கில் பெருமை சேர்த்துள்ளார் என்பது குறிப்பிடத்தக்கது.

ஜாபர் பனாஹி Jafar Panahi (b.11 july 1960)

ஈரானின் தலைச் சிறந்த இயக்குனர்களான மோஷன் மக்பல்ஃப், அப்பாஸ் கியோரஸ்தமி, மற்றும் மஜித் மஜிதி ஆகியோருக்கு சற்றும் குறைவில்லாத உலகபுகழும் தரமும் கொண்டவர் ஜாபர் பனாஹி.

1960ஆம் ஆண்டு ஈரானின் மானே பகுதியில் மிகவும் ஏழ்மையான குடும்பத்தில் நான்கு சகோதரிகளுடன் ஒரே ஆணாக பிறந்தவர் ஜாபர் பனாஹி. சிறுவயதிலேயே அவரது தந்தையின் கெடுபிடி காரணமாக வீட்டுக்குத் தெரியாமல் சினிமாவுக்கு போய் வருவது அவருக்கு பிடித்த பொழுது போக்கு . அதன் கனவுமயமான உலகம் தொடர்ந்து சினிமா திரையரங்குகள் நோக்கி அவர் கால்களை ஓட வைத்தது. அதற்கான செலவுதொகையை அவரது சகோதரிகள் கொடுத்து வந்தனர். பதிலுக்கு அவர் தான் பார்த்து வந்த சினிமாவின் கதையை அவர்களுக்கு வீட்டில் அப்பா இல்லாதபோது கூறி மகிழ்விக்க வேண்டும்.

பெண்கள் சினிமாப் பார்க்க ஈரான் சமூகத்தில் கடும் எதிர்ப்பு இருந்ததே இதற்கு காரணம் ஒரு நாள் அவர் கையும் களவுமாகத் தியேட்டரில் தந்தையிடம் பிடிபட அங்கேயே வைத்து அவரது தந்தை இடுப்பு பெல்டால் விலாசித் தள்ளிவிட்டார். பின் மகனுக்குச் சினிமாவைக் காட்டிலும் நல்ல அறிவுள்ள பல விடயங்களை கற்றுக்கொள்ள Institute for the Intellectual Development of Children and Young Adults , எனும் இடத்தை பரிச்சயப்படுத்தினார். ஆனால் அங்குதான் அவருக்கு சினிமா வாழ்க்கையின் துவக்க புள்ளியே உண்டானது. அங்கு அடிக்கடி வந்து போன ஈரானின் புகழ்பெற்ற இயக்குனாரன அப்பாஸ் கியோரஸ்தமியின் பரிச்சயமும் அங்கு பார்க்க நேர்ந்த சில உலக சினிமாக்களும் அவரது வாழ்க்கையை முழுவதுமாக சினிமா எனும் கலையின் பால் திருப்பியது . குறிப்பாக அவர் அங்கு பார்த்த பை சைக்கிள் தீவ்ஸ் (Bi-cycle thieves) இத்தாலி திரைப்படம் சினிமா என்பது கனவு இல்லை உண்மை என உணர வைத்தது. பிறகு தனது 20ஆம் வயதில் இராணுவத்தில் சேர்ந்து ஈரான் ஈராக் போரில் கலந்து கொண்டு வீடியோ எடுப்பவராக பணிபுரிந்தார். போர் முடிந்தவுடன் டெஹ்ரானில் College of Cinema and TV கல்லூரியில் சேர்ந்து முறையாகப் பயிலத் துவங்கினார்.

அங்கு அவருக்கு நெருக்கமான Parviz Shahbazi பிற்பாடு அவர் எடுத்த The Fish (1991). திரைப்படத்திலும் அப்பாஸ் கியோரஸ்தமியின் Through the Olive Trees. படங்களிலும் உதவி இயக்குனராக பணி புரிந்தவர் 1995ல் The White Balloon படம் மூலம் இயக்குனராக அறிமுகமானார்.

The White Balloon

வெள்ளை பலூன் கதையின் நாயகி ஆறே வயதான குட்டிப்பெண் பெயர் ரசியா.. அவள் அம்மாவோடு கடைத்தெருவுக்கு போகும். வழியில் ஒரு கடையில் கண்ணாடிப் பெட்டிக்குள் தங்க மீன்கள் விற்கப்படுவதை பார்க்கிறாள். அதில் குறிப்பிட்ட ஒரு மீனைப் பார்த்ததும் ரசியாவுக்கு அதை வாங்கி வீட்டுக்கு எடுத்துப் போக ஆசை, ஆனால் விலை 100 டோமன். அவள் அம்மா அவளைத் திட்டி மீனை வாங்கித்தராமல் வீட்டுக்கு அழைத்து வந்துவிடுகிறாள். வீட்டுக்கு வந்த பின்பும் அவளுக்கு அந்த மீனின் மீதான ஆசை விடவில்லை வெளியில் விளையாடப்போன ஏழு வயது அண்ணன் அலி வீட்டுக்குவர அவனிடம்தான் அவனுக்கு வெள்ளை பலூன் தருவதாகவும் பதிலுக்கு அவள் கடையில் பார்த்த

அந்த குறிப்பிட்ட தங்க மீனை வாங்கித்தரவேண்டும் எனவும் ஒப்பந்தம் போடுகிறாள்.

ரசியா கேட்டு காசு தராத அம்மா அண்ணன் அலி போய் அவள் காதில் ரகசியமாய் கேட்டதும் 500 டோமனை (ஈரான் ரூபாய்) கொடுத்து மீத ரூபாய் எடுத்துவா என உத்தரவிடுகிறாள் ரசியாவும் கண்ணாடிக் குடுவை எடுத்துக் கொண்டு அதில் அம்மா கொடுத்த ரூபாயை போட்டுக் கொண்டு கடைத்தெருவுக்கு ஓடுகிறாள்.

ஓடிவந்து அதே கடைக்காரனிடம்தான் பார்த்த மீனை கேட்கிறாள் ஆரம்பத்தில் விலை ஏற்றிச் சொல்லும் கடைக்காரன் பின் மனமிறங்கி அதே 100 டோமனுக்கு ஒத்துக்கொண்டு பணம் தருமாறு கைநீட்ட இப்போது ரசியா கண்ணாடி குடுவைக்குள் கையை விட்டுப் பார்க்க அதிர்ச்சி குடுவையில் காசு இல்லை. ஆசையுடன் மீன் வாங்க வந்த ரசியாவுக்கு அழுகையாக வருகிறது. கடைக்காரன் “பாப்பா அழாதேம்மா வந்த வழியே போய் தேடிபாரும்மா கீழ எங்கனா விழுந்திருக்கும்” எனச் சொல்ல ரசியாவும் வந்த வழியாகவே அழுதுகொண்டே திரும்ப வருகிறாள்.

வரும்போது வழியில் கேக் கடையருகே சிறிதுநேரம் வேடிக்கை பார்த்தது நினைவுக்கு வரவே அங்கே போய் பார்க்க அவளது பணம் பூட்டிய ஒரு கடையின் அருகே கிடப்பதை ரஷியா பார்க்கிறாள். ஓடிப்போய் பணத்தை எடுப்பதற்குள் வேகமாக வந்த ஸ்கூட்டரால் பணம் பறந்து போய் ஒரு கடை வாசல் முன் கம்பிமேல் விழுகிறது பிறகு அது மெதுவாகக் கீழே தண்ணீரில்லாத கால்வாய்க்குள் விழுகிறது. கம்பிகளால் மூடப் பட்டிருக்கும் கால்வாயை எட்டிப் பார்க்கிறாள் ரசியா. உள்ளே பணம் விழுந்து கிடக்கிறது.

கவலையும் பயமும் அதிகரிக்க வேதனையோடு பணத்தை எடுக்க வழி தெரியாது திகைக்கிறாள். வெகு நேரமாகியும் வீடு திரும்பாத தங்கையை தேடி அலி அங்கு வருகிறான் அவனிடம் நடந்தவற்றை சொல்லி அழுகிறாள் ரசியா. கீழே கம்பிக்கடியில் கால்வாயில் விழுந்துகிடக்கும் பணத்தையும் காட்டுகிறாள். அவளைக் கண்டபடி திட்டுகிறான் அலி.

அம்மாவுக்கு என்ன பதில் சொல்றதுன்னு அண்ணனும் தங்கையும் கவலைப்படுகிறார்கள். அந்த வழியே வந்த இராணுவ வீரனும் இவர்களுக்கு உதவ முயற்சிக்கிறான்.

பணத்தை எடுக்க பல வித முயற்சிகள் எடுத்தும் ஒன்றும் பயனளிக்கவில்லை. பணத்தை எடுக்கவும் முடியவில்லை.

அப்போது பலூன் விற்கும் ஆப்கான் சிறுவன் ஒருவனை பார்த்ததும் அலிக்கு ஒரு ஐடியா உதிக்கிறது. அவன் பலூன்களை கட்டி வைத்துள்ள பெரிய குச்சியால் எடுத்து விடலாம் என்றெண்ணி அந்த குச்சியை வாங்கப்போக இவன் பலூனை திருடுகிறான் என நினைத்து அந்த பலூன் விக்கிறவன் ஓடி வந்து இவனை அடிக்கிறான். இரண்டுபேரும் கட்டிபிடித்து அங்கே சண்டை போட, பிறகுதான் பலூன் விற்கும் பையனுக்கு ரூபா நோட்டு கீழ விழுந்துக் கிடக்கற விஷயம் தெரிய வருகிறது. இப்போது அவனும் குச்சியை விட்டுப் பார்க்கிறான். அதுவும் நடக்கவில்லை. பபுள்கம் மாதிரி ஏதாவது ஒட்டற பொருள் இருந்தா அதை வைத்து எடுக்கலாம் என்று யோசனை சொல்கிறாள் ரசியா. பபுள்கம் வாங்ககூட இருவரிடம் கையில் ஒரு பைசா கூட இல்லை. பலூன் விற்பவனிடமே கடனாக கேட்கிறான் அண்ணன். அவனும் இப்போது தான் விற்பனைக்கு வந்ததாகவும் இன்னும் போணியாகாததால் கையில்காசு இல்லை என்று கூறிவிட்டு நடையை கட்டுகிறான். இப்ப மழை வேற வர்றா மாதிரி இருட்டிக்கிட்டே போக,இயற்கையும் தங்களுக்கு எதிராக சதி செய்வதாய் குழம்பி போகிறார்கள் அண்ணனும் தங்கையும் வேற வழியே இல்லாமல் ரெண்டு பேரும் சோகமா உட்கார்ந்திருக்க அப்போது பலூன் விற்கும் பையன் பலூன்களை விற்றுவிட்டு அந்த காசில் பபுள்கம் வாங்கிக்கொண்டு ஒரே ஒரு வெள்ளை பலூனுடன் வருகிறான் அவனைப் பார்த்ததும் ரெண்டு பேருக்கும் பயங்கராமான சந்தோஷம்.

மூணுபேரும் நல்லா சந்தோஷமாக சிரித்துக்கொண்டே பபுள்கம்மை வாயில் போட்டு நன்றாக மென்று அதை எடுத்து குச்சி முனையில் ஒட்டி கம்பிக்குள் விட்டு தண்ணியில்லாத கால்வாயில் இருந்து போராடி பணத்தை எடுக்கிறார்கள். உலகையே வென்றுவிட்ட மகிழ்ச்சியில் இருவரும் ஓடிச்சென்று 100 ரூபாய்க்கு ரசியா விரும்பிய தங்க மீனை வாங்க ஓடிப்போக இப்போது அந்த ஒற்றை பலூனுடன் ஆப்கான் சிறுவன் தனியாக நடந்து செல்வதுடன் படம் முடிகிறது. அண்டை நாடான ஆப்கானில் தொடர்ந்து கலவரங்கள் நடக்கவே அங்கிருந்து மக்கள் அகதிகளாய் ஈரானுக்கு வருகின்றனர். அரசாங்கம் அவர்களை முழுமையாக ஏற்காத

நிலையில் அவர்களை மனிதநேயத்தோடு பார்ப்பது தான் அந்த இறுதிக்காட்சி நமக்கு சொல்ல வரும் சேதி.

விருதுகள்

படம் வெளியாகி ஈரானின் அனைத்து திரைப்பட விழாக்களிலும் பல சிறப்பு பரிசுகளை வென்ற கையோடு வெளிநாடுகளிலும் சிறந்த வரவேற்பைப் பெற்றது சிறந்த ஒளிப்பதிவுக்கான விருதை பிரான்சின் *1995* Cannes Film Festival, சிறந்த படத்துக்கான தங்க விருதை Tokyo International Film Festival 1995 மற்றும் São Paulo International Film Festival என பல விழாக்களில் சிறந்த படத்துக்கான விருதுகளையும் அங்கீகாரத்தையும் அள்ளிகுவித்தது இத்திரைப்படம்.

அந்த வருடத்துக்கான சிறந்த வெளிநாட்டுப் படத்துக்கான பிரிவில் ஆஸ்கார் விருதுக்கு போட்டியிடத் தேர்வு செய்யப்பட்ட நிலையில் ஈரான் அமெரிக்காவுடன் அரசியல் மோதல் காரணமாக ஆஸ்கார் அறிவிப்பிலிருந்து இப்படத்தை நீக்கும்படி கேட்டுக்கொள்ள விருது கமிட்டி மறுத்துவிட்டது.

தொடர்ந்து அமெரிக்காவின் Sundance Film Festival விழாவிலும் ஜாபர் பனாஹி கலந்துகொள்ளக்கூடாது என தடை விதித்தது.

வெள்ளை பலூனை தொடர்ந்து ஜாபர் பனாஹி The Mirror (1997) The Circle (2000), Crimson Gold (2003), Offside (2006) ஆகிய படங்களை இயக்கி வெளியிட்டார்.

சர்ச்சை வழக்குத் தடை கைது நடவடிக்கைகள்

மனித உரிமை பிரச்சனைகளும் அதிகார நெருக்கடியும் மிகுந்த ஈரானில் கருத்து சுதந்திரத்துடன் ஒருவன் வாழ நினைப்பது மரணத்தோடு விளையாடும் பார் விளையாட்டைப் போன்றது. ஆனால் ஜாபர் பனாஹி எனும் கலைஞன் தன் வாழ்நாள் முழுவதும் திரைப்படம் எடுப்பது போலவே மனித உரிமைகளுக்காகவும் அதிகார நெருக்கடிகளுக்கெதிராகவும் தொடர்ந்து துணிச்சலோடு குரல் கொடுத்து வந்திருக்கிறார். சினிமாவை வெறும் கலையாக மட்டும் பார்க்காமல் மனிதகுல விடுதலைக்கான கருவியாகவும் தொடர்ந்து பயன்படுத்தி வந்த தனிபெரும் கலைஞன் ஜாபர் பனாஹி. அரசுக்கு எதிரான பிரச்சாரம் செய்கிறார் எனக்கூறி மார்ச் 2010ல் ஈரான் அரசாங்கம் மனைவி குழந்தைகள் மற்றும் நண்பர்கள் பதினைந்து பேருடன் இவரை கைதுசெய்து சிறையிலடைக்க அறிஞர்கள், மனித உரிமை ஆவலர்கள், என பலரும் ஈரான் அரசுக்கு எதிராக போர்க்குரல் கொடுத்து அவரை விடுவிக்கப் போராடினர்.

Paul Thomas Anderson , Joel & Ethan Coen, Francis Ford Coppola , Jonathan Demme, Robert De Niro, Curtis Hanson, Jim Jarmusch, Ang Lee , Richard Linklater, Terrence Malick, Michael Moore, Robert Redford , Martin Scorsese, James Schamus, Paul Schrader, Steven Soderbergh, Steven Spielberg , Oliver Stone, and Frederick Wiseman அமெரிக்காவின் உலக புகழ் இயக்குனர்களுடன் உலகப் புகழ்பெற்ற திரைப்பட விழக்களான Federation of European Film Directors, European Film Academy, Asia Pacific Screen Awards, Network for the Promotion of Asian Cinema, Berlin Film Festival, Karlovy Vary International Film Festival, International Film Festival Rotterdam Febiofest National Society of Film Critics , Toronto Film Critics Association and Turkish Cinema Council. போன்ற அமைப்புகளும் பனாஹின் கைது நடவடிக்கைக்கு கண்டனம் தெரிவித்து கையெழுத்திட்டு கூட்டறிக்கையை ஈரான் அரசுக்கு அனுப்பி வைத்து அவரை விடுவிக்க கோரிக்கை வைத்தனர். சென்னையில் கூட ஜாபர் பானாஹியின் விடுதலைக்காக கூட்டம் நடத்தபட்டதும் குறிப்பிடத்தக்கது.

ஒரு திரைப்பட இயக்குனரை விடுவிக்க உலகமே திரண்டது. உலக சினிமா வரலாற்றில் ஜாபர் பனாஹி ஒருவருக்கு மட்டுமே நிகழ்ந்த அதிசய வரலாறு. இதனைத்தொடர்ந்து மே 25ஆம் தேதி ஜாபர் பனாஹி 2,00,000, டாலர் பிணைத்தொகைக்கு

விடுவிக்கப்பட்டார். பின் மீண்டும் 2010, டிசம்பர் மாதம் கைது செய்யப்பட்ட ஜாபர் பனாஹி அடுத்த 20 வருடங்களுக்கு திரைப்படம் எடுப்பது,திரைக்கதை எழுதுவது பேட்டி கொடுப்பது ஆகிய காரியங்களை செய்ய அரசாங்கம் தடை விதித்தது.பின் 2011ல் அவருக்கு விதித்த தடையையும் தண்டனையையும் ரத்து செய்து வீட்டுக்காவலில் வைக்க உத்தரவிட்டது . பின் அவர் சுதந்திரமாக நடமாட அனுமதித்த அரசாங்கம் பனாஹி ஈரானை விட்டு வெளியேற தடை விதித்தது.

This Is Not a Film (2011)

இவ்வளவு பிரச்சனைகளிடையே வீட்டுக்காவலில் இருக்கும் போதே அவர் எடுத்த டாக்குமெண்டரி படம் தான் இந்த திஸ் இஸ் நாட் அ பிலிம் (this is not a flim) வீட்டின் பால்கனியில் இருந்துகொண்டே தொலைக்காட்சி பார்ப்பது செய்திதாள்களை படிப்பது போன்ற காட்சிகளுடன் தன் வீட்டு வாழ்க்கையைப் பற்றியும் தான் எடுக்கப்போய் பாதியில் நின்ற படம் பற்றியும் நண்பர் ஒருவரது ஐ போன் மூலமாக எடுத்து அதை ரகசியமாக எடிட்செய்து படத்தை முழுவதுமாக முடித்தார்.முடித்தப் படத்தை ஒரு pendriveல் சேமித்து அதை கேக்கினுள் ஒளித்து பிரான்ஸ் கான் விருதுக்கு ரகசியமாக அனுப்பி வைக்கப்பட்ட அப்படம், கடைசி நேர அறிவிப்போடு கான் விருது விழாவில் திரையிடப்பட்டு ஈரானையே அதிர்ச்சிக்குள்ளாக்கியது.

உடன் இதே படம் அந்த வருட ஆஸ்கார் விருதுக்காக சிறந்த டாக்குமண்டரி படங்களில் ஒன்றாகவும் தேர்வு செய்யப்பட்டது. வல்லவனுக்கு புல்லும் ஆயுதம் என்பது போல வாழ்வின் நெருக்கடியான காலக்கட்டத்திலும் தன்னால் ஒரு படத்தை எடுத்து அதன்மூலம் சினிமா என்பது மகத்தான அரசியல் கருவி என்பதை நிரூபித்தார் ஜாபர் பனாஹி.

Taxi (2015)

தொடர்ந்து டெஹ்ரானை விட்டு வெளியேற முடியாத சூழலில் காருக்குள் காமிராவை ஒளித்துவைத்தபடி டெஹ்ரானை சுற்றி அவர் காரில் வலம் வந்தபடி ஒரு படத்தை எடுத்து, அவர் 65 வது பெர்லின் விழாவுக்கு அனுப்ப அந்த படமும் பெர்லின் திரைப்பட விழாவில் சிறந்தப் படத்துக்கான தங்கக்கரடி விருதை அவருக்குப் பெற்றுத்

தந்தது. 2000க்குப் பிறகு ஈரானில் பல முக்கிய இயக்குனர்கள் திரைப்படவிழாக்களில் தங்கள் படைப்புகளுக்கு விருதுகளை அள்ளினாலும் அவர்களுள் அப்சார் பர்ஹாடி மிக முக்கியமான இயக்குனர். 2011ல் வெளியான அவரது A Separation வெளிநாட்டுப் படங்களுக்கான ஆஸ்கார் விருதைப் பெற்றது தொடர்ந்து அதன் தொடர்ச்சியாக 2013ல் The Past 2016 The Salesman ஆகிய படங்கள் வெளியாகி அவையும் கோல்டன் க்ளோப் ஆஸ்கார் விருதுகளை முறையே பெற்றிருக்கின்றன.

சீனா

சீன சினிமா

சீன சினிமா என்பது மூன்று வெவ்வேறு பிரிவுகளை உள்ளடக்கியது முதலாவது மெயின் லேண்ட் எனப்படும் சீன சினிமா, இரண்டாவது பிரிட்டிஷ் கட்டுப்பாட்டில் வளர்ந்த ஹாங்காங் சினிமா, மூன்றாவது தைவான் சினிமா.மூன்று நிலப்பரப்பு சினிமாக்களும் சீன சினிமா என்ற வரையறைக்குள்ளிருந்தாலும் மூன்றும் வெவ்வேறான குணங்களை வெவ்வேறான சினிமாக்களை வெவ்வேறு சிறந்த இயக்குனர்களையே உலக சினிமாவுக்கு நல்கியுள்ளது.

சீன சினிமா துவக்க காலம்

உலகம் முழுக்க சினிமாவைக் காட்டிய லூமியர் சகோதரர்கள் சீனாவின் ஷங்காய் நகரத்துக்குள்ளும் நுழைந்து 1896ல் சினிமாவை அறிமுகப்படுத்தி அதிசயிக்க வைத்தனர். அதுவரை shadow majic (நிழல் கூத்து) எனப்படும் பாரம்பரிய பொழுதுபோக்கு காட்சிகள் தான் அனைத்து தேனீர் விடுதிகளிலும் இயங்கி வந்தன . சினிமா வந்தப்பின் அந்த இடங்களை ஆக்ரமிக்கதுவங்கின . 1913ல் தான் முதல் சினிமா சீனாவில் எடுக்கப்பட்டது The Difficult Couple (Nanfu nanqi) என்பது படத்தின் பெயர்.

1920 முதல் 1930 வரையிலான இக்காலத்தில் 180க்கும் அதிகமான சினிமா கம்பெனிகள் இஷ்டத்துக்கு படங்களை

எடுத்து தள்ளின பற்றாக்குறைக்கு ஹாலிவுட் சினிமாக்கள் வேறு மார்கெட்டைப் பிடித்தன. எல்லாம் 1932ல் ஜப்பான் இராணுவம் சீனாவுக்குள் நுழையும் வரை. ஜப்பான் இராணுவத்தால் துவம்சம் ஆக்கப்பட்ட சீனா தன் நிலையை உணர்ந்து இனி பொழுது போக்குக்கே இடம் கிடையாது. சினிமா என்றால் அது பயனுள்ள விஷயங்களுக்கு மட்டும்தான் என திட்டவட்டமாக முடிவுக்கு வந்தது. அதுவரை ஷங்காயில் குப்பைக் கொட்டிய படக்கம்பெனிகள் அனைத்தும் மூட்டை முடிச்சுகளுடன் ஹாங்காங் நோக்கி ஓட சீன சினிமா இடது சாரி இயக்கங்களின் கட்டுப்பாட்டுக்குள் வந்தது .

சீன சினிமாவின் பொற்காலம்

1930 முதல் 1940 வரைக்குட்பட்ட இந்த காலம்தான் சீன சினிமாவின் பொற்காலம் என விமர்சகர்களால் வர்ணிக்கப் படுகிறது. முழுக்க படித்த முற்போக்கு சிந்தனைக்கொண்ட இளைஞர்கள் சினிமாவை கைப்பற்றி புது வடிவத்துக்கு கொண்டு வந்தனர் சீனாவில் அப்போது நிலவிவந்த எதேச்சதிகாரம் மக்களின் வாழ்வில் பெரும் வறுமையில் கொண்டு வந்து நிறுத்தியிருந்தது. இதனை அவர்கள் அழகியலோடு பிரதிபலித்து சிறந்த எதார்த்த அழகியல் படங்களால் உருவாக்கினர். The Highway (1934) and Street Angel (1937) போன்ற முக்கியத் திரைப்படங்கள் மக்களை வசீகரித்தன.

இத்தாலியின் நியோரியலிஸத்துக்கு முன்பே சீனர்கள் எதார்த்தத்தின் அழகியலை சினிமாவுக்குள் கொண்டு வந்தாலும் அது ஏனோ வரலாற்றில் முக்கியத்துவம் பெறவில்லை .

ருவான் லிங்க்யூ Ruan Lingyu (26 April 1910 - 8 March 1935)

சீனா சினிமாவின் இந்த பொற்கால யுகத்தில் பெண்கள் அதீக முக்கியத்துவம் பெற்றனர். ஆணாதிக்கத்தின் உச்சநிலையில் மூடுண்டு கிடந்த சீன சமூகத்தை படித்த இளைஞர்கள் அடித்து நொறுக்கினர். சீனாவில் அப்போது இயங்கி வந்த தேசியவாதி மற்றும் கம்யூனிஸ்ட் ஆகிய இரு பெரும் கட்சிகளும் பெண்களின் முன்னேற்றத்தில் தீவிர பங்களிப்பை செலுத்தின.

இக்காலத்தில் பல பெண் நடிகைகள் கடவுளர்களாகவும் தேவதைகளாகவும் வணங்கப்பட்டனர். அவர்களுள் சீனர்களின் இதயத்தில் கிரேட்ட கார்பாவாக நீங்கா இடம்பிடித்த நடிகை ருவான் லிங்க்யூ The Goddess (1934) and New Women (1935)ஆகிய படங்கள் மூலம் உச்ச நட்சத்திரமாக பிரகாசித்தார். இவரைப் போல ஒரு தேசமே கொண்டாடிய நடிகை உலகில் வேறு யாருமே இல்லை எனலாம்.இதனாலேயே இவரது தனிப்பட்ட வாழ்வு பெரும் சிக்கலுக்கு ஆளானது. மக்கள் அவர் தும்மினாலும் ஆயிரத்தெட்டு கதைகளை பேசினர். அவர் சினிமா வாழ்க்கையையும் தனிப்பட்ட வாழ்க்கையையும் பிரித்து வாழ விரும்பினார், ஆனால் அவரது அதீத புகழே அவரை 24 வயதில் தற்கொலை செய்ய வைத்தது.

சீனாவையே பெரும் துயரத்தில் ஆழ்த்தியது. gossib is fear full thing இதுதான் அவர் கடைசியாக எழுதிவிட்டுப் போன மரணக்குறிப்பு. இந்தியா உள்ளிட்ட கிழைத்தேய சமூகங்களில், ஒரு பெண்ணின் உடல் அவளுக்கு சொந்தமில்லை சமூகம் அந்த உடலுக்கு பூட்டை போட்டு சாவியை தன் மூளைக்குள் ஒளித்துக்கொள்கிறது. இதுதான் பல நடிகைகளை தற்கொலை செய்ய வைக்கிறது. ருவான் லிங்க்யூவின் மரண செய்தியும் இறுதி சடங்கும் அமெரிக்காவின் நியூயார்க் டைம்ஸில் பிரசுரமாயின. மூன்று மைல் நீளத்திற்கு அவரது இறுதிசடங்கு ஊர்வலம் இருந்தது சீனாவின் முக்கியமான சாதனை நிகழ்வுகளில் ருவான் லிங்க்யூவின் மரண ஊர்வலமும் ஒன்று. 1992ல் ருவான் லிங்க்யூவின் வாழ்க்கை ஹாங்காங்கில் ஸ்டான்லி க்வான் என்பவர் சினிமாவாக எடுத்து லிங்க்யூவின் புகழை நூற்றாண்டு நோக்கி நீட்டித்தார்.

玲玉女士

சீனாவின் இரண்டாவது பொற்காலம் 1937-1939

இக்காலத்தில் சீன சினிமாவில் முக்கியமான இரண்டு திரைப்படங்கள் மக்களிடையே மிகுந்த வரவேற்பை பெற்றன.. அவைCai Chusheng's எனும் இயக்குனரின் The Spring River Flows East 1947 மற்றும் இயக்குனர் Fei Mu' M¡ Spring in a Small Town of 1948 .

இந்த இரண்டு பொற்காலங்களுக்குப் பிறகு சீன சினிமா அடுத்த முப்பது வருடங்களுக்கு பெரும் இறுக்கத்தை சந்தித்தது. குறிப்பாக மாவோ அவர்கள் சீன அதிபராக பொறுப்பேற்ற பின் அவர் 1976ல் இறக்கும் வரையிலான காலகட்டம் சினிமாவில் கலை பின்னுக்கு போய் அரசியலும் அவரது கட்சி பிரச்சாரமும் முன்னுக்கு வந்தது. குறிப்பாக 1966ல் அவர் அறிவித்த கலாச்சாரப்புரட்சி.

கலாச்சாரப் புரட்சி

சீன வரலாற்றில் மிக முக்கியமான காலகட்டமாக கருதப்படுவது இந்த கலாச்சாரப் புரட்சி. சீனாவில் நகர வாழ்க்கையின் மக்கள் கல்வி மற்றும் வாழ்க்கை தரத்தில் உயர்ந்த அளவுக்கு பெரும்பகுதியாக இருந்த கிராம மக்கள் முன்னேறவில்லை. அவர்கள் பெரும்பாலோர் பழமைவாத மனோபாவத்தையே கொண்டு ஏழ்மையிலும் வறுமையிலும் திளைத்து வந்தனர். குறிப்பாக எல்லையோர கிராமங்களின் இந்த பழமை மனோபாவம்தான் ஜப்பானியர்கள் தொடர்ந்து ஊடுருவி சீனாவுக்கு பெரும் சேதத்தை விளைவிக்க காரணமாக இருந்தது.

சீன வரலாற்றில் ஜப்பானியர்கள் ஊடுருவால் நிகழ்ந்த ரத்த வேதனைகள் சொல்லிமாளாது.ஜப்பானியர்களை எதிர்கொள்வதும் அவர்களிடமிருந்து சீனாவை காப்பற்றுவதுமே ஆட்சியாளர்களுக்கு பெரும் தலைவலியாக இருந்து வந்தது அறுபதுக்குப் பின் சீன அரசியலில் பெரும் புயலாக நுழைந்த மாவோ சீனாவை முன்னேற்றப்பாதைக்கு கொண்டுவர கிராமங்களை குறிவைத்தார். காரணம் கிராமங்களில் நிலவிவந்த பெரும் நிலச்சுவாந்தார்களின் அதிகாரம்.கிராமத்தினருக்கு கல்வியறிவு மட்டும் முழுமையாக கொடுத்துவிட்டால் விடுதலையுணர்வும் தேசப்பற்றும் தானாக அவர்களிடம் வீறுகொண்டு எழும் அது சீனாவை எதிர்காலத்தில் அசைக்க முடியாத பெரும் சக்தியாக மாற்றும் என முடிவு செய்தார். ஆனால் இதற்கு நகரத்தில்

படித்த அறிவுஜீவிகள் மத்தியில் கடும் எதிர்ப்பு உண்டானது. மேலும் கிராமங்களை அடிமைப்படுத்தி வைத்திருந்த பெரும் நிலச்சுவாந்தர்கள் கடுமையாக எதிர்த்தனர்.

இந்த எதிர்ப்பை சமாளிக்க அவர் உருவாக்கியதே செஞ் சேனைப்படை

இந்த செஞ்சேனைப் படையில் சேர படித்தநகரத்து இளைஞர்களுக்கு மாவோ அறைகூவல் விட்டார். அவரது செஞ்சேனையில் சேர்ந்து தேச சேவை செய்ய வலியுறுத்திய மாவோ அவர்களை கிராமங்களுக்கு அனுப்பி அங்கு மக்களின் அறியாமை இருளைப் போக்கி மூடப்பழக்கங்களை விரட்டி பள்ளிக்கூடங்களை உருவாக்கி அறிவை புகட்டவும் முற்போக்கான சிந்தனைகளை வளர்க்கவும் உத்தரவிட்டார். இதற்கு இளைஞர்கள் தயாராகினர் ஆனால் நகரத்து தாய் தந்தையர் மகன்களை பிரிய அனுமதிக்கவில்லை.

சீனாவின் பலமே அவர்களது பலமான குடும்ப உறவுகள் தான். ஆசியாவில் இந்தியர்களைப் போலவே இறுக்கமான குடும்ப உறவுகளைக் கொண்டது சீனா. எனவே நகரத்து சீனர்கள் இதற்கு எளிதில் இசைய மறுத்தது. தங்களது

பிள்ளைகளை செஞ்சேனைக்கு அனுப்ப மறுத்தனர். இதனால் மாவோ மாணவர்களுக்கு குடும்ப உறவுகளை விடவும் சமூகபற்றே முதன்மையானது என வலியுறுத்தி அவர்களை பொது வாழ்வில் ஈடுபட இதை சட்டமாகவே கொண்டு வந்து இதற்கு ஒத்துழைக்காதவர்களுக்கு கடும் தண்டனைகளை வழங்க உத்தரவிட்டார்.

இந்த அவரது கடுமையான நடவடிக்கையே கலாச்சாரப் புரட்சிஎனசீனாவரலாற்றில்அறியப்படுகிறது.இந்தகலாச்சாரப் புரட்சி காலத்தில் மாவோவின் அரசு மிகக்கடுமையாக நடந்து கொண்டாலும் நிலச்சுவாந்தார்களிடம் அடிமையாகக் கிடந்த பழமைவாத சீனாவை வெளிக்கொண்டுவந்து கல்வி, பெண் முன்னேற்றம், விவசாயம், அறிவியல், மருத்துவம், என பல துறைகளில் சீனா முனேற்றப்பாதையில் பீடுநடை போட காரணமாக அமைந்தது.

ஆகவே அப்படிப்பட்ட இந்த கலச்சாரப்புரட்சியில் ஈடுபட செஞ்சேனை பிரிவில் கிராமத்து இளைஞர்களை ஈடுபட பெற்றோரின் அன்பை விட தேசத்தின் அன்பே பெரிது எனும் அவர் அந்த உத்தரவை ஏற்று பல லட்சம் நகர இளைஞர்கள் கிராமங்களை நோக்கிச் சென்றனர் இன்று நாம் காணும் புதிய சீனாவை வடிவமைத்ததில்

அந்த லட்சக்கணக்கான இளைஞர்களின் தியாகமும் இலட்சக்கணக்கான பெற்றோர்களின் கண்ணீரும் தான் ஒரு காரணம் அதே சமயம் இக்காலத்தில் பல விபரீதங்களும் சீனாவில் நடந்தன.

குறிப்பாககலைகளும் கலைஞர்களும் ஒடுக்கப்பட்டனர். கலாச்சாரப்புரட்சியை எதிர்த்த அறிவுஜீவிகள் ஆயிரகணக்கில் கொல்லப்பட்டனர். இந்த ஒடுக்குதலில் கலை, இலக்கியம், ஆகியவையும் முடக்கப்பட்டன சினிமாவும் இதில் சிக்கி முற்றாக உருக்குலைந்தது.

குறிப்பாக அதுவரை வெளியான திரைப்படங்கள் அனைத்தும் தடை செய்யப்பட்டு கட்சியின் கொள்கையை பிரகடனப்படுத்தும் படங்கள் மட்டும் அனுமதிக்கப்பட்டன. மாவோவின் நான்காவது மனைவியின் தலைமையில் உருவான கேங் ஆப் போர் எனும் ரகசியக் குழு இந்தக்காரியங்களைச் செய்வதில் முனைப்பாக இருந்தது.

1974ல் மாவோவின் இறப்புக்குப் பிறகு ஆட்சியில் சில குறிப்பிட்ட மாறுதல்கள் நிகழ்ந்தன. கலாச்சாரப்புரட்சி முடிவுக்கு வந்தது. சினிமாவும் கலாச்சாரத்துறையிலிருந்து விடுவிக்கப்பட்டு தகவல் ஒளிபரப்புத்துறை எனும் புதிய நிர்வாக அமைப்பின் கீழ் வந்தது.

மாவோவுக்கு பின் சீனா

மாவோ காலத்தில் சினிமா முடக்கப்பட்டிருந்தாலும் உடன் தற்காப்பு கலை சண்டைப்படங்கள் அதிகம் வந்து கொண்டிருந்தன. சீனா என்றாலே வெறும் இந்த வகை சண்டைப்படங்கள்தான் என்ற பிம்பத்தை 1984க்குப்பின் வந்த சீனாவின் ஐந்தாம் தலைமுறை இயக்குனர்கள் அடித்து நொறுக்கினர்.

கலை சினிமாவை படைப்பதில் நாங்கள் சளைத்தவர்கள் அல்ல எனக்கூறி உலக சினிமா அரங்கில் புகழ்கொடி நாட்டினர். அவர்களில் கென் காய்ஜி (Chen Kaige) மற்றும் ழாங் யீமு (Zhang Yimou) ஆகியோர் குறிப்பிடத்தகுந்தவர்கள்.

கென் காய்ஜி Chen Kaige (b.12 August 1952)

சீன சினிமாவின் புகழை உலக அரங்கிற்கு கொண்டுச்சென்ற முதல் இயக்குனர் என்ற பெருமைமிக்க அடையாளம் இவருடையது.

பீஜிங்கில் ஆகஸ்ட் 12ம் நாள் 1952ஆம் ஆண்டு பிறந்த கென் காய்ஜியின் தந்தையும் ஒரு திரைப்பட இயக்குனர்தான். சீன மாவோ அரசின் பிரச்சார படமாக அவைகள் இருந்த போதும் மக்களிடையே அவரது படங்கள் வரவேற்பைப்பெற்றிருந்தின. பள்ளிக்காலத்தில் இவரது உற்றத்தோழனுடன் சினிமா குறித்து ஆர்வத்துடன் விவாதித்து வளர்ந்தார். அந்த தோழன் டிங் ஜியோங் ஜிங் .

அந்த சிறுவனும் பிற்காலத்தில் கென் காய்ஜியைப்போல பீஜிங் பிலிம் அகாடமியில் சேர்ந்து இயக்குனராக பரிணாமம் பெற்று கென் காய்ஜி போல ஐந்தாம் தலைமுறையின் மிக முக்கியமான இயக்குனராக அடையாளம் பெற்றார்.

மாவோவின் கலாச்சாரப்புரட்சி காரணமாக சிறு வயதிலேயே கென் காய்ஜி தந்தையை விட்டு விலகி மாவோவின் சொல்படி குடும்ப உறவுகளைவிட தேச சேவைக்கு முக்கியத்துவம் கொடுத்தார். இதன் காரணமாக தந்தையோடு பேசுவதைக்கூட நிறுத்திக்கொண்டார். ஒருமுறை கென் காய்ஜி செஞ்சேனை சேவைக்காக சீனாவின் வேறு

பகுதிக்கு புறப்பட அப்போது வழியனுப்ப வந்த தந்தையிடம் தான் இறுக்கமாக நடந்து கொண்டதையும் வண்டிப்புறப்பட்ட பின் நகரும் ரயிலின் ஜன்னலைப்பிடித்தபடி மூச்சிரைக்க தொடர்ந்து ஓடி வந்ததைக் கண்டும் அவர்பக்கம் திரும்பாமல் இறுக்கமாக இருந்ததையும் பிற்பாடு குற்றவுணர்ச்சியுடன் கூறுகிறார்.

பிறகு 1978ல் பீஜிங் திரைப்படக்கல்லூரியில் சேர்ந்தார், அங்குதான் அவருடையப் படங்களுக்கு ஒளிப்பதிவு செய்து சீனாவின் இன்னொரு உலகப்புகழ் இயக்குனராக அறியப்பட்ட ழாங் யீமு வைச்சந்தித்தார்

இவர்கள் கல்லூரி சேர்ந்த காலம் மாவோவின் மறைவுக்குப்பிறகு கலாசாரப்புரட்சி நடவடிக்கைகள் ஓய்ந்து கலை மற்றும் சினிமாக்களின் மீதான கட்டுப்பாடுகள் தளர்ந்த காலம், சீன சினிமாவின் ஐந்தாம் தலைமுறை எனப்படும் இவர்கள்தான் சினிமாவை அதுவரையிலான பிரச்சார பாணியிலிருந்து விடுவித்து நவீன தொழில்நுட்பங்களை பயன்படுத்தி காட்சிருபமாகவும் தனிமனித உணர்வுகளை வெளிப்படுத்தும் கதைகளுக்குமான கதவுகள் திறக்கப் பட்டன.

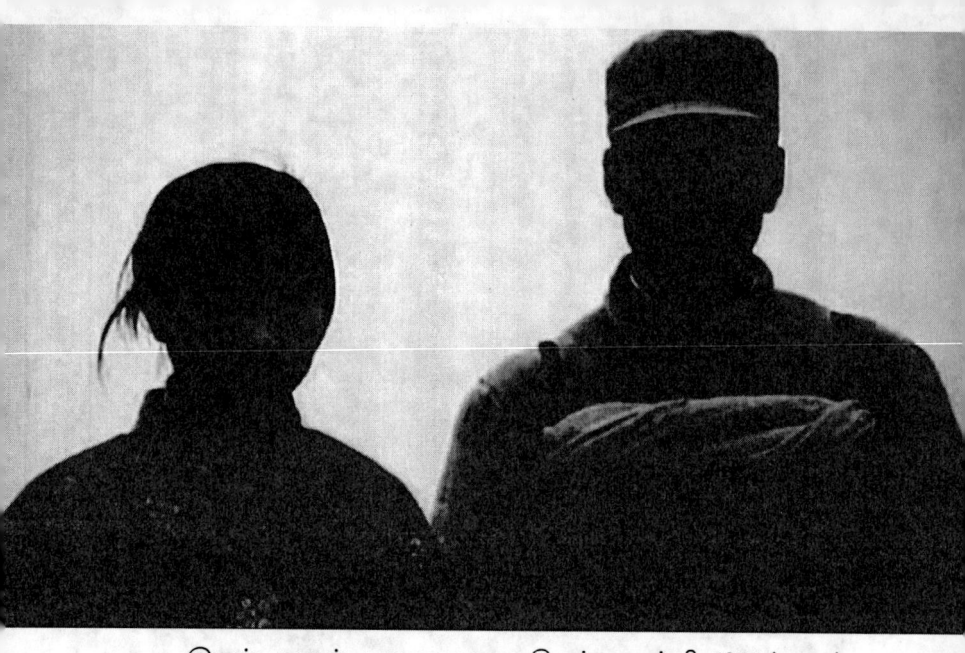

இதன் முதல் மாணவராக கென் காய்ஜி 1984ல் மஞ்சள் பூமி (Yellow Earth) எனும் படத்தை எடுத்தார். சீனாவின் எல்லைப்பகுதி கிராமத்தில் நாடோடிப்பாட்டுக்களை சேகரிக்க மாவோ அரசாங்கம் ஒரு இளைஞனை அனுப்பி வைக்கிறது. பழமையிலும் பிற்போக்குத்தனங்களிலும் ஊறிக்கிடக்கும் அப்பாவி கிராம மக்களிடம் 14 வயதிலேயே பெண்களுக்கு வயதான மனிதர்களுடன் திருமணம் செய்துவிடும் பழக்கம் அந்த கிராமத்தில் நிலவி வருகிறது.

புதிதாக வரும் மாவோவின் செஞ்சீனப் படை இளைஞன் கிராமத்தில் ஒரு குடியானவன் வீட்டில் தங்கவைக்கப் படுகிறான். அந்த வீட்டில் 14 வயதேயான நாடோடி பாட்டுப்பாடும் ஒரு சிறு கிராமத்துப்பெண். இந்த இருவருக்கு மிடையிலான உறவின் சிறு அணுக்கங்கள்தான் மூலக்கதை. அந்த பெண்ணுக்கு இளைஞன் மூலம் சிறிது அறிவும் நம்பிக்கையும் முற்போக்கு சிந்தனையும் துளிர்விடுகிறது. ஒருநாள் அவன் சொந்த விடயமாக ஊருக்குப் போக அவள் வருத்தம் கொள்கிறாள். அவன் உடனே திரும்பி விடுவதாக கூறிச் செல்கிறான்.

இடைப்பட்டக்காலத்தில் அப்பெண்ணின் அப்பா அச்சிறுபெண்ணுக்கு ஒரு வயதானவரை கல்யாணம் செய்ய திட்டமிடுகிறார். இதையறிந்த பெண் இரவோடிரவாக கிராமத்திலிருந்து புறப்பட்டு மாவோவின் இராணுவ சேவையில் சேர்ந்து பணியாற்றப் புறப்படுகிறாள் இறுதிக் காட்சியில் மீண்டும் கிராமத்துக்கு வரும் இளைஞன் அந்த

பெண் திருமணம் செய்ய மறுத்து வீட்டைவிட்டு செஞ் சேனைக்கு சேவை செய்ய போன செய்தியை கேள்விப்பட்டு மகிழ்கிறான்.

கென் காய்ஜியின் இந்தப் படத்துக்கு ஒளிப்பதிவளராக பணியற்றியவர் ழாங் யீமு மஞ்சள் பூமிக்கு கிடைத்த வரவேற்பு அவரை நியூயார்க் சினிமா பல்கலைக்கழகத்திற்கு பார்வையாளராக ஏஷியன் கல்ச்சுரல் கவுன்சில் மூலமாக அனுப்பி வைக்கப்பட்டார் தொடர்ந்து அவருடைய படங்கள் வரவேற்பைப் பெற்று வந்த நிலையில் 1993ல் வெளியான பேர்வெல் மை கான்குபைன் (Farewell My Concubine) எனும் படம் அந்த ஆண்டின் சிறந்த படத்துக்கான கேன்ஸ் விருது பெற்ற கையோடு ஆஸ்கார் விருதுக்கு இரண்டு பிரிவுகளில் போட்டியிட தேர்வும் பெற்றது இப்படத்தில் நடித்த நாயகி கோங் லீ க்கு நியூயார்க் பிலிம் சர்க்கிளிலும் சிறந்த நடிகைக்கான விருதும் கிடைத்தது.

தொடர்ந்து 1998ல் The Emperor and the Assassin மற்றும் 2002; together ஆகிய படங்களை எடுத்து தொடர்ந்து உலக சினிமாவில் சீனாவின் புகழை நிலைநிறுத்தி வருகிறார்.

ழாங் யீமு Zhang Yimou (2 April 1950)

சீன சினிமாவின் புதிய அலையை துவக்கியது கென் காய்ஜியாக இருந்தாலும் சீன சினிமாவின் மேல் மிகப்பெரிய மதிப்பீட்டை உருவாக்கி மிகப்பெரிய காவியங்களை படைத்த இயக்குனர் ழாங் யீமுதான் .

சீனாவின் shan xi பிராந்தியத்தின் தலைநகரான xi an நகரத்தில் பிறந்த ழாங் யீமு பள்ளி படிப்பு முடித்தபின் மாவோவின் அழைப்பை ஏற்று கிராமத்திற்குச் சென்று விவசாய பண்ணைக்கூலியாக மூன்று ஆண்டுகள் வேலை செய்தார் . தொடர்ந்து அடுத்த ஏழு ஆண்டுகள் பருத்தி மில் தொழிலாளியாகப் பணிபுரிந்தார்.

புகைப்படக்கலையின் மீது கொண்ட ஆர்வம் அவருக்கு காமிரா வாங்கும் ஆசையைத் தூண்டியது. போதிய பணவசதியில்லாத நிலையில் பணத்துக்காக அடிக்கடி குருதிக்கொடை செய்து சேகரித்த பணத்தில் தன் முதல் புகைப்படக் கருவியை வாங்கினார். புகைப்படக்கலையில் அவருக்கு இருந்த ஆர்வம் சினிமாவின் மீது காதல் முளைத்தது. கலாச்சாரப்புரட்சிக்குப் பிறகு 1978—ல் பீஜிங் திரைப்படக்கல்லூரி மீண்டும் திறக்கப்பட்டப் போது அதில் ஒளிப்பதிவுப் பிரிவுக்கு விண்ணப்பித்தார். அப்போது அவருக்கு வயது 27. இதன் காரணமாகவே அவரது விண்ணப்பம் நிராகரிக்கப்பட்டது. ஆனாலும் அவர் எடுத்த புகைப்படங்களின் அசாத்திய வசீகரம் காரணமாக கல்லூரி நிர்வாகம் கூடி கலந்து விவாதித்து தங்களது விதிகளை தளர்த்திக் கொண்டு இந்த இளைஞனை அனுமதித்தால் வருங்காலத்தில் சீன சினிமாவுக்கு மிகப்பெரிய புகழை உலக அளவில் ஈட்டித்தருவான் என நம்பியது, அந்த நம்பிக்கை வீண்போகவில்லை.

1982—ல் பீஜிங் திரைப்படக் கல்லூரியில் இருந்து வெளிவந்தவுடன் இயக்குனர் பிரிவின் சகமாணவணரான கென்காய்ஜியோடு கைகோர்த்தார். 1984—ல் கென் காய்ஜி எடுத்த மஞ்சள் பூமி (Yellow earth) படத்திற்கு ழாங் யீமு தான் ஒளிப்பதிவாளர். அந்த படத்தின் மிகப்பெரிய வெற்றி வெறும் ஒளிப்பதிவாளருக்கு கிடைக்கும் பெருமையைவிட இயக்குனருக்கும் கிடைக்கும் என உணர வைத்தது.

1985 wu taanming என்பவரின் OLD WELL படத்திற்கு ஒளிப்பதிவாளராக பணியாற்றியதோடு மட்டுமல்லாமல் அந்தப்படத்தின் நாயகனாகவும் நடித்தார். அதற்காக 1987 டோக்கியோ இண்டர்நேஷனல் ஃபெஸ்டிவலில் சிறந்த நடிகருக்கான விருதையும் பெற்றார். அதே ஆண்டில் அவர் இயக்குனராகவும் red sorghum படத்தின் மூலம் அறிமுகமாகி உலக சினிமாவரலாற்றில் முதல் அடி வைத்தார்.

ரெட் ஷொர்க்கம்(red sorghum) படத்தின் கதை இரண்டாம் சீன ஜப்பான் யுத்த கால பின்னணியில் வாழ்ந்த ஒரு வீரனைப் பற்றியது அந்த வீரனின் பேரன் தன் பாட்டிக்கும் வீரனுக்குமான காதல் கதையை நினைவுக்கூர்வது தான் திரைக்கதை. .

அக்காலத்தில் சீனாவின் புராதன பாணியில் மது உற்பத்திச் செய்யும் வயதான கிழவருக்கு மணமுடிக்க அழகான இளம்பெண் நிர்பந்திக்கப்பட்டு சப்பரத்தில் வைத்து அழைத்து வரப்படுகிறாள். அவளை சுமந்து வரும் அடிமைகளில் ஒருவன் நாயகன்.

மது தொழிற்சாலையில் பணிபுரிபவன் சிறந்த வாள் வீரன் . காட்டுப்பகுதி வழியில் கொள்ளைகாரர்கள் தாக்கி இளம்பெண்ணை தூக்கிச்செல்ல அவர்களை தனியாளாக துரத்திச்சென்று சண்டையிட்டு நாயகியை மீட்டுக்கொண்டு திரும்பும் அந்த அடிமை வீரன் வழியில் அவள் அழகில் மயங்கி சோளக்காட்டில் அவளை வலுக்கட்டாயமாக

239

THE
ROAD HOME
ERA

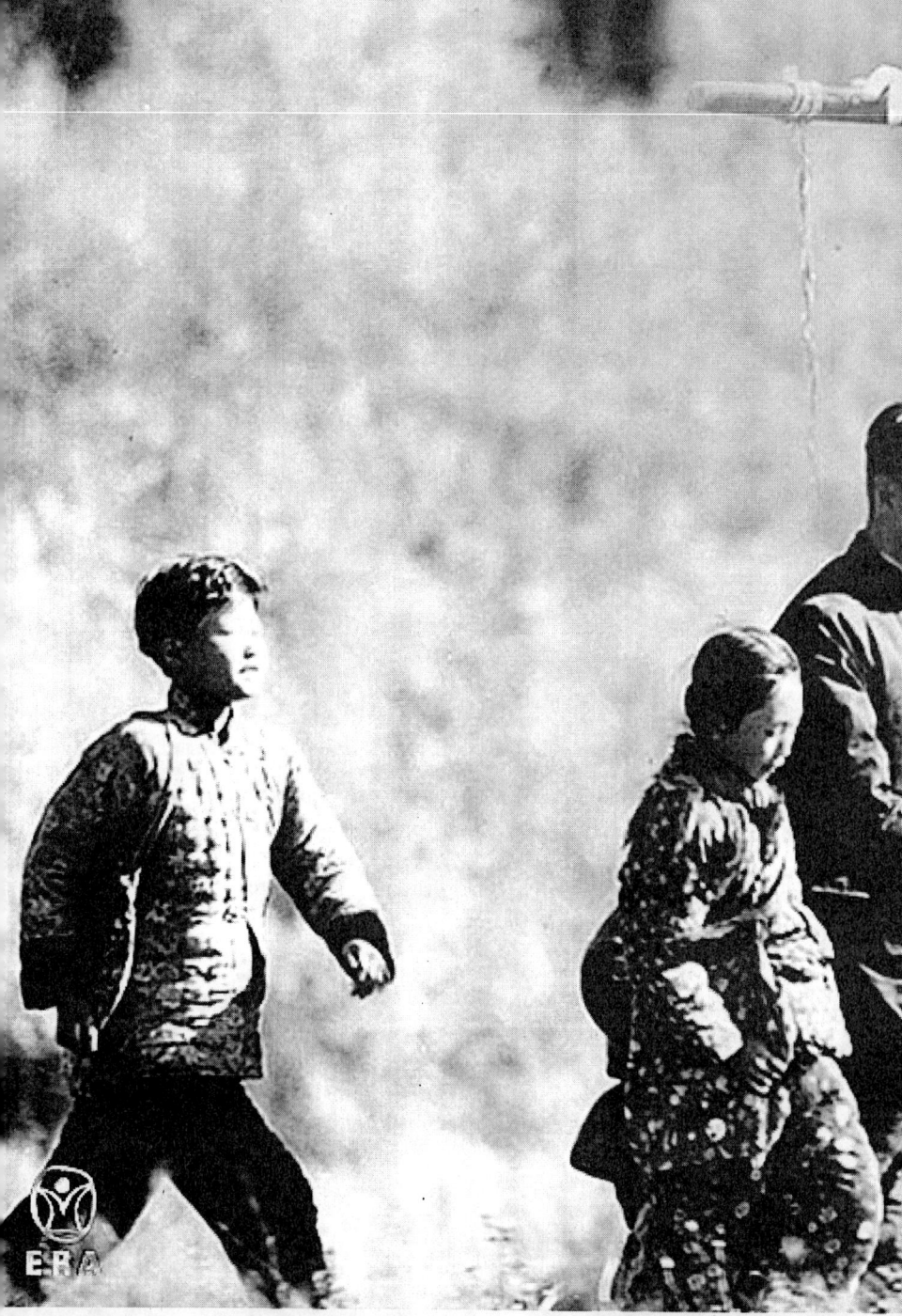

உறவுக்கு ஆட்படுத்தி அடைந்துவிடுகிறான். பின் இருவரும் ஊருக்குத் திரும்ப வயதான முதலாளியோடு திருமணம் நடக்கிறது. கிழவர் சில நாட்களில் மரணம் அடைய வீரனுக்கு மீண்டும் நாயகியை அடைய ஆசை உண்டாகிறது. ஆனால் நாயகியோ உடன்பட மறுக்கிறாள். இதனிடையே சீன ஜப்பான் போர் வருகிறது. போரில் அவர்களது வீரர்கள் அனைவரும் ஜப்பானியரை எதிர்த்துப் போர் செய்கின்றனர். இறுதியில் நாயகியின் கட்டளை ஏற்று ஜப்பானியர்களை கொன்று வீரன் தானும் இறந்து போகிறான்.

அவனது நினைவுடனே நாயகியும் அவன் குழந்தையை பெற்றெடுத்து கடைசி வரை வேறு திருமணம் செய்யாமல் வாழ்கிறாள்.படத்தின் ஒளிப்பதிவு இதுவரை உலக சினிமா கண்டிராத புதிய காட்சிகளை அறிமுகப்படுத்தி பார்வையாளர்களுக்கு பெரும் சிலிர்ப்பை உண்டாக்கியது.

சீனாவின் பிரமாண்ட நிலப்பரப்புகள் முதன்முறையாக தேர்ந்த அழகியலோடு காட்சிப்படுத்தப்பட்டன. அதுவரை குங்பூ சண்டைப்படங்கள் மட்டுமே சீன சினிமா என அறிந்த உலக சினிமா ரசிகர்கள் இப்படத்தின் கவித்துவமான காட்சியமைப்புகள் கண்டு அதிசயித்தனர். ழாங்யீமுவே ஒரு ஒளிப்பதிவாளராக இருந்த போதிலும் இப்படத்துக்கு gugangwell எனும் தன் சக நண்பரையே பயன்படுத்திக்கொண்டார்.

இப்படம் 1988ஆம் ஆண்டு பெர்லின் திரைப்பட விழாவில் சிறந்த படமாக தேர்வு செய்யப்பட்டு தங்கக்கரடி பரிசு பெற்றது மட்டுமல்லாமல் ஆஸ்கார் விருதுக்கான சிறந்த வெளிநாட்டு படங்களுக்கான பட்டியலில் பரிந்துரைக்கப்பட்டிருந்தது. உடன் சிட்னி, ஜிம்பாப்வே, மாண்ட்ரீல், ஹாங்காங் என பல நாடுகளில் சிறந்த படத்துக்கான விருதை அள்ளிக் குவித்தது. நாயகியாக நடித்த கோங்லீ தொடர்ந்து ஷாங் யீமூவின் அடுத்தடுத்த படங்களில் நாயகியாக நடித்து உலகசினிமா ரசிகனின் இதயத்தில் தன் முகத்தை ஆழமாகப் பதித்துக் கொண்டார். தொடர்ந்து JU DOU (1990), RAISE THE RED LANTERN (1991), THE STORY OF QIU JU (1992), TO LIVE (1994), NOT ONE LESS (1999),ROAD HOME (1999),HERO (2000)என அவருடைய படங்கள் உலகசினிமா அரங்கில் பெரும் வெற்றியையும் வரவேற்பையும் பெற்று சீன சினிமாவின் புகழை உலகெங்கும் நிலை நாட்டின. இவற்றில் ரோட் ஹோம்(Road Home) திரைப்படமும் ரெட் ஷொர்க்கம் (red sorghum) போலத் தன் தாய் தந்தையின் காதலை இக்காலத்து இளைஞன் நினைத்துப் பார்ப்பது

போல இருந்தாலும் அது மாவோவின் கலாச்சாரப்புரட்சி காலத்தின் பின்புலத்தில் அமைந்தது.

மாவோவின் கொள்கையை ஏற்று கிராம பள்ளிக்கூடத்துக்கு ஆசிரியராக வரும் இளைஞன் ஒருவனுக்கும் அப்பாவி கிராமத்துப் பெண்ணுக்குமான காதல் கதை. கிட்டத்தட்ட கென் காய்ஜியின் மஞ்சள் பூமி (Yellow earth) படத்தைப் போலவே கதையமைப்பு கொண்டிருந்தபோதும் காதல் காட்சிகளின் அதீத அழகியல் காரணமாகவும் சிறந்த காட்சியமைப்புகள் காரணமாகவும் சீன சினிமாவின் மேல் மிகப்பெரிய காதலை பார்வையாளர்களுக்கு இப்படம் உருவாக்கித்தந்தது.

குறிப்பாக இந்தியா உள்ளிட்ட கீழைநாடுகளில் ழாங்யீமூவின் சிறந்த படமாக கொண்டாடப்பட்டது, ஆனாலும் அவருக்கு இந்த படத்துக்கு பெரிய விருதுகள் கிடைக்கவில்லை.. காரணம் அவருக்கு போட்டியாக அமைந்தது அதே 1999 ஆண்டில் வெளியான அவருடைய இன்னொரு படம்.

நாட் ஒன் லெஸ் (Not One Less)

வழக்கமான ழாங்யீமுவின் படங்கள் வரலாற்றுக்கும் பின்புலத்துக்கும் அழகியலுக்கும் முக்கியத்துவம் தந்த படமாக இருக்கும். ஆனால் நாட் ஒன் லெஸ் (Not One Less) அதிலிருந்து விலகி எதார்த்த பின்புலத்துக்கு முக்கியத்துவம் கொடுத்த சீனாவின் சமகாலத்தை பிரதிபலித்த சமூகப்படம் குழந்தைகளின் அக உலகுக்கு முக்கியத்துவம் தரும் ஈரானிய வகைப்படம் வழக்கமான பிரம்மாண்ட நிலக்காட்சிகள் தவிர்க்கப்பட்டு நியோரியலிஸ பாணியில் பாத்திரங்களுக்குத் தெரியாமல் காமிரா ஒளித்து வைத்து ஆவணப்படம் போல உண்மைக்கு நெருக்கமாக உருவாக்கப்பட்ட படம். கதை சீனாவில் 1990க்கு மேல் அரசாங்கம் அனைவருக்கும் கட்டாயக்கல்வி என்ற திட்டத்தை அறிவித்து 2000க்குள் சீனாவை முழுமையான கல்விகற்ற நாடாக்கும் முயற்சியில் ஈடுபட்டது.

இந்த பின்புலத்தில் துவங்கும் கதை பதினாறு வயதேயான நாயகி மின்சியின் வறுமையான சூழலிலும் வேலையில்லாமல் அவள் கஷ்டப்படும் நிலையிலும் துவங்குகிறது. இந்நிலையில் அவளுக்கு ஒரு வேலை கிடைக்கிறது அவள் வசிக்கும் அதே கிராமத்துப் பள்ளியில் டீச்சர் வேலை... விடுப்பு கால ஆசிரியர் வேலை. வேறொரு டீச்சருக்கு அவசரமாக விடுப்பு எடுக்க வேண்டியிருக்க அவர் திரும்ப வேலைக்கு திரும்பும் வரை ஒரு மாத காலத்துக்கு மின்சி டீச்சராக பணிபுரிய வேண்டும்.

ஆனால் அதில் சில நிபந்தனைகள் குறிப்பாக சாக்பீஸ் ஒருநாளைக்கு ஒன்றுதான் பயன்படுத்தப்பட வேண்டும். என்பது போல மேலும் அங்கு குழந்தைகள் கூலிவேலைக்கு ஓடிவிடுவதால் டீச்சர் திரும்ப வேலைக்கு வரும்வரை பள்ளிகூடத்தில் ஒரு மாணவர்கூட குறையக்கூடாது, குறைந்தால் சம்பளம் கிடையாது. அதேசமயம் யாராவது குறையாமல் பார்த்துக்கொண்டால் சம்பளத்தைத் தாண்டி பத்து யென் போனசாக கிடைக்கும் வேறு வழியில்லாமல் குடும்பச் சூழலுக்காக ஒத்துக்கொண்டு மின்சி விடுப்புகால ஆசிரியராக பணியேற்கிறார். ஆனால் ஒத்துக்கொண்டாலே தவிர அவளால் குழந்தைகளின் சேட்டைகளைச் சமாளிக்க முடியவில்லை. குழந்தைகள் நாயகியை சுலபமாக

ஏய்க்கின்றனர். அதிலும் சுட்டியாக இருக்கும் ஹூாங் ஹல்கியின் சுட்டித்தனம் வரம்பை மீறிச் செயல்படுகிறது. ஒரு வழியாக சமாளித்து ஒருமாத காலம் முடியப்போகும் போது ஹல்கி பள்ளிக்கூடத்துக்கு வரவில்லை, நகரத்துக்கு கூலி வேலைக்கு சென்று விடுகிறான். மின்சிக்கு தலைவலி எப்படியாவது நகரத்துக்கு போய் ஹல்கியை அழைத்து வந்துவிட வேண்டும். ஆனால் நகரத்துக்கு போவதற்கோ அவளிடம் பணம் இல்லை.அப்போது மாணவர்கள் அனைவரும் கூடி மின்சியின் பிரச்சனையை உணர்ந்து அவளுக்கு உதவ முன் வருகின்றனர். அருகிலிருக்கும் சூளையில் நாமனைவரும் செங்கல் சுமந்தால் ஒரே நாளில் மின்சி நகரத்துக்கு சென்று ஹல்கியை அழைத்து வர போதிய பணம் கிடைக்கும் என முடிவுசெய்து மின்சியிடம் சொல்ல வேறு வழியில்லாமல் மின்சியும் அதற்கு சம்மதிக்கிறாள்.

அனைவரும் மறுநாள் முழுக்க சூளையில் கைமாற்றி கைமாற்றி செங்கல்களை சுமந்து வேலை செய்கின்றனர். போதிய பணம் கிடைத்ததும் மின்சி முன்பின் சென்றிராத நகரத்துக்கு சென்று தேடுகிறாள். அங்கு இங்கு அலைந்து கடைசியில் தொலைக்காட்சியில் செய்தியில் அறிவிக்கலாம் என முடிவுசெய்து தொலைக்காட்சி நிலையம் செல்கிறாள். ஆனால் அவள் நினைத்தது போல அதுவும் சுலபமாக இருக்கவில்லை, கடைசியில் போராடி இறுதியாக அவளுக்கு தன் உணர்வை வெளிப்படுத்தும் வாய்ப்பு கிடைக்கிறது.

தொலைக்காட்சியில் அவள் அழுதுகொண்டே "ஹல்கி எங்கடா இருக்கே திரும்ப பள்ளிகூடத்துக்கு வாடா"

என அழுகிறாள் அதை நாடே பார்க்கிறது. கடைசியில் ஓரிடத்தில் கூலி வேலைச்செய்யும் ஹல்கி தன் டீச்சர் தன்னைப்பற்றி பேசி அழுவதைப் பார்த்து தானும் அழுகிறான். அருகிலிருப்பவர்கள் இருவரையும் பேச வைக்கின்றனர். இருவரும் பேசுவதைக்கண்டு நகரமே உணர்ச்சி நிரம்பி கைதட்டி மகிழ்கிறது கிராமத்தினரும் பரவசப்படுகின்றனர் இறுதியில் மின்சி ஹல்கியை அழைத்துக்கொண்டு கிராமத்திற்கு வருவதுடன் படம் முடிகிறது.

தன்னால் எல்லா வகையிலும் சிறந்த படமெடுக்கமுடியும் என ழாங்யீமு இதன் மூலம் நிருபித்தார்.

ஆனால் இப்படம் கேன்ஸ் திரைப்பட விழாவில் போட்டிக்கு அனுமதிக்கப்படவில்லை.அதே போல அதே ஆண்டு வந்த ரோட் ஹோம் (Road Home) இரண்டுமே நிராகரிக்கப்பட்டது.

அதற்காக அவர்கள் சொன்ன காரணம், இப்படங்கள் அரசாங்கத்துக்குப் பிரச்சார படம் போல செயல்படுகின்றன, என உப்பு சப்பில்லாத காரணத்தை சொல்ல ழாங் யீமு கோபத்துடன் தன் படங்களை கோபத்துடன் திரும்பப் பெற்றார்.தொடர்ந்து ழாங்யீமு கேன்ஸ் விழாவில் விருது பெறுவதை தவிர்க்கவே இவ்வாறான திடீர் கொள்கைகள் அறிவிக்கப்பட்டதாக ஒரு பத்திரிக்கை எழுதியது. ஆனாலும் இப்படம் உலகின் பல மூலையிருந்து சிறந்த படத்துக்கான விருதுகளை அள்ளிக்குவித்தது.

ஹாங்காங் சினிமா

வெறும் 201திரையரங்குகளை மட்டுமே கொண்ட ஹாங்காங் சினிமா உலக சினிமாவில் அமெரிக்காவின் ஹாலிவுட், இந்தியாவின் பாலிவுட்டுக்கு அடுத்தப்படியாக மூன்றாவது மிகப்பெரிய சினிமா தொழில்நகரமாக கருதப்படுகிறது.

ஹாங்காங் பொருளாதாரத்தில் 5 சதவீத வருமானம் திரைப்படத்துறை மூலமாக வசூலாகிறது.அந்த அளவுக்கு ஹாங்காங் சினிமாக்கள் உலகம் முழுக்க பெரும் ரசிகர்களை உருவாக்கி வைத்திருக்கிறது.

அடிப்படையில் ஹாங்காங் பிரிட்டிஷ் காலணி ஆதிக்கத்தில் 1897 முதல் 1997 வரையிலான 100 ஆண்டுகள் ஒப்பந்தத்தின் பேரில் இருந்த காரணத்தால் அது மேற்கு மற்றும் கிழக்கு என இரண்டு கலாச்சாரத்தாலும் வளர்க்கப்பட்டதும் ஹாங்காங் சினிமா வர்த்தகரீதியாக மிகப்பெரிய வளர்ச்சியை எட்டுவதற்கு ஒரு அடிப்படை காரணம்.என்றாலும் இன்னொரு முக்கிய காரணம் ஹாங்காங்கின் மொழி சீனா முழுக்க பேசப்படும் மொழி மந்தரின் எனப்படும் புராதன சீன மொழியாக இருந்த போதிலும் ஹாங்காங் பகுதிகளில் காண்டோனிஸ் மொழிதான் பேசப்படுகிறது . மேலும் ஹாங்காங் அப்போது பிரிட்டிஷ் ஆட்சிகாலத்தில் இருந்ததால் பிரிட்டிஷ் ஆட்சி மொழி ஆங்கிலமும் பயன்படுத்தப்பட்டது .

துவக்கத்தில் ஹாங்காங் சினிமாக்கள் காண்டோனிஸ் மொழியில்தான் வெளியாகின.ஆனால் நடிக்க வரும் திறமையாளர்களும் தொழிநுட்ப வல்லுனர்களும் பெரும்பாலும் சீனாவின் மந்தரின் மொழி மட்டுமே பேச அறிந்தவர்களாக இருந்த காரணத்தால் ஹாங்காங் சினிமாவில் வசனம் குறைக்கப்பட்டு ஆக்ஷன் அதிகமாக பயன்படுத்தப்பட்டது. அப்படியே வசனம் பேசினாலும் அதற்கு பதில் குறிப்பிட்ட நீளத்திற்கு ஒன் டூ த்ரீ பேச வைத்து ஒளிப்பதிவு செய்து பிற்பாடு குரல் பதிவில் தனியாக சரி செய்து ஒத்திசைவு செய்து கொண்டனர்.

இயல்பாக வசனத்திலிருந்து தப்பிக்க வேகமான படத் தொகுப்பின் மூலம் நகரும் படங்களாக தயாரிக்க இதுவே ஹாங்காங் படங்களை ஆக்ஷன் படங்களை நோக்கி உந்தி தள்ளியது.

ஈரான் படங்கள் எப்படி குழந்தைகள் படங்களாக உருவாக்க அதன் சட்ட திட்டங்கள் உந்தியதோ அது போல ஹாங்காங் சினிமாக்கள் ஆக்‌ஷன் சினிமாக்களாகவும் வேகமான கதை சொல்லும் படமாகவும் மாறி உலக பார்வையாளர்கள் அனைவரையும் ரசிக்க வைத்தது.

குறிப்பாக 80 மற்றும் 90 களில் ஹாங்காங் சினிமாக்கள் ஹாலிவுட் படங்களின் வியாபாரத்தை

பாதியாக சரியச்செய்தன. அதிலிருந்து உருவாக்கப்பட்ட தற்காப்புக்கலை, சண்டைப்படங்கள் புராதன சீனாவின் பின்புலத்தைக் கொண்டிருந்தது, புதுமையாகவும் வேகமாகவும் இருந்ததால் ஹாலிவுட்டின் ஆக்ஷன் படங்கள் முடங்க ஆரம்பித்தன.

ஹாலிவுட் படங்கள் பெரும்பாலும் காமெடி, ஆக்ஷன், ரொமான்ஸ் டிராமா என ஏதாவது ஒரு வகைப்பாட்டில்

எடுக்கப்பட்டன. ஆனால் ஹாங்காங் படங்கள் அப்படி வகைப்பாட்டில் சிக்கவில்லை இந்திய மசாலா படங்கள் போல காமெடி, ஆக்ஷன், செண்டிமண்ட், ரொமான்ஸ் எல்லாம் கலந்து இருந்ததும் அதன் வளர்ச்சிக்கு முக்கியக்காரணம். மேலும் ஹாலிவுட் படங்களின் திரைக்கதை அடுத்தக் காட்சி என்ன வரும் என ஊகிக்க கூடியதாக இருந்தது. ஆனால் ஹாங்காங் படங்கள் ஹாலிவுட்டுக்கு இணையான தொழில்நுட்பத்துடன் அதே சமயத்தில் திரைக்கதை எதிர்பாரா திருப்பங்களுடனும் உருவாக்கப்பட்டது.

இதன் காரணமாக ஹாங்காங் சினிமாக்கள் 80 களில் மிகப்பெரிய வர்த்தகத்தை எட்டிப்பிடித்து அசுர சாதனை செய்தன.

The golden harwest studio

1958ஆம் ஆண்டு ஷாங்காயில் தோன்றிய Shaw brothers எனும் தயாரிப்பு கம்பெனிதான் ஹாங்காங் சினிமாவை 70க்கு முன் வரை ஆட்டிப்படைத்தது. கிட்டத்தட்ட 1000க்கும் அதிகமான திரைப்படங்களை அவர்கள் தயாரித்தனர். அதில் பெரும்பாலும் வெற்றிப்படங்கள். ஆனால் அந்த படங்கள் எல்லாமே பெரிதாக தொழில்நுட்ப சோதனைகள் எதுவுமில்லாத வணிக சண்டைப்படங்கள். இந்த shaw brothers நிறுவனத்தின் அணுகுமுறை வியாபாரம், தயாரிப்பு ஆகியவை

ஒரே மாதிரியாக இருக்கின்றன. இதிலிருந்து மாறுபட்ட புதிய பரிசோதனை தயாரிப்புகளை உருவாக்கினால் மிகப்பெரிய வெற்றி காணமுடியும் என உத்தேசித்த அதன் முக்கிய பொறுப்புகளை வகித்து வந்த இருவர் யோசித்தனர்.

அவர்கள் இருவர் ரேமாண்ட் சோ மற்றும் லியோனார்ட் கோ,

இருவரும் 1970ல் கம்பெனியைவிட்டு வெளியே வந்து புதிய நிறுவனத்தை துவக்கினர். அதுதான் பின்னாளில் பெரும்புகழ்பெற்று ஆசியாவை மட்டுமல்லாமல் உலகின் மிகப்பெரிய தயாரிப்பு நிறுவனங்களில் ஒன்றான புகழ்பெற்ற கோல்டன் ஹார்வெஸ்ட் GOLDEN HARVEST திரைப்பட நிறுவனம். வெறுமனே தயாரிப்புத் தொழிலில் நேரடியாக இறங்காமல் பல குட்டி நிறுவனங்களுக்கு காண்ட்ராக்ட் முறையில் தயாரிக்க வைத்து அதை வாங்கி உலகம் முழுக்க வெளியிட்டனர்.

இன்று குங்பூ எனப்படும் மரபான சண்டைக்கலை உலகம் முழுக்க பெயர் பெற்று விளங்குகிறதென்றால் அதற்கு மூல காரணம் இவர்கே.,

இவர்கள்தான் அமெரிக்காவில் வெறுமனே துணை நடிகராகவும் சண்டை கற்றுத் தரும் ஸ்டண்ட் மாஸ்ட்ராகவும் இருந்து வந்த ப்ரூஸ்லீயை ஹாங்காங் படங்கள் மூலம் நாயகனாக அறிமுகப்படுத்தி படங்களை தயாரித்தவர்கள் .

ப்ரூஸ் லீ Bruce Lee
(27 November 1940 - 20 July 1973)

ஹாங்காங்கைச் சேர்ந்த லீ ஹொ சொ எனும் புகழ்பெற்ற இசைக்கலைஞருக்கும் கிரேஸ் ஹோ எனும் பாரம்பரியமிக்க பணக்கார பெண்ணும் திருமணமான கையோடு பிழைப்புத் தேடி சான்பிரான்சிஸ்கோவிலுள்ள சைனா டவுன் பகுதிக்குச் சென்றனர். அங்கு இருவருக்கும் நவம்பர் 27, 1940ஆம் ஆண்டு பிறந்தவர் ப்ரூஸ் லீ

குழந்தை ப்ரூஸ்லீயை சுமந்து ஹாங்காங்கிற்கு விடுமுறைக்குத் தம்பதிகள் வந்தனர். அச்சமயம் ஹாங்காங் ஜப்பானிய ஆதிக்கத்தில் இருந்த நெருக்கடியான தருணம். உடனடியாக திரும்ப முடியவில்லை பிற்பாடு இரண்டாம் உலகப்போர் முடிந்து ஹாங்காங் முழுவதுமாக பிரிட்டிஷ் வசம் வந்தது. திரைப்படத் தயாரிப்புகள் மீண்டும் துவங்கின. ப்ரூஸ்லீ யின் தந்தை லீ ஹோ சோ வுக்கு படங்களில் நடிக்கும் வாய்ப்பு வந்தது.

இதனால் ப்ரூஸ்லீயை ஹாங்காங்கிலேயே படிக்க வைத்தார்

சிறுவயதிலேயே வம்பு வழக்குகளுக்குப் பேர் போன ப்ரூஸ் லீயின் கல்வி படு மோசமாக இருந்தது. தினசரி பிரச்சனை. தெருவில் வம்பு வழக்குகளும் அதிகம். இதனால் முறையாக மரபான குங்பூ கலையை கற்றுத்தர அவருடைய அப்பா முடிவு செய்தார்.கலையாக கற்றபின் சண்டைகள் இன்னும் அதிகமாகத்துவங்கியது. முக்கிய பிரமுகர்களின் மகனோடு அவருக்கு உண்டான மோதல் காரணமாக காவல் அதிகாரி ப்ரூஸ்லீ தந்தையிடம், உங்கள் மகன் இனி இங்கிருந்தால் அவரது உயிருக்கு ஆபத்து உடனே எங்காவது வெளி நாட்டுக்கு அனுப்பி வையுங்கள் என எச்சரிக்க தந்தை 16 வயது ப்ரூஸ்லீயை 1959ஆம் ஆண்டு அமெரிக்காவுக்கே அனுப்பி வைத்தார். அங்கு அவரது சகோதரி சான்பிரான்சிஸ்கோவில் வசித்து வந்ததால் அவருடனேயே தங்கி புதிய வாழ்க்கையை துவங்கினார்.

1961ல் வாஷிங்டன் பல்கலைக்கழகத்தில் நாடகத்துறை பட்டப்படிப்பு படித்த ப்ரூஸ்லீ தொடர்ந்து தத்துவம், மனோ தத்துவம் ஆகியவற்றையும் படித்தார் அங்குதான் தன்

வருங்கால மனைவி லிண்டா எமிரியை சந்தித்தார், பிற்பாடு இருவரும் திருமணம் செய்து கொண்டனர். படிப்பு முடிந்ததும் பணத்துக்காக தனக்கு தெரிந்த குங்பூ கலையை ஒரு சிலருக்கு பயிற்றுவிக்க துவங்கினார். நாளடைவில் நட்பு வட்டம் பெருகியது. நடிகர்கள் சிலர் அறிமுகமாயினர். அவர்களுக்கு சண்டைக்கலையை பயிற்றுவிக்கப் போனார், வாய்ப்புகள் கதவைத் திறக்க சில திரைப்படங்களில் நடித்தார். கோல்டன் கேர்ள் அதுதான் முதல் படம், தொடர்ந்து படங்களில் சண்டை பயிற்சியாளராக பணிபுரிந்து கொண்டே நடிக்கவும் செய்தார். 1959 முதல் 1964வரை 20 படங்கள் அதுவும் குட்டி குட்டி பாத்திரங்கள். ஒரு தொலைக்காட்சி சீரியல் வாய்ப்பு கைகொடுத்தது. தி க்ரீன் ஹார்னெட்(The Green Hornet) என்ற 26 எபிசோட்கள் கொண்ட தொலைக்காட்சி சீரியலில் நாயகனோடு உடன் வரும் பாத்திரத்தில் நடித்தார் தொடர்ந்து சில தொலைக்காட்சித் தொடர்களில் உப பாத்திரங்களில் நடித்து வந்தார்.

சினிமாவில் நாயகனாக நடிக்கும் ஆசை துளிர்த்தது. ஆனால் அது கைகூடவில்லை, நல்ல திறமை இருந்தும் அவருக்கு நாயகனாக நடிக்கும் வாய்ப்பு வரவில்லை காரணம் அவரது சீன முகம் சீன முகத்தை சினிமாவில் அமெரிக்கர்கள் ஒரு போதும் ஏற்க மாட்டார்கள் எனவே "நீ உன் சொந்த ஊர் ஹாங்காங்கிற்கு போ அங்கு உன்னை ஏற்பார்கள் நாயகனாகலாம்" என சிலர் அறிவுறுத்தினர்.

அதன்படி ஹாங்காங் திரும்பினார், அவர் நடித்த தொலைக்காட்சி சீரியல் அங்கே ஒளிபரப்பானதால் தெருவில் பொது இடங்களில் மக்கள் ப்ரூஸ் லீ என உரக்க கூறி கையசைத்து மகிழ்ச்சியை பகிர்ந்தனர்.இது ப்ரூஸ்லீக்கு மகிழ்ச்சியளித்தது. ஷா பிரத்ரஸ், கோல்டன் ஹார்வெஸ்ட் இருவருமே அவரை நாயகனாக்க சம்மதித்தனர்.ஷா பிரதர்ஸ் கம்பெனியில் சம்பளம் குறைவாக இருந்ததால் கோல்டன் ஹார்வெஸ்ட் அவரை நாயகனாக்கி 1971ல் த பிக் பாஸ் (The Big Boss) தயாரித்து வெளியிட்டது.அந்த ஒரே படத்தில் ஆசியாவின் உச்ச நட்சத்திரமாக உயர்ந்தார். இரண்டாவது படம் 1972ல் பிஸ்ட் ஆப் ப்யூரி (Fist of Fury) முதல் படத்தின் சாதனையை தோற்கடித்தது இதுவும் மிகப்பெரிய வெற்றி.மூன்றாவது படம் 1972ல் தி வே ஆப் டிராகன் (way of Dragon) இதை ப்ரூஸ்லீயே எழுதி இயக்கியிருந்தார். தொடர்ந்து அமெரிக்காவின் வார்னர் பிரதர்ஸ் லீ யின் வெற்றியைக்கண்டு ஆச்சர்யப்பட்டு அவரை வைத்து படம் தயாரிக்க முன் வந்தது. கோல்டன் ஹார்வெஸ்ட் வார்னர்பிரதர்ஸ் இருவரும் இணைந்து எண்டர் தி டிராகன் (Enter the Dragon),1973 மற்றும் கேம் ஆப் டெத் (Game of Death) 1978 ஆகிய இரண்டு படங்களைத் தயாரித்து வெளியிட்டது.

கடைசி படமான கேம் ஆப் டெத் படத்தின் கதை விவாதத்திற்காக கோல்டன் ஹார்வெஸ்ட் தயாரிப்பாளர் ரேமண்ட் சோ வின் அபார்ட்மென்ட்டுக்கு சென்ற போது, டின்னர் சாப்பிட்டு பின் தலைவலி என படுக்க போனவர் தான் அதன் பின் எழுந்திருக்கவில்லை. 32 வயதில் ப்ரூஸ்லீ அடைந்த மரணம் ஹாங்காங்கை மட்டுமல்ல உலகையே குலுக்கியது. அதுவரை ப்ரூஸ்லீ என்றால் யார் என தெரியாதவர்களுக்கெல்லாம் உலகின் இண்டு இடுக்கெல்லாம் இறப்பின் அதிர்ச்சிமூலம் தெரியத்துவங்கினார்.

ஜாக்கி சான் Jackie Chan (b.7 April 1954)

ப்ரூஸ்லீ விட்டுப் போன இடத்தை இன்னொருவரால் நிரப்பவே முடியாது என அனைவரும் புலம்பிய நேரத்தில் அவர்களது வாயை அடைத்து மிகப்பெரிய புகழ்கொடி நாட்டி ஆசியாவின் நம்பர் ஒன் இடத்தை பிடித்தவர் ஜாக்கிசான்.

சார்லஸ் மற்றும் லீ லீ சான் தம்பதிகளுக்கு மகனாக ஏப்ரல் 7, 1954ல் ஹாங்காங்கில் பிறந்தவர் ஜாக்கிசான், இயற்பெயர் சான் கோங் சாங்.

சிறுவயது முதலே அசாத்திய சுறுசுறுப்புடன் எப்போதும் உருண்டுகொண்டே இருப்பதால், அவர் குடும்பத்துக்கே அக்கம் பக்கம் வீட்டினரால் பந்து குடும்பம் என்ற பட்ட பெயர் சூட்டப்பட்டது.

5 வயதிலேயே சினிமா ஜாக்கிசானை சுவீகரித்துக்கொண்டது 20 வயது வரை பல படங்களில் நடித்து வந்தாலும் போதிய வருமானம் இல்லை. இதனால் கட்டிட வேலைக்கு தினக் கூலியாக வேலை செய்யும் நிலை நேர்ந்தது. அந்த கடினமான வேலையை செய்யமுடியாமல் அவர் அவதிப்பட்டப்போது அப்போது அங்கு உடன் பணி புரிந்த தினக்கூலி ஒருவர் ஜாக்கிசானை தன் இறக்கையில் வைத்து கஷ்டப்படாமல் பாதுகாத்தார். அவர் பெயர் ஜாக்கி. எப்போதும் ஜாக்கியுடனே காணப்பட்டதால் ஜாக்கிசானை சக தொழிலாளர்கள் லிட்டில் ஜாக்கி என அழைத்தனர்.

பிற்பாடு சினிமாத் துறைக்கு வந்தவுடன் லிட்டிலை கழட்டி விட்டு ஜாக்கி எனும் அந்த அன்பான மனிதரின் பெயரையும் தன் இயற்பெயரான சான் உம் சேர்த்து ஜாக்கி சான் என வைத்துக்கொண்டார்.

கட்டிட வேலை செய்ய வந்த போதும் சினிமாவில் நடிக்கும் ஆர்வம் விடவில்லை. அடியாள் பாத்திரம்தான் அப்படியாக ஒரு நாள் வந்த வாய்ப்பு பிஸ்ட் ஆல் ப்யூரி (Fist of Fury) ப்ரூஸ்லி எனும் உலகமே கொண்டாடிக்கொண்டிருந்த மிகப்பெரிய குங்பூ கலைஞனின் படம். அவரைப்போல தானும் ஒருநாள் புகழ்பெற்ற நாயகனாக குங்பூ சண்டையில் அசத்தவேண்டும் என்பதுதான் ஜாக்கியின் கனவு. அந்த படத்தில் அவ்வளவாக

255

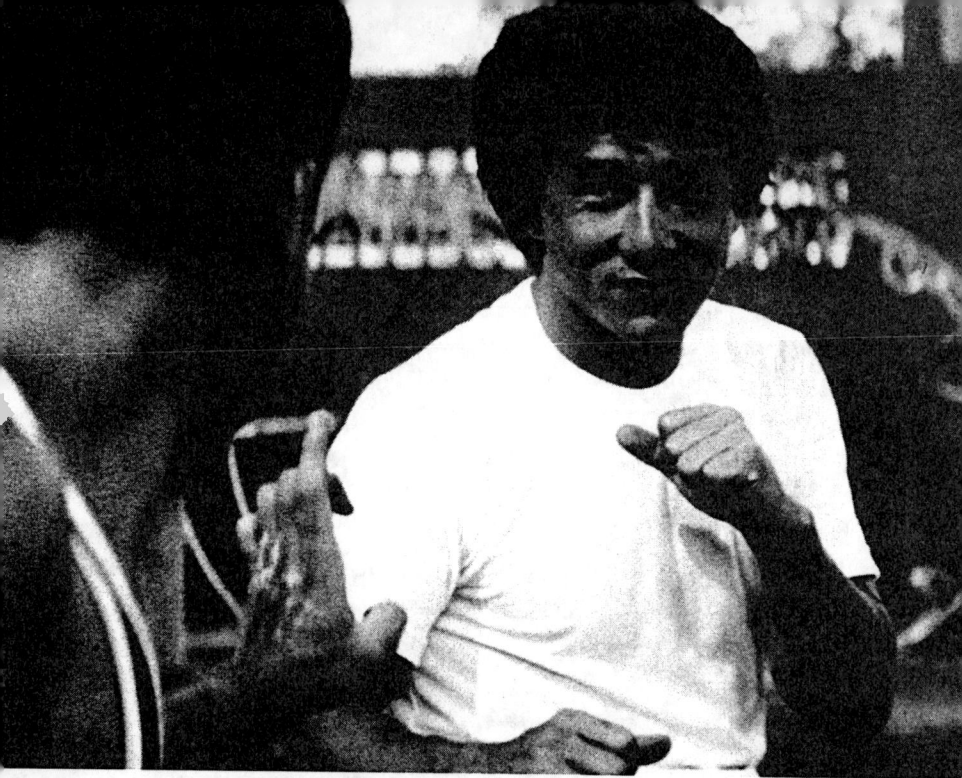

பேச வாய்ப்புகிடைக்கவில்லை. அவர் காத்திருந்தார் போல அடுத்த படமான எண்டர் தி டிராகன்(Enter the Dragon)படத்தில் சண்டைகாட்சியில் அடி வாங்கும் வாய்ப்பு ஜாக்கிக்கு கிடைத்தது. அந்த அனுபவத்தைப் பற்றி ஜாக்கி ஹாங்காங்கில் தன் திரைப்பட நிகழ்வொன்றில் கலந்து கொண்டபோது அவரே விவரித்துள்ளார்.

"நான் காமிராவுக்கு பின்னால் ப்ரூஸ்லீயிடம் அடிவாங்க போகும் தருணத்துக்காக காத்திருந்தேன். என் முறை வந்தது, சட்டென ப்ரூஸ் லீ வேகமான சண்டைக்காட்சியின் தொடர்ச்சியாக கம்பால் என்னை அடித்தார். ஏற்கனவே நான் பதட்டத்தில் இருந்த காரணத்தால் சரியாக செய்யாமல் போக ப்ரூஸ்லீ சுழற்றிய கம்பு என் தலையில் அடிபட்டுவிட்டது. டைரக்டர் கட் என்றதும் ப்ருஸ்லீ ஓடி வந்து என் தலையை பிடித்து சாரி தெரியாமல் நிகழ்ந்துவிட்டது என திரும்ப திரும்ப கூறினார் உண்மையில் அடி அத்தனை பலமில்லை.

ஆனாலும் நான் அதிகமாக வலிப்பது போல நடித்துக் கொண்டே பரவாயில்லை பரவாயில்லை என சமாளித்தேன். அவர் எனக்காக கஷ்டப்படுவதையும் என் மேல் அவர் கவனம் மொத்தமாக குவிந்திருப்பதையும் விரும்பியே அப்படி

நடித்தேன். பின் அன்று முழுக்க என்னிடம் மன்னிப்பு கேட்பது போலக் கையை உயர்த்தி நெற்றிக்கு நேரே வைத்து வணக்கம் செய்தபடி இருந்தார் .

பின் ஓய்வின் போது என்னை அருகே அழைத்து எந்த வகை சண்டை பயில்கிறாய் எனக்கேட்டர் நான் கீழைபாணி என சொன்னேன். பின் உன் பெயர் என்ன என கேட்க, நான் ஜாக்கி என சொன்னேன் பிற்பாடு அவர் இரண்டு முறை ஜாக்கி ஜாக்கி என கூறிக்கொண்டேயிருந்தார்."

எழுபதுகளின் துவக்கத்தில் அடியாளாக சண்டைக் காட்சிகளில் மட்டுமே நடித்து வந்த ஜாக்கிசானுக்கு 1976ல் பின்னாளில் ஹாலிவுட் படங்களை இயக்கி புகழ்பெற்ற இயக்குனர் ஜான் வூ வின் ஹான்ட் ஆப் டெத் (Hand of Death) படத்தில் ஒரு முக்கிய பாத்திரத்தில் நடிக்க வாய்ப்பு கிடைத்தது. அந்த படத்தை பார்த்த லோ வீ எனும் இன்னொரு இயக்குனர் ஜாக்கி இன்னொரு ப்ரூஸ்லீயாக வருவார் என தீர்மானித்து அவரை வைத்து நியூ பிஸ்ட் ஆப் பியூரி (New Fist of Fury) எனும் படத்தை எடுத்தார் ஆனால் அந்த படம் பெரும் தோல்வி .

அந்த படத்திலிருந்து ஜாக்கியும் ஒன்றைக் கற்றார் . ப்ரூஸ்லீ ஒருவர்தான் இன்னொரு ப்ரூஸ்லீயாக யராலும் உருவாக முடியாது.அதனால் நாம் ப்ரூஸ்லீயாகும் கனவை விட்டுவிட்டு நமக்கென புதிய பாதையை வகுத்துக்கொண்டால்தான் திரையுலகில் ஜெயிக்கமுடியும் என முடிவு செய்தார்.

அந்த எண்ணம் அவருக்குள் தோன்றியதிலிருந்தே புதிய பாதைகள் அவர் திசைநோக்கி திரும்ப துவங்கின. அதிர்ஷ்டகாத்து அடிக்கத் துவங்கியது, ஸ்னெக் இன் தி ஈகிள்ஸ் ஷேடோ (Snake in the Eagle's shadow) எனும் படத்தில் அவரது குங்பூ சண்டைக் காட்சிகள் சீன ரசிகர்களை பெரிதும் கவர்ந்தன. அடுத்து யங் மாஸ்டர் (The Young Master) மிகப் பெரிய வெற்றிப் படமாக மாறியது.

இடைப்பட்டக்காலத்தில் தன்னை முழுவதுமாக செதுக்கிகொள்ள அவர் பல ஹாலிவுட் நடிகர்களின் படங்களைப் பார்த்தார் அவர்களுள் அவரை ஈர்த்தவர் பஸ்டர் கீட்டன். அவரது பாணியில் ஸ்லாப்ஸ்டிக் பாணியில் நகைச்சுவை கலந்த ஆக்ஷனை அவரது பாணியாக மாற்றிக் கொண்டார். ப்ரூஸ்லீயிடமிருந்து தன்னை வித்தியாசப்படுத்த அவரைப்போல புத்திசாலியாக தன்னை காண்பிக்காமல் தவறு

செய்பவனாகவும் அசடனாகவும் காண்பித்து பிரச்சனையில் சிக்கி பின் எப்படி அதிலிருந்து வெளியேறுவது எனும் பார்முலாவை தன் வகைப்பாடாக மாற்றிக்கொண்டார்.

இது அவருக்கு மிகப்பெரிய வெற்றிப்பாதையை உருவாக்கியது.

தொடர்ந்து 1983 ல் வெளியான ப்ரொஜக்ட் ஏ(Project A), 1984ல் போலீஸ் ஸ்டோரி (Police Story), 1986ல் ஆர்மர் ஆப் காட் (Armour of God) என அடுத்தடுத்த வெற்றிகள் அவரை உலகின் மிகப்பெரிய நடிகருள் ஒருவராக மாற்றியது. கோடிக்கணக்கான இதயங்களில் ஜாக்கி எனும் பெயர் ஆழமாக பதிந்தது.

பிற்பாடு ஹாலிவுட்டுக்கும் சென்று அங்கும் வெற்றி பெற்று ஹாலிவுட்டில் வெற்றிப்பெற்ற முதல் ஆசிய நடிகன் என்ற பெயரையும் பெற்றார்.

என்னதான் பல ஆக்ஷன் காமெடி படங்களில் நடித்தாலும் ஜாக்கிசானுக்குத் தான் சிறந்த நடிப்பை வெளிப் படுத்தும் வலுவான கதைப்படத்தில் நல்ல பாத்திரமாக நடிக்கவில்லையே என்ற குறை இருந்தது.

புகழ்பெற்ற ஹாலிவுட் நடிகரான வில் ஸ்மித் மகன் ஜேடன் ஸ்மித் எனும் குழந்தையை மையப்பாத்திரத்தில் நாயகனாக நடிக்க ஜாக்கி அவனை வழிநடத்தும் ஆசானாக நடித்த 2010ஆம் ஆண்டு வெளியான தி கராத்தே கிட் (The Karate Kid) படம் அந்த மனக் குறையை போக்கியது, மட்டுமல்லாமல் அமெரிக்காவின் அனைத்து குழந்தைகளுக்கும் ஒரே படத்தின் மூலம் பிடித்த நட்சத்திரமாக மாறினார்.

இந்த படத்தின் வில்லன் பாத்திரத்தில் ஒரு சீன சிறுவன் நடித்திருப்பினும் இன துவேஷம் இல்லாமல் நற்பண்பை முன்னிறுத்தும் உதாரணமாக ஜாக்கிசான் இப்படத்தில் தோன்றிய விதம் அவரை நிஜ உலக நட்சத்திரமாக்கி உயர்த்தியுள்ளது.

வோங் கார் வாய் Wong Kar-wai (b.17 July 1958)

ஹாங்காங் சினிமாக்கள் மிகப்பெரிய வளர்ச்சியை அடைந்த காரணத்தால் அது பெரும்பாலும் பொழுதுபோக்கை மட்டும் குறி வைத்து இயங்கியதால் தரமான படங்களையும், இயக்குனர்களையும் உருவாக்கத் தவறிவிட்டது.

ஜான் வூ எனும் இயக்குனர் ஆக்ஷன் சினிமாவிலேயே தரமான இயக்குனராக அறியப்பட்டு ஹாலிவுட்டுக்கு வரவழைக்கப்பட்டார்.

பின் அங்கிருந்து ப்ரோக்கன் ஏரோ (Broken Arrow), பேஸ் ஆப் (Face/Off), மிஷன் இம்பாசிபிள் (Mission impossible) போன்ற ஹாலிவுட் படங்களை இயக்கி மிகப்பெரிய புகழை சம்பாதித்தார்.

இப்படி வணிக சினிமாவின் பெரும் கோட்டையாக வளர்ந்த ஹாங்காங் சினிமாவில் கலை படங்கள் என்பது கேள்விக்குறியாகவே இருந்த சூழலில் அந்த களங்கத்தை போக்க 1990க்கு பிறகு ஒரு இயக்குனர் வந்தார்.

அவர் பெயர் வோங் — கார் — வாய்

உலக சினிமா பார்வையாளர்களுக்கு ஹாங்காங் தந்த ஒரே மிகச்சிறந்த இயக்குனர்.

1958 ஜூலை 17 ஷாங்காயில் பிறந்த வோங் கார் வாயின் தந்தை ஒரு படகோட்டி, தாய் பாடகி கலாச்சாரப்புரட்சி உச்சத்தில் இருந்த போது சீனாவிலிருந்து ஹாங்காங் நகருக்குள் தன் முன்று ஆண்குழந்தைகளுடன் வோங் கார் வாய் அப்பாவும் அம்மாவும் குடிபெயர்ந்தனர் .

சில மணி நேர காலதாமதத்தின் காரணத்தால் மற்ற சகோதரர்கள் இருவரும் வருவதற்குள் அறிவிக்கப்பட்ட கடைசி நிமிடம் முடிந்து சீனாவின் எல்லைக்கதவு இறுகச் சாத்தப்பட்டது.

இதன் காரணமாக கிட்டதட்ட பத்து ஆண்டுகளுக்குப் பிறகுதான் அந்த இரு சகோதரர்களையும் வோங் கார் வாய் மீண்டும் பார்க்க முடிந்தது. சீனாவில் பேசியதோ மந்தரின் மொழி ஆனால் ஹாங்காங்கில் பேசப்படுவதோ காண்டோனிஸ் மொழி ஹாங்காங்கில் வோங்காயின் தந்தைக்கு

காவலாளி வேலை கிடைக்க தாயும் வேலைக்கு செல்ல, சிறுவயதில் மொழி தெரியாத புதிய நகரில் வோங் கார் வாய் அன்னியனாகவே வளர்ந்தார். பருவவயது வந்தபிறகுதான் அவரால் காண்டோனிஸ் மொழியை பழகிகொள்ள முடிந்தது. இப்படி மொழியறியாமல் அவர் வளர்ந்த அந்த புதுமையான கவர்ச்சி, நகரம் அவருக்குள் வாழ்க்கையாக இறங்காமல் பிம்பங்களாகவும் வண்ணக்கலைவையாகவும் இறங்கின. இதுவே அவருக்கு திரைப்படங்களின் மீதான ஆர்வத்தை வளர்த்தது.

கிராபிக் டிசைனிங்கில் டிப்ளமோ படித்தபிறகு TV3 எனும் ஹாங்காங்கின் புகழ்பெற்ற தொலைக்காட்சியில் திரைக்கதை எழுதுபவராக பணியில் சேர்ந்தார். அதன் தொடர்ச்சியாக ஹாங்காங் திரைப்பட துறையில் நுழைந்து சினிமாக்களுக்கும் எழுத துவங்கினார். இவர் எழுதிய படங்கள் அனைத்துமே பெரிய வெற்றிப்படங்களாகி வந்தன. அவர் அதிர்ஷ்ட காலம் ஹாங்காங் திரைப்பட உலகம் அப்போது ஜாக்கி சான் புண்ணியத்தில் உச்சத்தில் இருந்தது.

பல புதிய திறமையாளர்கள் அங்கீகரிக்கப்பட்டனர், வோங் கார் வாய் இயக்கும் வாய்ப்பும் வந்தது. அக்காலத்தில் இயக்குனர் ஜான் வூ தனது ஆக்ஷன் படங்களால் மிகப்பெரிய வரவேற்பை பெற்றிருந்தார். ஆக்ஷன் படங்களை அவர் ஒரு சிம்பொனி போன்ற கோர்வையான புதுமையான காட்சிமொழியில் இயக்கிய விதம் பிற்பாடு ஹாலிவுட்டுக்கு அவரை அழைத்துச்சென்று டாம் குரூஸின் மிஷன் இம்பாசிபிள் —2 (Mission impossible-2) வில் இயக்குனாராக்கியது.

அந்த ஜான் வூ வின் எ பெட்டர் டுமோரோ(A Better Tomorrow), 1986 ல் வெளியாகி மிகப்பெரிய வெற்றி பெற்றிருந்த காரணத்தால் அதே பாணியில் தாமும் முதல் படத்தை இயக்க முடிவுசெய்தார். AS TEARS GO BY அவரது முதல் படமாக 1988ஆம் ஆண்டில் வெளியானது.

In-gear தயாரிப்பு நிறுவனம் அவருக்கு முழு சுதந்திரத்தையும் வழங்கியது .ஹாங்காங்கின் அப்போதைய உச்ச நட்சத்திரங்கள் ஆண்டி லூ, மாக்கி சூங் மற்றும் ஜேக்கி சூங் ஆகியோரை ஒப்பந்தம் செய்து கொடுத்த காரணத்தால் படத்தின் பட்ஜெட் அவருக்கு முழு சுதந்தரத்தையும் வழங்கியிருந்தது. பல சமயங்களில் முதல் இயக்குனருக்கு இந்த சுதந்திரமே வெற்றிக்கு தடையாகும். ஆனால் வோங் கார் வாய் தனக்கு

கிடைத்த வாய்ப்பை தன் கனவுலகத்தை திரையில் கட்டமைக்க சரியான வாய்ப்பாக பயன்படுத்திக்கொண்டார்.

படத்தின் வெற்றி அவரை ஹாங்காங்கின் புதிய அலை இயக்குனராக கவனிக்க வைத்தது.1989 கான் விழாவில் இயக்குனர்களுக்கான தனிப்பிரிவில் திரையிட தேர்வாகி உலக அங்கீகாரத்தையும் வோங் கார் வாய்க்கு பெற்று தந்தது. தொடர்ந்து 1990ல் days of being wild, 1994 - chungking express, 1995- fallen angels, 1997- happy together என அவர் எடுத்த படங்கள் எல்லாமே வரிசையாக பெரிய வெற்றிப்பெற்றாலும் உலகசினிமாவில் அவருக்கென அழுத்தமான எந்த முத்திரையையும் அதுவரை அவர் பதிக்கவில்லை. அதுவரை ஹாங்காங் சினிமா வெறும் சண்டைப் படங்கள் மட்டும் உற்பத்தி செய்யும் தொழிற் கூடமாக கருதப்பட்டு வந்த நிலையில், எங்களால் கலை படங்களும் உருவக்க முடியும் என மேற்குலகிற்கு அறிவிக்கும் வகையில் வோங் கார் வாயின் ஒரு படம் 2000ம் ஆண்டு வெளியானது. அது இன் தி மூட் பார் லவ் (In The Mood For Love). இந்தப் படம்தான் ஹாங்காங் சினிமாவின் இதுவரையான மிகச்சிறந்த படமாகவும் விமர்சகர்களால் போற்றப்படுகிறது.

இன் தி மூட் பார் லவ் (In The Mood For Love) **2000:**

1962ஆம் காலகட்டத்தில் ஹாங்காங்கில் நடக்கும் இந்த கதையில் இரு இதயங்கள் தங்களின் காதலை பரிமாறிக்கொள்ள விழையும் தவிப்பும் அதனால் உண்டாகும் மவுனங்களும்

ஏக்கங்களும் தவறான புரிதல்களும் பிரிவும் தான் கதை என்ன இருவருமே கல்யாணம் ஆகி ஏற்கனவே ஒருவருடன் குடும்பம் நடத்தி வரும் சூழலில் துவங்குகிறது இந்த காதல் கதை. அதுதான் பிரச்சனை , ஒரே வீட்டின் பக்கத்து பக்கத்து பிளாட்டுக்கு ஒரே நாளில் குடித்தனம் வருகின்றனர் நாயகனும் நாயகியும். இதனால் எதேச்சையாக இடம் மாறிப்போவது பொருள் மட்டுமல்ல பார்வைகளும் பரிபாஷைகளும் . இருவருமே வெவ்வேறு பணி புரிகிறார்கள்.நாயகன் சோ மோவான் பத்திரிக்கையாளனாக பணிபுரிபவன் . நாயகி சூ லீ சென் கப்பல் வணிக அலுவலகத்தில் காரியதரிசியாக பணி புரிபவள்.

நாயகன் மனைவியும் நாயகி கணவனும் காதலிப்பதாகவும் இருவரும் அடிக்கடி வெளியில் சந்திப்பதாகவும் இருவருக்குமே சந்தேகம் வருகிறது . இதனால் இருவரும் அடிக்கடி பார்க்கும் சந்தர்ப்பத்தில் சில வெளிப்படுத்த முடியாத மவுனங்கள். நாயகி தினமும் நூடுல்ஸ் வாங்க வரும் வழியில் இருவரும் தினசரி சந்திக்கின்றனர்.தூறல் விழும் இரவுகளில் அவள் நூடுல்ஸ் வாளியுடன் மெல்ல நடந்து வரும் அழகும் அதற்கான பின்னணி இசையும் படத்தொகுப்பும்தான் இந்தப் படத்தின் ஆகச்சிறந்த அம்சங்கள்.

வழக்காமான படங்கள் போலவே வோன் கார் வாய் இதிலும் கதை என எதையும் சொல்ல வரவில்லை. நுண் உணர்வுகளை காட்சிப்படுத்துவதற்காக மட்டுமே இந்த படத்தை எடுக்க முனைந்தது போல படம் முழுக்க நாயகன் நாயகி இருவருடைய உணர்வுகள் மட்டுமே படத்தில் எந்த

a film by Wong Kar-Wai
in the MOOD for LOVE

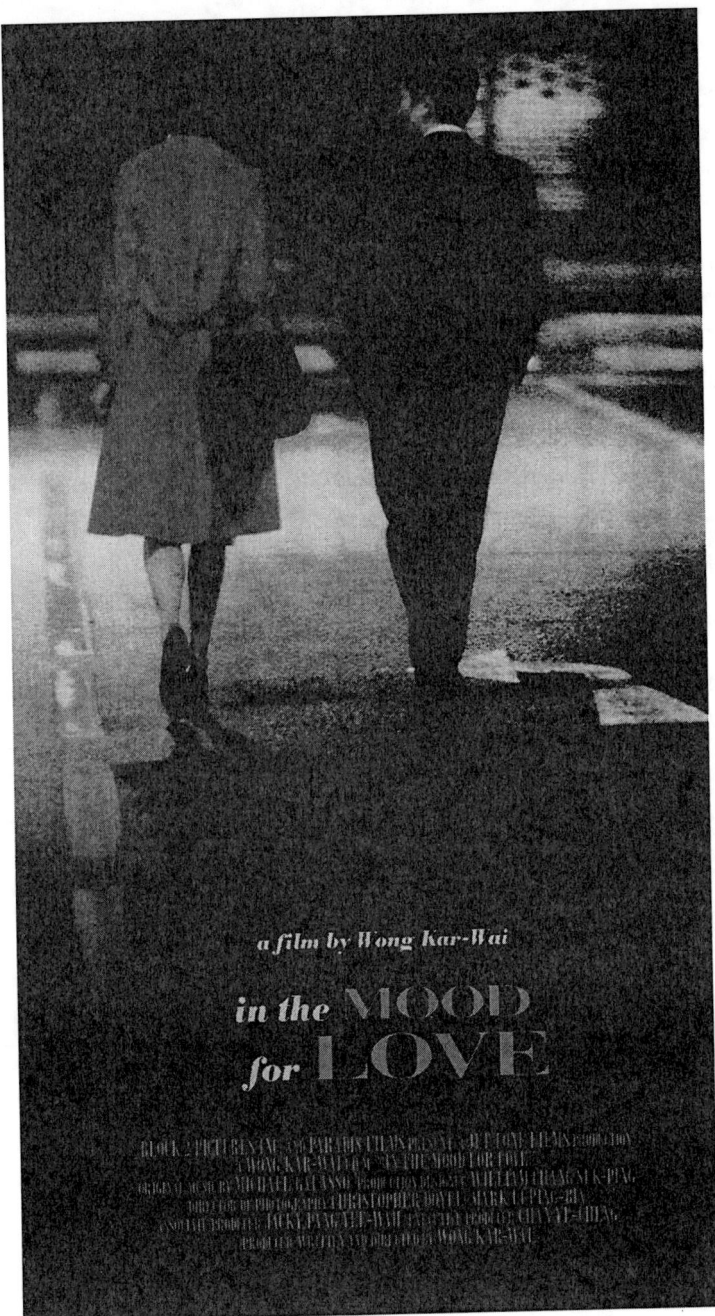

இடத்திலும் நாயகன் மனைவியோ, நாயகி கணவனோ முழுவதுமாக காட்டாமல் வெறுமனே அவர்களது குரல்களை மட்டுமே காண்பித்து கதையை நகர்த்திய விதம் இப்படத்தின் இன்னொரு சிறப்பு.

2000ஆம் ஆண்டு கான் திரைப்படவிழாவின் சிறப்பு தங்க பனை விருது போட்டிக்கு தேர்வாகி சிறந்த நடிகருக்கான பரிசைப்பெற்றது. பிற்பாடு தொடர்ந்து உலக சினிமா அரங்கில் பல திரைப்பட விழாக்களில் திரையிடப்பட்டு அதன் அதீத கவர்ச்சியும் தாளக்கட்டோடான ஒளிப்பதிவும் படத் தொகுப்பும் பின்னணி இசையும், காலக்கட்டத்தையும் கனவுத் தன்மையும் ஒருங்கே பிரதிபலித்த காட்சிப்படுத்தலையும், பின் புலத்தையும் விமர்சகர்கள் சிலாகித்து பேசினர்.

2015 பூசன் திரைப்பட விழாவில் ஆசியாவின் சிறந்த 100 படங்களில் யஷிரோ ஓசுவின் டோக்கியோஸ்டோரி (TokyoStory)

அகிராகுரோசவாவின் ரோஷமானுக்கு (Rashomon) பிறகு அப்பட்டியலில் மூன்றாவது சிறந்த படமாக அனைவராலும் தேர்வு செய்யப்பட்டது.

தைவான்

இந்தியாவுக்கு ஒரு அந்தமான் தீவு போல சீனாவுக்கு வால்போல ஒட்டிக்கிடக்கும் மிகப்பெரிய பரப்பளவைக் கொண்ட தீவு தைவான் பன்னெடுங்காலாமாகவே சீனாவின் நிலப்பிரதேசமாகவே இருந்து வந்த தைவானை 1912 வாக்கில் ஜப்பான் கைப்பற்றி முழுவதுமாக தன் ஆட்சிக்குள் கொண்டுவந்தது. இங்கிருந்துதான் ஜப்பான் தெற்காசிய நாடுகள் முழுவதையும் தன் கைக்குள் கொண்டு வர முடிந்தது.

இரண்டாம் உலகப்போர் முடிவில் ஹிரோஷிமா, நாகாசாகி அணுகுண்டு ஜப்பானை நிலைகுலையச் செய்ய தொடர்ந்து தோல்வியை ஒப்புக்கொண்டு தைவானிலிருந்தும் முழுவதுமாக வெளியேறியது.

1945 க்குப் பின் தைவான் சைனா குடியரசின் ஆதிக்கத்தின் கீழ் முழுவதுமாக மீண்டும் கொண்டுவரப்பட்டு இன்றுவரையும் செயல்பட்டு வருகிறது.

ஜப்பானிய ஆட்சிகாலத்தில் தைவானில் சினிமா என்பது போர் தொடர்பான ஆவணங்களை எடுக்க மட்டுமே இயங்கி வந்தது.

பிற்பாடு சீனா ஆட்சிக் காலத்தில் கலாச்சாரப்புரட்சி காரணமாக சினிமா கிட்டத்தட்ட வெறும் குங்பூ சண்டை படங்களாகவே வந்துகொண்டிருந்தன.

1982க்குப் பின் ஓரளவுக்கு தைவான் சினிமா தலையெடுத்தது. இத்தாலிய நியோரியலிஸ பாணியில் தைவான் மக்களது உண்மையான பொருளாதார நிலையும் சமூக சூழலும் திரைப்படங்களில் சித்தரிக்கப்பட்டன. இயக்குனர் huo hslaohsiensன் A city of sadness, இயக்குனர் chen kunhous¡ growing up , இயக்குனர் Edward yungs என்பவரது ... Taipei story மற்றும் a brighter summer day எனும் நான்கு மணிநேர படம், போன்ற படங்கள் தைவானிய சினிமாவின் பெருமையை ஓரளவு நிலைநாட்டத் துவங்கின.

என்ற போதும் 90க்குப் பிறகுதான் உலக சினிமா அரங்கில் தைவான் சினிமா அடியெடுத்து வைக்கத் துவங்கியது.

இயக்குனர் stan lai s 1992ஆம் ஆண்டு The peach blossom land திரைப்படம் டோக்கியோ மற்றும் பெர்லின் திரைப்பட விழாக்களில் அடியெடுத்துவைக்க அடுத்து இரண்டு ஆண்டுகளில், இயக்குனர் Tsai ming langsஎன்பவரது ஸ்வீஸ்மீ

லி' amour எனும் திரைப்படம். 1994ல் வெனிஸ் பிலிம் பெஸ்டிவலில் தங்கச்சிங்கம் விருது பெற்றது.

இவர்களுக்கு அடுத்ததாக வந்த தைவான் இயக்குனர் தைவானுக்கே உலக சினிமா வளர இப்படத்தின் புதிய அடையாளமாகவும் சீன ஜப்பானிய பகுதியில் தோன்றி ஹாலிவுட்டிலும் தன் தரத்தை வெற்றிக்கொடியாக பறக்கவிடவும் செய்தார், அவர் தான் ஆங் லீ.

ஆங் லீ ANG LEE (b.23 october 1954)

2012ஆம் ஆண்டு வெளியான லை ஆப் பை (Life of Pie) படம் உலகமெங்குமுள்ள சினிமா ரசிகர்களுக்கு இயக்குனர் ஆங் லீ யை முழுமையாக அடையாளம் காண்பித்தது. சீனாவிலிருந்து ஹாலிவுட் சென்ற இயக்குனர்களான ஜான் வூ, ழாங் யீமூ ஆகியோரை விடவும் ஆங் லீ பெருமை பெற்றவர். காரணம் அவர் சீன அடையாளங்களை இழக்காமல் அதே சமயம் உலக சினிமா ரசிகர்களிடையே தொடர்ந்து பல வெற்றிப் படங்களை தந்து வெற்றிப்பெற்ற இயக்குனராக வலம் வருகிறார்.

1954ஆம் ஆண்டு அக்டோபர் 23ல் தைவானில் பிறந்த ஆங் லீ கல்வி படிப்புக்கு பின் முறையாக சில காலம் சீன இராணுவ சேவையில் ஈடுபட்டவர், பின் மேற்படிப்புக்காக 1979 ல் அமெரிக்காவின் இல்லினாய்ஸ் பல்கலைக்கழகத்தில் நாடகத்துறை சார்ந்த பட்டபடிப்பில் சேர்ந்தார்.இயல்பில் நடிப்பில் ஆர்வ மிகுந்த லீக்கு ஆங்கிலம் பேசுவது மிகப்பெரிய தடையாக இருந்த காரணத்தால் இயக்குனருக்கான பிரிவில் சேர்ந்தார். அங்கு உயிரியல் துறையில் பி .எச் டி படித்துவரும் இன்னொரு மாணவி தைவானைச் சேர்ந்தவர் என அறிந்து அவரோடு தானே சென்று அறிமுகமாகி பின் வாழ்க்கை முழுக்க ஐக்கியமாகிக்கொண்டார். அவர் பெயர் ஜேன் லீ. ஆங் லீயின் வாழ்க்கையில் ஜேன் லீ யோடு அக்காலத்தில் இன்னொரு லீயும் முக்கிய நண்பராக இருந்தார் .ஆனால் அந்த லீ சீனாவைச்சேர்ந்தவர் இல்லை அமெரிக்ககறுப்பினத்தவர். பிற்பாடு ஹாலிவுட்டின் மிகச்சிறந்த இயக்குனராக அறியப்பட்டவர் அவர்தான் ஸ்பைக்லீ. கல்லூரி காலத்தில் ஸ்பைக் லீயும், ஆங்லீயும் நெருங்கிய நண்பர்கள்.ஸ்பைக்லீயின் டிப்ளமோ பட்டத்தில் ஆங் லீயும் உதவி இயக்குனராக பணி புரிந்தார்.

படிப்பு முடிந்தவுடன் உடனடியாக சினிமா வாழ்க்கை சோவிக்கவில்லை பல முயற்சிகள் தோல்வி. தொடர்ந்து திரைக்கதைகள் எழுதுவதும் அது ஸ்டூடியோக்களால் நிராகரிக்கப்படுவதுமாக போராடி வந்தார். கிட்டத்தட்ட ஆறு வருட காலம் அவர் வீட்டில் வெறும் திரைக்கதைகளை எழுதுவதும் நாவல்களை படிப்பதுமாக வருமானமற்ற சூழலில் வாழ்ந்து வந்தார். இந்த அவருடைய இக்கட்டான

போராட்டக் காலத்தில் அவரைச் சோர்வடையாமால் பார்த்துக்கொண்டவர் அவர் மனைவி ஜேன் லீ

ஆங் லீ திரையுலகில் தான் பெற்ற வெற்றிக்கு காரணமாக இன்றும் பல பேட்டிகளில் தன் மனைவியின் பங்களிப்பை மறக்காமல் குறிப்பிட்டு வருகிறார்.1991ஆம் ஆண்டு தைவான் அரசின் கலாச்சாரப்பிரிவுக்கு அவர் அனுப்பிய இரண்டு திரைக்கதைகள் தேர்வானது.

vPushing hands 1992ஆம் ஆண்டு அவரது முதல் படமாக வெளியாகி வணிக ரீதியாகவும் விமர்சன ரீதியாகவும் மிகப் பெரிய வெற்றியைப் பெற்றது.

அந்த வருடத் தைவானின் கோல்டன் ஹார்ஸ் பிலிம் பெஸ்டிவலில் பல பிரிவுகளில் போட்டிக்குத் தேர்வு செய்யப்பட்டு பரிசுகளையும் பெற்றது. இந்த வெற்றியைத் தொடர்ந்து அடுத்த வருடமே இரண்டாவது படம் The wedding banquet வெளியாகியது, இப்படம் 1993ஆம் ஆண்டு 43வது பெர்லின் திரைப்பட விழாவில் தங்க கரடி விருதைப் பெற்று தைவான் திரைப்படங்களுக்கு மகுடம் சூட்டியது. மட்டுமல்லாமல் அன்னியநாட்டுப்பட பிரிவில்

கோல்டன்குளோப் விருதுக்காகவும் தேர்வு செய்யப்பட்டது. இந்த ஒரே படம் ஆங்லீக்கு மொத்தம் 11 விருதுகளை உள் நாட்டிலும் வெளி நாட்டிலும் பெற்றுத்தர, ஆங் லீ தைவானின் உலக இயக்குனராக அடையாளம் பெற்றார்.

முதல் இரண்டு படங்கள் அமெரிக்க தைவானியர்களை பற்றிய கதைகளை கொண்டிருந்த காரணத்தால் அமெரிக்காவிலேயே படப்பிடிப்பை நடத்தியிருந்தார் மூன்றாவது படம் முழுவதும் தைவானிலேயே எடுக்கப்பட்டது. தைவான் தலைநகரமான தாய்பேயில் மனித உறவுகளையும் நாகரீக

மாற்றங்களையும் கருப்பொருளாக கொண்ட இப்படம் Eat drink man woman, இதுவும் இம்முறை கோல்டன் குளோப் சிறந்த அன்னியபடத்துக்கான விருது பிரிவில் போட்டிக்குத் தேர்வு செய்யப்பட்டு சிறந்த படத்துக்கான விருதும் பெற்றது.

இந்த தொடர் வெற்றி காரணமாக ஹாலிவுட்டுக்கு அழைக்கப்பட்ட ஆங் லீ 1995ஆம் ஆண்டு sense and sensibility எனும் கிளாசிக் நாவலை சினிமாவாக எடுத்து தர அதுவும் பெர்லின் திரைப்பட விழாவில் இரண்டாவது சிறந்த படத்துக்கான விருதை பெற்றது.

இதற்கடுத்து 1999ஆம் ஆண்டு ஹாலிவுட் அவருக்கு பிரம்மாண்ட பொருட்செலவில் ஒரு வெஸ்டர்ன் படம் இயக்கும் வாய்ப்பை தந்தது, Riding with devil. இந்த படத்தின் தோல்வி காரணமாக என்னவோ அன்னிய நிலப்பரப்பு கதைகளைக்காட்டிலும் தன் சொந்த சீன மண் கதைகளை, ஹாலிவுட்டே வியக்கும் வண்ணம் எடுப்பது என முயற்சி எடுத்தார்.

தைவான் தற்காப்புக்கலையின் அடிப்படையில் அப்படியாக அவர் எடுத்த படம் தான் croching tiger hidden dragon, இப்படத்தை 2000ஆம் ஆண்டு வெளியிட இப்படம் யாருமே எதிர்பாராமல் உலகம் முழுக்க மிகப்பெரிய வணிக வெற்றியை பெற்றதோடு மட்டுமல்லாமல் பல பிரிவுகளில் ஆஸ்கார் விருதுக்கு போட்டியில் தேர்வு செய்யப்பட்டு பரிசுகளையும் வென்றது. சீன மொழி பேசப்பட சப்டைட்டில் ஆங்கிலத்தில் இருந்த போதும் பலரும் இந்த படத்தின் தொழில்நுட்பக் காட்சிகளை வியந்து ரசித்தனர்.

ஹாலிவுட்டையே வியக்க வைக்கும் அளவுக்கு சீனர்களால் படமெடுக்க முடியும் என இப்படம் நிரூபித்த காரணத்தால் தொடர்ந்து ஜாங் யீமு மற்றும் கென் காய்ஜி போன்ற இயக்குனர்களுக்கும் ஹாலிவுட் ரத்தின கம்பளம் விரிக்கத்துவங்கியது.

அடுத்து மீண்டும் ஹாலிவுட் அவரை நம்பி பிக் பட்ஜெட் படம் கொடுக்க அதுவே HULK. 2003ஆம் ஆண்டு வெளியான ஹாலிவுட்டுக்கே பேர் போன சூப்பர் ஹீரோ டெக்னிக்கல் மசாலா படம். இந்த படமும் அவருக்கு மிகப்பெரிய வெற்றி.

இச்சமயத்தில் ஆங் லீ என்ன நினைத்தாரோ இனி படம் எடுத்தது போதும் ஓய்வெடுக்கலாம் என்ற முடிவுக்கு வந்தார். இத்தகவல் அவரது தந்தைக்கு தெரியவர மகனை அவர் கடிந்து கொண்டு நிர்பந்தித்தார் .

உன் திறமை உனக்கானது என நினைத்துவிடாதே அது ஏதோ ஒருவகையில் திரைப்படமாக பலகோடி மக்களுக்கு பயன் தரும் மருந்தாக இருக்கிறது. பல பிரச்சனைகளுக்கு அது தீர்வைத் தருகிறது. ஒரு சிலரால் மட்டுமே அந்த கலையின் சூட்சுமத்தை சரிவர கையாள முடியும் அது உனக்கு வாய்த்திருக்கிறது. எங்கோ தைவானில் பிறந்த நீ இன்று உலகம் முழுக்க அறியப்படுவதற்கு காரணம் அதுதான், அதனால்

அந்தக் கலையை உனக்காக முடித்துக் கொள்ளாமல் பிறருக்காக உன்னால் முடியுமட்டும் வெளிப்படுத்திக் கொண்டேயிரு என ஆலோசனைக் கூற அதை ஏற்று ஆங் லீ மீண்டும் படமெடுக்க விரும்பினார்.

அப்படி அவர் திரும்பவும் படமெடுக்க வந்தபோது வழக்கம்போல பெரிய பட்ஜெட் படம் எடுக்க விரும்பாமல் தன் ஆரம்பகால படங்களைப்போல சிறிய பட்ஜெட்டில் சுதந்திரமான படம் எடுக்க விரும்பினார்.

புலிட்சர் விருது இறுதிபட்டியலில் இடம் பெற்ற சிறுகதை ஒன்று தான் இம்முறை அவர் தேர்ந்தெடுத்த கதை broke back mountain. இப்படம் வெளியான 2005, ஆம் ஆண்டு மட்டும் உலகம் முழுக்க பல திரைப்படவிழாக்களில் பங்கேற்று மொத்தமாய் 71 விருதுகளை சிறந்த படம், சிறந்த இயக்கம் ஆகிய பிரிவுகளில் அள்ளிக்குவித்தது. அதில் குறிப்பாக வெனிஸ் திரைப்படவிழாவின் தங்க சிங்கம், கோல்டன் குளோப், பிரிட்டிஷ் பிலிம் அகாடமி என புகழ்பெற்ற விருதுகளுடன் அந்த வருடத்துக்கான ஆஸ்கார் விருதுக்கான போட்டியில் பல பிரிவுகளில் நாமினேட் ஆகி இறுதியில் மிகச்சிறந்த இயக்குனருக்கான ஆஸ்கார் விருதையும் பெற்றார், உடன் சிறந்த திரைக்கதை ,சிறந்த இசைக்கோர்வை ஆகிய மற்ற இரண்டு பிரிவுகளிலும் ஆஸ்கார் விருதுகளை இப்படம் அள்ளிக்கொண்டது. வெள்ளையர் அல்லாத ஒருவர் ஆஸ்காரில் சிறந்த இயக்குனர் விருது வாங்குவது அதுவே முதல் முறை .

அந்த சரித்திரம் 2013ஆம் ஆண்டு மீண்டும் நிகழ்ந்தது. இரண்டாவது முறையும் அதை வாங்கியவர் ஆங்லீ தான்.

அவருக்கு அந்த விருதை வாங்கித் தந்த படம் லைப் ஆப் பை (Life of Pie) யான் மார்டல் எழுதி உலகம் முழுக்க பெரும் வரவேற்பு பெற்ற இந்நாவலை 2012ஆம் ஆண்டு முதல் முறையாக 3D முப்பரிமாணத்தில் ஆங் லீ இந்த படத்தை எடுத்திருந்தார்.

படம் மூன்று மொழிகள் பேசியது. ஆங்கிலம், பிரெஞ்சு ஆகியவற்றுடன் படம் தமிழும் பேசியது என்பது தமிழுக்கு கிடைத்த இன்னொரு பெருமை படத்தின் கதை பாண்டிச்சேரி பின்னணியைக் கொண்ட குடும்பத்தைச் சேர்ந்ததாக இருந்த காரணத்தால் தமிழ் மொழியும் இதில் ஐக்கியமானது.

படம் வெளியானபின் படத்தின் காட்சியின் தொழில்நுட்ப பயன்பாடுகளை கண்டு அமெரிக்கா முதல் உலகமெங்குமுள்ள விமர்சகர்கள் வியந்தனர்.

ஜேம்ஸ் காமரின் அவதார் (Avatar) படத்திற்குப் பிறகு முப்பரிமாண காட்சிகளில் மிகப்பெரிய அளவில் அனை வரையும் வியக்க வைத்த படமாக லை ஆப் பை(Life of Pie) கொண்டாடப்பட்டது .

அந்த வருடத்துக்கான ஆஸ்கார் போட்டியில் மொத்தம் பதினோரு பிரிவுகளில் போட்டியிட்டு சிறந்த இயக்குனர். சிறந்த ஒளிப்பதிவு, சிறந்த சிறப்புக்காட்சியமைப்பு தொழிநுட்பம் மற்றும் சிறந்த பின்னணி இசைக்கோர்பு ஆகிய நான்கு பிரிவுகளில் ஆஸ்கார் விருது வென்றது.

இந்தியா

1972க்கு முன் உலக சினிமாவில் இந்தியத் தடங்கள்

உலகசினிமாவின் போற்றத்தக்க படங்கள் வரிசையில் இந்தியாவின் பதேர் பாஞ்சாலிக்குப் பிறகு மகத்தான படங்கள் எதுவும் வரவில்லை. காந்தி(Gandhi), பண்டிட் குயின்(Bandit Queen), ஸ்லம் டாக் மில்லியனர்(Slumdog millionaire) என இந்தியாவில் உருவான ஆங்கிலப்படங்கள் அவ்வப்போது சில சலனத்தை உலக அரங்கில் உருவாக்கி வந்தாலும் இந்தியாவில் உருவாக்கப்பட்ட இந்திய மொழிப்படங்கள் பதேர் பாஞ் சாலி அடைந்த உச்ச சாதனையைத் தொடரமுடியவில்லை. ஆனாலும் அதற்கான முயற்சிகள் இந்தியாவில் தொடர்ந்து நடந்த படியேதான் இருக்கின்றன.

அதேபோல சத்யஜித்ரேவின் பதேர் பாஞ்சாலி (1955) க்குப் பிறகுதான் இந்திய சினிமா உலக அளவில் அங்கீகாரம் பெற்றதாக பொதுவாக ஒரு கருத்து நிலவுகிறது அது முற்றிலும்தவறு. ரே—வுக்கு முன்பே சில படங்கள் உலகத் திரைப்பட விழாக்களில் கலந்துகொண்டு சிறந்த படத்துக்கான பரிசைப் பெற்றுள்ளன.

சாந்த துக்காராம் 1936 (Sant tukaram)

இத்தாலியின் வெனிஸ் திரைப்பட விருது வழங்கும் விழா துவக்கி ஐந்தாம் ஆண்டு 1937ல் மராத்தி மொழிப்படமான சாந்த துக்காராம் கலந்து கொண்டு அந்த ஆண்டின் உலகின் சிறந்த படங்களில் ஒன்றாக சிறப்பு பரிசைப் பெற்றது.

இந்த படத்தை Vishnupant Govind Dhamle and Sheikh Fattelal எனும் இருவர் சேர்ந்து இயக்கியிருக்கின்றனர். புகழ்பெற்ற இயக்குனர் வி. சாந்தாராம் தன் பிரபாத் ஸ்டூடியோஸ் மூலம் தயாரித்த இப்படம் 12 டிசம்பர் 1936ஆம் ஆண்டு வெளியாகி கிட்டத்தட்ட ஒரு வருடம் ஓடியிருக்கிறது. இந்தியாவில் அதிக நாட்கள் ஓடிய முதல் படம் இதுதான்.

இந்த படம் வெனிஸ் விழாவில் விருது பெற்ற தகவல் வெளியுலகுக்கு தெரியவந்ததே ஒரு சுவாரசியமான விஷயம். வெனிஸ் திரைப்பட விழா விருதுக்கமிட்டி சிறந்த படமாக இந்த படத்தைத் தேர்வு செய்யப்பட்டமைக்கு தந்த பட்டயம் 1974ஆம் ஆண்டு புனேவில் சட்டக்கல்லூரி சாலையின்

குப்பைத்தொட்டி ஒன்றில் கிடந்திருக்கிறது. அந்தநேரம் அவ்வழியாக வந்த புகழ்பெற்ற மலையாள ஒளிப்பதி வாளரான சன்னிஜோசப் கண்ணில் அது படப்போக அதை எடுத்துப்பார்த்த அவர் அதிர்ச்சியடைந்து புனே திரைப்படக் கல்லூரி அதிகாரிகளிடம் தெரிவிக்க, அதன் பிறகுதான் இப்படி ஒரு படம் வெனிஸ் விழாவில் விருது பெற்ற சம்பவமே மீண்டும் திரையுலகுகிற்கு தெரிய வந்துள்ளது.

1946, நீச்ச நகர் (Neecha Nagar)

சேத்தன் ஆனந்த் (chetan Anand) இயக்கத்தில் *1946*—ல் வெளியான நீச்ச நகர்தான் சமூக அரசியலை பேசிய இந்தியாவின் முதல் படம். சேத்தன் ஆனந்த் இயக்கிய இந்தப் படம் தான் பிரான்ஸின் கான் விருது (கிராண்ட் பிரிக்ஸ்) வாங்கிய முதல் இந்தியப் படம். அதுவும் அந்த விருது வாங்கப்பட்ட முதல் ஆண்டிலேயே முதல் விருதைப் பெற்றது என்பதுதான் இதில் விசேஷம், அதுவும் யாரோடு தெரியுமா, புகழ்ப்பெற்ற நியோ ரியலிஸ இத்தாலி படமான ரோம் ஓபன் சிட்டியுடன் இந்த படம் விருதைப் பகிர்ந்து கொண்டது. நடிகர் தேவ் ஆனந்த், இயக்குனர் விஜய் ஆனந்த்

ஆகியோரின் மூத்த சகோதரர் தான் இந்த படத்தின் இயக்குனரான சேத்தன் ஆனந்த். மாக்ஸிம் கார்க்கியின் The Lower Depths.தான் படத்தின் மூலக்கதை.

1953, தோ பிகா ஜமீன் (Do Bigha Zamin)

1953—ல் பிமல் ராய் (Bimal Roy) இயக்கத்தில் வெளியான தோ பிகா ஜமீன் சமூக அரசியலை அழுத்தமாக பேசிய இன்னொரு முக்கியமான படம். பிமல் ராய் என வெறும் பெயரைச் சொல்வதைவிட இவர்தான் தேவதாஸ் (Devdas-*1955*) எனும் புகழ்பெற்ற இந்திய காதல் காவியத்தை வங்காளத்தில் எடுத்தவர். பிற்பாடு தெலுங்கு, தமிழ் என பலமுறை மீட்டுருவாக்கம் கண்டு தேவதாஸ் மிகப் பெரிய வெற்றிகளைப் பெற்றது நாடறிந்த சேதி.

வறுமை காரணமாக *60*ரூபாய் ஜமீனிடம் கடன் வாங்கும் ஏழை விவசாயியின் கதைதான் "தோ பிகா ஜமீன்". அந்தக் கடனை அடைக்க அவன் படாதபாடு படுவான், பிற்பாடு நகரத்துக்குச் சென்று ரிக்ஷா இழுத்து கடுமையாக உழைத்து பணம் சம்பாதித்து வீடு திரும்பும், போது அவன் நிலம் முழுவதுமாக ஜமீனால் ஆக்கிரமிப்பு செய்யப்பட்டு அதில் தொழிற்சாலைக்கான ஆரம்பப் பணிகள் நடந்துகொண்டிருக்கும். மேலும் அவன் நிலத்தில் நிற்கக் கூட உரிமை மறுக்கப்பட்டு அவனும் அவன் குடும்பமும் ஜமீன்

பிமல் ராய்

ஆட்களால் விரட்டியடிக்கப்படுவர். இறுதியாக அவன் அங்கிருந்து புறப்படும் போது ஒரு பிடி மண் எடுக்கப் போக, அது கூட அவன் கையிலிருந்து தட்டி பறிக்கப்படும்.

கண்ணீரை மட்டும் நிலத்துக்கு சொந்தமாக்கிவிட்டு வெறும் கையோடு ஊரை விட்டு அவன் குடும்பத்தோடு புறப்படுவதோடு படம் முடியும். இந்த படம் ஏழாவது கான் திரைப்பட விழாவில் கிராண்ட் பிரிக்ஸ் விருதை பெற்று இந்தியாவுக்கு பெருமை சேர்த்தது.

1951, அமர் பூபாலி (Amar Bhoopali)

வி.சாந்தாராம் இயக்கத்தில் உருவான இப்படம் கான் திரைப்பட விழாவில் திரையிடும் கவுரவத்தைப் பெற்றதோடு மட்டுமல்லாமல் லதா மங்கேஷ்கர் பாடி வசந்த் தேசாய் இசையமைத்த கன்ஷியாம் சுந்தரா (Ghanshyama sundara) எனும் பாடலுக்காக இசைப் பிரிவில் The Immortal Song, France : Le Chant Immorte Grand Prize of the Festival விருதைப் பெற்றது. இன்றும் அப்பாடல் சிறந்த பக்திப் பாடலாக வழிபாட்டுத்தலங்களில் வட இந்தியா முழுமைக்கும் பாடப்பட்டு வருகிறது கான் விருது இதை 60 வருடங்களுக்கு முன்பே காலத்தால் அழியாத இசை என தீர்மானித்தது. எவ்வளவு உண்மை என்பதற்கு உதாரணம் இப்பாடல் பல்வேறு இசைக்கலைஞர்களால் காலத்திற்கேற்ப மீட்டுருவாக்கம் செய்யப்பட்டு இன்றும் விற்பனையில் சாதனை செய்து வருவதுதான். இதனைத் தொடர்ந்து 1956ல் பதேர் பாஞ்சாலி அந்த ஆண்டுக்கான

சத்யஜித் ரே வி.சாந்தாராம்

சிறந்த படம் என்ற போட்டிப் பிரிவில் கலந்துகொண்டு சிறந்த மனித ஆவணம் Golden Palm விருது பெற்றதோடு சிறந்த மனித ஆவணம் என்கிற அங்கீகாரத்தையும் பெற்றது. உடன் அந்த ஆண்டில் உலகம் முழுக்க பல்வேறு விருது களையும் அங்கீகாரங்களையும் பெற்றதோடு தலைச்சிறந்த திரைப்படமாக இன்றும் பலரால் கொண்டாடப்பட்டு வருகிறது.

(பதேர் பாஞ்சாலி படம் குறித்தும் இயக்குனர்கள் சத்யஜித்ரே (Satyajit ray), ரித்விக் கட்டக்(Ritwik Ghatak),குருதத் (Gurudutt) ஆகியோரை குறித்தும் முழு நீளக்கட்டுரைகள் உலக சினிமா வரலாறு பாகம் இரண்டு மறுமலர்ச்சி யுகம் 1929-1972 நூலில் முழுமையாக குறிப்பிடப்பட்டுள்ளது).

1958, தோ ஆங்கே பாராத் (Do Aankhen barah haath)

வி.சாந்தாராம் இயக்கத்தில் வெளியான இப்படம் வெனிஸ் திரைப்பட விழாவில் அந்த ஆண்டின் சிறந்த இரண்டாவது படத்துக்கான வெள்ளிகரடி விருதை பரிசாகப் பெற்றது.மற்றும் அந்த வருடத்துக்கான கோல்டன் க்ளோப் விருதுக்கான Samuel Goldwyn Award.க்கான இறுதிப் பட்டியல் வரை தேர்வாகியிருந்தது. இந்த படத்தின் கதைதான் பிற்பாடு 1975ஆம் ஆண்டு முன்னாள் தமிழக முதல்வர் மறைந்த எம்.ஜி.ஆர் அவர்கள் நடித்த பல்லாண்டு வாழ்க எனும் படமாக வெளியானது.

பிரம்மாண்ட வணிக வெற்றி. தோ ஆங்கே பாராத், இந்திய சினிமாவின் பொழுதுபோக்கு பிரிவில் உருவாகியிருந்தாலும் 1972க்கு முன் வெளி நாடுகளில் மிகப்பெரிய அங்கீகாரங்கள் பெற்ற இரு படங்கள் ஆவாரா மற்றும் மதர் இந்தியா ஆகியவை.

1951, ஆவாரா (Awaara)

ராஜ்கபூர், நர்கீஸ்தத் ஜோடியாக நடித்து 1951ஆம் ஆண்டு வெளியான ஆவாரா இந்தியாவில் மிகப்பெரிய வணிக வெற்றியை பெற்றது. அதன் மொத்த இந்திய வசூல் 2.3 கோடி ரூபாய். இதுதான் அப்போதைக்கு இந்தியாவில் அதிக வசூல் செய்த திரைப்படம்.இந்தியா மட்டுமல்லாமல் இப்படம்

ரஷ்யாவில் மிகப்பெரிய வெற்றியைப் பெற்று ராஜ் கபூரை இந்தியாவின் கலாச்சார அடையாளமாக மாற்றியது. இதன் வெற்றியைத் தொடர்ந்து இந்திய படங்களையும் இந்திய கலாச்சாரத்தின் மீது ஆர்வத்தையும் ரஷ்யர்களுக்குள் உண்டாக்கியது என்றால் மிகையில்லை. இந்த வசூல் சாதனையை பிற்பாடு 80களில் வந்த மிதுன் சக்கரவர்த்தியின் டிஸ்கோ டான்ஸர்(Disco Dancer) என்ற படம் தான் முறியடித்தது. ரஷ்யாவில் டிஸ்கோ டான்ஸர் ஏன் வெற்றியடைந்தது என்பதற்கு பல அரசியல் சமூக காரணங்கள் இருப்பதை ரஷ்ய அரசியலை அதன் முந்தைய ஆண்டுகளை உற்று வாசிப்பவர்களால் புரிந்து கொள்ளமுடியும். மக்களின் இந்த கொண்டாட்ட உணர்வு தான் அடுத்து வந்த பெரிஸ்த்ராய்க்கா கிளாஸ் நாஸ்ட்(Perestroika and Glasnost) ஆகியவற்றுக்கு வழி போட்டுக்கொடுத்தது.

1957, மதர் இந்தியா (Mother India)

25 அக்டோபர் 1957ஆம் ஆண்டு வெளியான மதர் இந்தியா, இந்தியாவில் மிகப்பெரிய வணிக வெற்றியீட்டியது போல அயல் நாடுகளிலும் மிகப்பெரிய வரவேற்பைப் பெற்றது. மகபூப்கான்(Mehboob Khan) இயக்கிய இந்த படத்திலும் நாயகி

நர்கீஸ்தத். இந்த படத்தின் மையப்பாத்திரமான தாய் பாத்திரத்தில் நர்கீஸ் நடிக்க அவருடைய இரண்டு மகன்களாக சுனில் தத் மற்றும் ராஜேந்திரகுமார் நடித்திருந்தனர். மகனாக நடித்த சுனில் தத்தையே பிற்பாடு நர்கிஸ் காதல் திருமணம் செய்ய நேர்ந்தது இந்திய சினிமாவின் அதிசயங்களுள் ஒன்று.

1958ஆம் ஆண்டு நடந்த ஆஸ்கார் பரிசு போட்டியில் சிறந்த வெளிநாட்டு படங்களுக்கான போட்டிப்பிரிவின் கடைசி ஐந்து படங்களில் ஒன்றாகத் தேர்வானது இப்படத்தின்

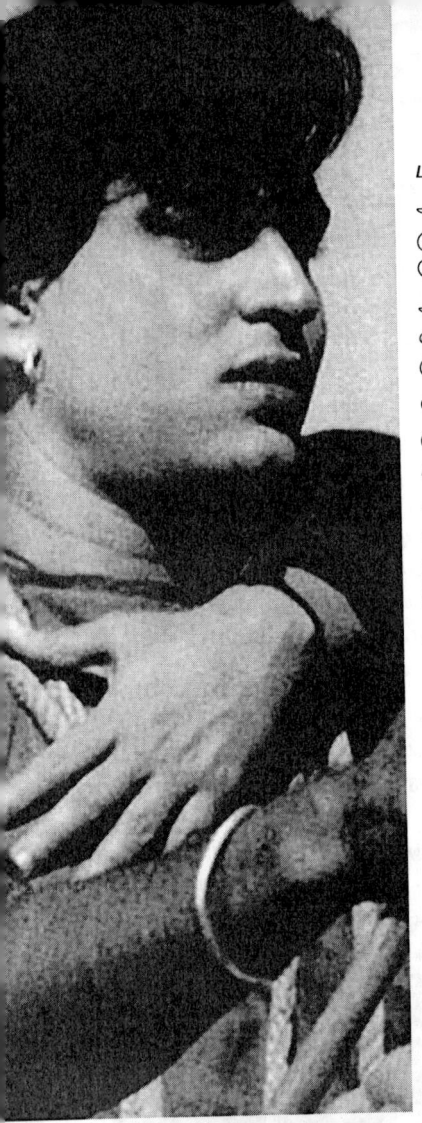

மிகப்பெரிய சாதனை, ஆஸ்காரில் அப்படியான தகுதியை அடைந்த முதல் இந்திய படமென்ற பெருமையும் இதற்கு உண்டு. ஆனால் இறுதியில் அந்த வருடம் விருது இத்தாலிய இயக்குனர் பெட்ரிக்கோ பெலினியின் (Federico Fellini) Nights of Cabiria படத்தின் முன் ஒரே ஓட்டில்(Vote) தோல்வியடைந்தது. தன் படத்துக்கு ஆஸ்கார் நிச்சயம் கிடைக்கும் என எதிர்பார்த்து காத்திருந்த இயக்குனர் மகபூப்கானால் இந்த தோல்வியை தாங்கிக்கொள்ளவே முடியவில்லை.

இந்த படத்திற்குப் பிறகுதான் *1989*ல் மீரா நாயரரின்(Mira nair) சலாம் பாம்பே (Salam Bombay) படம் தான் இறுதிப் போட்டியில் கடைசி ஐந்து படங்களுள் ஒன்றாகத் தேர்வு செய்யப் பட்டது. தொடர்ந்து *2002*ஆம் ஆண்டு லகான் (Lagaan) என்ற படமும் இதே வெளிநாட்டு சிறந்த படங்களில் இறுதி ஐந்து தகுதியான படங்களுள் ஒன்றாக தேர்வாகக் காத்திருந்தது.

இந்திய சினிமா (1972 - 1995)

பேர்லல் சினிமாக்கள்

சத்யஜித்ரேவின் பதேர் பாஞ்சாலிக்கு கிடைத்த அங்கீகாரம் இந்திய சினிமாவில் கலை சினிமாவுக்கான மறுமலர்ச்சியை உருவாக்கத் துவங்கியது. திரைப்பட சங்கங்கள் உருவாகின. அதன் வழியாக இந்தியாவில் சிறந்த வெளிநாட்டுப் படங்கள் பார்க்கும் வாய்ப்பு கிட்டியது. இது புதிய தலைமுறை இளைஞர்களை உருவாக்கியது. அவர்கள் திரைப்பட சங்கங்களை உருவாக்கி சினிமா குறித்த ரசனையை பரவலாக கொண்டுச் சென்றனர். குறிப்பாக வங்காளம் மற்றும் கேரளாவில் இது துரிதமாக இயங்கியது. வெறும்படம் பார்ப்பது மட்டுமல்லாமல் கூட்டமாக நமது படங்களையும் உலக சினிமாக்களையும் அலச துவங்கினர்.

பெரும்பாலும் நமது படங்கள் நாயகத் தன்மையையும் மிகையுணர்வு நாடக காட்சிகளையும் ஆடல் பாடல்களையுமே சார்ந்திருக்கின்றன.இவைதான்நம் ரசனைக்குறைவுக்கு காரணம் என முடிவு செய்தனர். மேலும் நம் படங்களில் காமிரா வெறும் வசனம் பேசுபவர்களை வேடிக்கை பார்க்கும் சினிமாவாக மட்டுமே இருக்கிறது. ஐரோப்பிய சினிமாவின்

ரித்விக் கட்டக்

கவித்துவமோ காட்சி மொழி வழி கதையாடலோ நமது படங்களில் இல்லை என்பதை உணர்ந்தனர் . அதே சமயம் வணிக சினிமாக்களிலும் சில மாறுதல்கள் உருவாகத் துவங்கின. அவை 1972க்கு பிறகுதான் துணிந்து அரசியலை பேசத்துவங்கின. அன்றைய இந்திய சமூகத்தின் சமூக அரசியல் பொருளாதார மாற்றங்களும் இதற்கு முக்கியக்காரணம்.

நவீன இந்தியாவின் தோற்றம்

எழுபதுகளின் துவக்கம்தான் இந்தியாவில் பல மாற்றங்களை உருவாக்கின. அறுபதுகளில் துவங்கிய நகரமயமாக்கள் தொழிற்சாலை பெருக்கம் ஆகியவை எழுபதுகளின் துவக்கத்தில் உச்சத்தில் இருந்தன.புகைக்கும் உயரமான கூண்டுகளுடன் பெரிய தொழிற்சாலைகள் நகரங்களில் பெருகி மக்கள் கிராமம் சிற்றூர்களிலிருந்து புறப்பட்டு நகரங்களை நோக்கி நகரத் துவங்கினர். மும்பை ,கல்கத்தா, டெல்லி, சென்னை போன்ற நகரங்களில் கட்டிடங் களும் மிகப்பெரிய குடிசை பகுதிகளும் அதிகம் தோன்றத் துவங்கின. வேலையில்லாத் திண்டாட்டம் பெருகியது.

பெண்கள் வேலைக்கு போக வெளியே வந்தனர். உறவுச்சிக்கல்கள் உருவாகின. கூட்டுக் குடும்பங்கள் சிதையத் துவங்கின. நில உடமை வாழ்க்கையின் போலித்தனங்கள் உடையத் துவங்கின. படித்த வர்க்கம் மற்றும் மாத சம்பளம் வாங்கும் புது சமூகம் பெருகியது. பத்திரிக்கைகள் அதிகமாகின

உடன் மக்களின் ரசனைகளும் மாறத் துவங்கின லைப்பாய் சோப்பும், பாண்ட்ஸ் பவுடரும் அதிகமாக விற்பனையாகத் துவங்கின.

இது சினிமாவிலும் பிரதிபலிக்க துவங்கியது.இந்த மாறி விட்ட வாழ்க்கையை அதுசார்ந்த மக்களின் பிரச்சனைகளை சினிமாவில் பார்க்கத் துவங்கினர். அதுவரை ஒரே மாதிரியான காதல் கதைகளைப் பார்த்து பார்த்து போரடித்துப்போன மக்களின் எதிர்பார்ப்பும் ரசனை மாற்றத்துக்கான நெருக்கடியை உருவாக்கியபோது இந்திய சினிமாவில் சில அதிசயங்கள் நிகழத்துவங்கின.

அது மையநீரோட்ட இந்தி சினிமாக்களில் பாதிக்கத் துவங்கியது, அப்படங்களில் கோபக்கார இளைஞன் பாத்திரத்தில் அமிதாப் பச்சன் புதிய நட்சத்திரமாக உருவாகிறார்.

இன்னொருபக்கம் வங்காளத்திலிருந்து மிருணாள் சென் (Mrinal Sen), ஷியாம் பெனகல் (Shyam Benegal), கோவிந்த் நிகலானி(Govind Nihalani), ரிஷிகேஷ் முகர்ஜி (Hrishikesh Mukherjee), பாசு சட்டர்ஜி (Basu chatterjee), பாசு பட்டாச்சார்யா (Basu Bhattacharya), மணிகவுல் (ManiKaul), தபன் சின்ஹா (Tapan sinha), எம்.எஸ்.சாத்யூ (M.S Sathyu), புத்த தேவ் தாஸ் குப்தா(Buddha Dev Das guptha), கவுதம் கோஷ் (Gautam Ghosh) கன்னடத்தில் க்ரீஷ் காசரவள்ளி (Girish Kasaravalli), கேரளாவில் அடூர் கோபாலகிருஷ்ணன் (AdoorGopalakrishnan),ஜி.அரவிந்தன் (G.Aravindan) போன்ற இயக்குனர்கள் உருவாகத்துவங்கினர். இவர்களின் படங்கள் அன்று இந்திய வணிக சினிமாக்கலோடு வெளியாகி மக்களிடையே வணிக ரீதியாகவும் மிகப்பெரிய வெற்றியைப் பெற்றன.

இவ்வகை சினிமாக்களில் நாயக வழிபாடு ஆக்ஷன் காட்சிகள் பின்னுக்கு தள்ளப்பட்டன. படத்தில் வரும் பாத்திரங்கள் அனைத்துமே நாம் வாழ்வில் சந்திக்கும் அடித்தட்டு நடுத்தர மக்களை பிரதிப்பலிப்பது போல உருவாக்கப்பட்டன. அதுவரை நாயகர்கள் ராஜேஷ்கண்ணா போல அழகாக பளபளவென இருந்தாக வேண்டும் என்ற மரபு உடைக்கப்பட்டது. நஸ்ரூதீன்ஷா,ஓம்புரி, அமோல்பலேகர் போன்ற திறமை வாய்ந்த நடிகர்கள் நாயகர்களாகியினர். ஒருபக்கம் பர்வீன் பாபிகளும், ஹேமமாலினிகளும் பளபள மேக்கப்புகளுடன் கனவுக்கன்னிகளாக வலம் வந்த அதே

நேரத்தில் முகப்பூச்சுகள் இல்லாமல் எதார்த்த முகத்துடன் எளிய ஆடைகளுடன் நடுத்தர குடிசைபெண்களாக ஸ்மிதா பட்டீல் , ஷ்பனாஆஸ்மி, தமிழில் நம் ஷோபா போல புறம் தாண்டி உணர்வை இயல்பாக வெளிப்படுத்தும் ஆற்றல் மிக்க நடிகைகள் நாயகிகளாக அறிமுகமாயினர் .

பலரும் பேர்லல் சினிமா (parlell cinema)என்றவுடனே கலை சினிமாவையும் அதையும் போட்டு குழப்பிக்கொள்கின்றனர். கலை சினிமா என்பது எந்த சமரசமும் இல்லாமல் சினிமா எனும் கலையை முழுதாக நேசித்து வணிக சினிமாவின் கட்டமைவுகளைப் புறக்கணித்து எடுக்கப்படுவது. production, distribution, exhibition பொதுவாக இவை மூன்றும் தான் வணிக சினிமாவின் முக்கிய கூறுகள். இதில் distribution, தவிர்த்து நேரடியாக தயாரிப்பதும் தியேட்டர்கள் அல்லாமல் திரைப்பட விழாக்களில் வெளியிடுவதும் அதற்காக உருவாக்கப்படும் படங்கள் கலை சினிமா. இவை ஏதாவது வெளிநாடுகளில் போட்டியில் வென்று பரிசு வாங்கியப்பின் தமிழ்நாட்டில் விநியோக உரிமை பெற்று குறைந்த அரங்கங்களில் திரையிடும் வாய்ப்பைப் பெறும், இவைதான் கலை சினிமாக்கள்.

அதே சமயம் வணிக சினிமாவின் செயல்பாட்டுக்குள் முழுவதுமாக பொருந்தி வழக்கமான ஹீரோயிசம்,நாடகத் தன்மையான வசனம் இவையெதுவும் இல்லாமல் உண்மையை, சமூக அரசியலை சினிமாவின் வழியாக கொண்டுசெல்லும் புதிய வகை படங்கள் உருவாகின . இதில் பாடல் காட்சிகளுக்கு அனுமதி உண்டு, ஆனால் அதில் பிரம்மாண்ட செட்டுகளோ நடன அமைப்புகளோ இருக்காது. கலை சினிமா போல திரைப்பட விழாக்களுக்கான படமாக மட்டுமே இல்லாமல் வெகுமக்கள் பார்க்கும் விதமான சமரசத்துடன் இவை அமைந்தன. இவற்றையே பேர்லல் சினிமாக்கள் என காலம் பின்னாள் அடைமொழியிட்டு அழைத்துக்கொண்டது. மைய நீரோட்ட வணிக சினிமா கட்டமைப்புகளுக்கு இணையாக தனித்த வழியில் இப்படங்கள் உருவானதால் இணைகோட்டு சினிமா எனும் பேரைப்பெற்றது. 1970களில் வங்காளத்தில் துவங்கிய பேர்லல் சினிமாக்கள் அலை மெல்ல இந்திக்கு பரவி பின் கன்னடம், மலையாளம் என விரிந்து எழுபதுகளின் இறுதியில் தமிழ்நாட்டிலும் மிகப்பெரியத் தாக்கத்தை உருவாக்கி 80பதுகளின் இறுதியோடு முடிவுக்கு வந்தது.

மிருணாள் சென் Mrinal Sen **(14 May 1923)**

இந்த பேர்லல் சினிமா அலையின் தந்தை என்று குறிபிடப்படும் இயக்குனர் மிருணாள் சென்னின் படங்கள் மனித வழ்வைக் கூர்ந்து நோக்கி அதன் அரசியலை எதார்த்த பின்புலத்தில் பேசின. இன்று பங்களாதேஷ் என அழைக்கப்படும் கிழக்கு வங்காளத்தில் 1923ஆம் ஆண்டு பிறந்த மிருணாள் சென் கல்கத்தா பல்கலைக்கழகத்தில் இயற்பியல் பட்டப்படிப்பு முடித்துவிட்டு சில காலம் இடதுசாரி இயக்கத்தில் தீவிரமாக செயல்பட்டவர். சமூக மாற்றங்களை சினிமா எனும் ஊடகம் மூலம் அழுத்தமாக கூற முடியும் என்பதில் அசைக்கமுடியாத நம்பிக்கைக் கொண்ட மிருணாள் சென் திரைப்படத்துறையில் இணைந்து 1955ஆம்

ஆண்டு Raat Bhore, எனும் படம் மூலமாக இயக்குனராக அறிமுகமானார். அப்படத்தில் நடித்த உத்தம் குமார் பிற்பாடு வங்காளத்தின் மிகப்பெரிய நட்சத்திரமாக அறியப்பட்டார். தொடர்ந்து பல படங்கள் இயக்கி வந்தாலும் அவரை இந்திய இயக்குனராக அடையாளம் காட்டியது 1969ஆம் ஆண்டு வெளியான புவன் ஷோம். என்ற படம்தான். இப்படம் பேர்லல் சினிமாவின் துவக்கப்புள்ளி எனலாம். சத்யஜித் ரே,கட்டக்—குப் பிறகு எதார்த்தம், தீவிரமான காட்சிமொழி, இரண்டோடு கூர்மையான அரசியலையும் பேசியது.

இவரது ஏக் தீன் பிரதின் (Ek Din Pratidin) படம் வேலைக்கு போய் வீடு திரும்பாத ஒரு இளம் பெண்ணைப்பற்றிய கதை. அந்த ஒரு இரவில் அந்த வீட்டின் அனைவரும் பதட்டமாகி என்னென்ன செய்கிறார்கள் என காட்சிகளில் சொல்லிக்கொண்டிருக்க, மறுநாள் காலையில் அவள் யாரையும் எதையும் பொருட்படுத்தாமல் அசட்டையாக அலட்டிக்கொள்ளாமல் வீட்டுக்குள் நுழைய படம் முடிகிறது. அந்த இரவில் அவள் என்ன ஆனாள் எங்கே போனாள் எதையும் இயக்குனர் சொல்லவில்லை. பலரும் அவரைத் துரத்தி துரத்தி கேட்டனர். அவள் என்ன ஆனாள் யாரிடமாவது படுத்தாளா எனக்கேட்க மிருணாள் சென் "எனக்கு தெரியாது, ஒருவேளை இருந்தாலும் இருக்கலாம்" எனச் சொல்ல, இந்த பதில் அப்போது பெரும் அதிர்ச்சியை மீடியாக்களின் மத்தியில் உருவாக்கியது.

Chorus 1974,Mrigayaa 1976 , Akaler Sandhane 1980 , Oka Oori Katha 1977, Khandhar 1984 Kharij 1983, Chaalchitra 1987 என மொத்தம் 28முழுநீளப் படங்களும் நான்கு ஆவணபடங்களும் இயக்கியிருக்கிறார். Moscow International Film Festival, Berlin International Film Festival, Cannes Film Festival - Jury Prize என உலகின் சிறந்த திரைப்பட விழாக்கள் அனைத்திலும் கலந்துகொண்டு விருதுகள் பல பெற்றுள்ளன. 32 வது பெர்லின் திரைப்பட விழாவின் நடுவராகவும் பணியாற்ற அழைத்தும் விழாக்குழு இவரை பெருமைப்படுத்தியுள்ளது. இந்தியாவில் இவரது படங்கள் 19க்கும் மேற்பட்ட தேசிய விருதுகளை குவித்திருக்கிறது.

ரிஷிகேஷ் முகர்ஜி: Hrishikesh Mukherjee (30 September 1922 - 27 August 2006)

வங்காளம் இந்திய சினிமாவுக்கு கொடுத்த மற்றுமொரு சிறந்த இயக்குனர் 1957 முதல் படம் Musafir முசாபிர் துவங்கி

1997 ல் இறுதிப்படம் Jhooth Bole Kauwa Kaate வரை நான்கு தலைமுறை இயக்குனர்களுடன் நாற்பதுக்கு மேற்பட்ட படங்களை இயக்கியவர் ஒளிப்பதிவாளரகவும் படத்தொகுப்பாளராகவும் பல படங்களில் பணிபுரிந்து பின் பிமல்ராயிடம் தோ பிகா ஜமின், தேவதாஸ் ஆகிய படங்களுக்கு உதவி இயக்குனராக பணிபுரிந்து 1957ல் இயக்குனராக பரிணாமல் பெற்றவர்.

முதல் படம் அனுராதா 1961ஆம் ஆண்டு Berlin International Film Festivalலில் தங்ககரடி விருதுக்கான இறுதிபட்டியலில் தேர்வு செய்யப்பட்டது Asli-Naqli (1962), Anand (1971), Guddi (1971), Bawarchi (1972), Abhimaan(1973), Chupke Chupke (1975), Gol Maal (1979), போன்றவை இவர் இயக்கத்தில் சில குறிப்பிடத்தகுந்த படங்கள். ஏழு தேசிய விருதுகளைப் பெற்ற இவருக்கு இந்திய அரசு இவரது சேவையை பாராட்டி தாதாசாஹிப் பால்கே விருது வழங்கி கவுரவித்துள்ளது.

ஷியாம் பெனகல் Shyam Benegal (born 14 December 1934)

மிருணாள்சென்னுக்கு அடுத்தபடியாகபேர்லல்சினிமாவின் உயிர்நாடியாக கருதப்படுபவர் இயக்குனர் ஷியாம் பெனகல். துல்லியமான காட்சி மொழி, அழுத்தமான திரைக்கதை, எதார்த்த காட்சியமைப்புகள் ஆகியவை ஷியாம் பெனகலின் பலம். ஆந்திராமாநிலம் செகந்திராபாத்தில் 14 டிசம்பர் 1934ல் பிறந்த பெனகல் உஸ்மானியா பல்கலைக்கழகத்தில்

பொருளாதாரம் படித்துவிட்டு சினிமா மீதான ஆர்வத்துடன் ஹைதராபாத் பிலிம் சொசைட்டி ஒன்றை நண்பர்களுடன் துவக்கினார்.

அவருக்கு சினிமா மீதான ஆர்வத்தை கிளர்வதற்கு இன்னுமொரு முக்கிய காரணம் அவரது தூரத்து உறவினர். அவரும் புகழ்பெற்ற இயக்குனர். பியாசா எனும் காவியத்தை தந்த குருதத்தான் அவர். குருதத்தின் பாட்டியும் ஷியாம் பெனகலின் பாட்டியும் அக்கா தங்கை.

பட்டப்படிப்பு முடித்த கையோடு புனா பிலிம் இன்ஸ்டிட்யூட்டில் இயக்குனர் பிரிவில் மாணவராக சேர்ந்தவர் துவக்கத்தில் ஆவணபடங்கள் இயக்குவதில் ஆர்வமாக இருந்தார். 1974ல் இவர் இயக்கிய முதல் முழு நீளப்படம் ஆங்கூர், ஷப்ணா ஆஸ்மி, ஆனந்த் நாக் இருவரையும் அறிமுகப்படுத்திய முதல் படமே தேசிய விருதை பெற்றதோடு இந்தியா சார்பாக ஆஸ்கார் விருதுக்காக அந்த வருடம் தேர்வு செய்யப்பட்டிருந்தது. 1975ஆம் ஆண்டு வெளியான மூன்றாவது படம் Nishant அந்த ஆண்டு கான் விருதுக்காக போட்டிப்பிரிவில் தேர்வு செய்யப்பட்டிருந்தது.

அடுத்த படமான மாந்தன் குஜராத்தின் வெள்ளைப் புரட்சி என்றழைக்கபடும் கிராம கூட்டுறவு பால் பண்ணைகள் பற்றியது. இதுவே இந்தியாவின் முதல் க்ரவுட் பண்டட் எனப்படும் மக்கள் பணத்தில் உருவான திரைப்படம் . கிட்டத்தட்ட குஜாரத்தின் ஐந்து லட்சம் விவசாயிகள் நபர்

ஒருவருக்கு 2 ரூபாய் போட்டு தயாரிக்கப்பட்ட முதல் படம். படம் வெளியான போது தாங்களே தயாரித்த படத்தை மக்கள் கூட்டம் கூட்டமாக பால் கேனுடன் தியேட்டருக்கு வந்து பார்த்தது அரிய காட்சி. தொடர்ந்து ஹன்ஸா வடேகர் எனும் மராத்தி நடிகையின் வாழ்க்கையை அடியொற்றி ஸ்மிதா பாட்டீல் நடிக்க இவர் இயக்கியப் பூமிகா என்ற மிகப்பெரிய வெற்றியை பெற்றது. 1985ஆம் ஆண்டு இவர் இயக்கிய சத்யஜித்ரே குறித்த ஆவணப்படம் இவரது முக்கியமான படைப்பாகக் கருதப்படுகிறது. இதுவரை இவர் எடுத்துள்ள 25 முழு நீளப்படங்களில் மண்டி, மம்மோ, சர்தாரீ பேகம் ஜுபைதா, போன்ற படங்கள் குறிப்பிடத் தகுந்தவை.

1981ஆம் ஆண்டு இவர் இயக்கத்தில் வெளியான கலியுக் மாஸ்கோ திரைப்பட விழாவில் சிறந்த படத்துக்கான தங்கம் வென்றது. பத்துக்கும் மேற்பட்ட படங்கள் இந்தியாவின் சிறந்த படங்களுக்கான தேசியவிருதை பெற்றுள்ளது. மேலும் வாழ்நாள் சாதனைக்காக இந்திய சினிமாவின் உயர்ந்த விருதான தாதாசாகிப் பால்கே விருது வழங்கி இந்திய அரசு இவரை கவுரவித்துள்ளது.

கோவிந்த் நிகலாணி Govind Nihalani (born 19 December 1940)

ஷியாம் பெனகலின் பல முக்கியமான படங்களுக்கு ஒளிப்பதிவாளராக பணியாற்றி ஒளிப்பதிவாளராக தேசிய விருதுகளைப்பெற்ற பின் இயக்குனராக பரிணமித்தவர் கோவிந்த் நிகலாணி. பாகிஸ்தானைச் சேர்ந்த கராச்சியில்

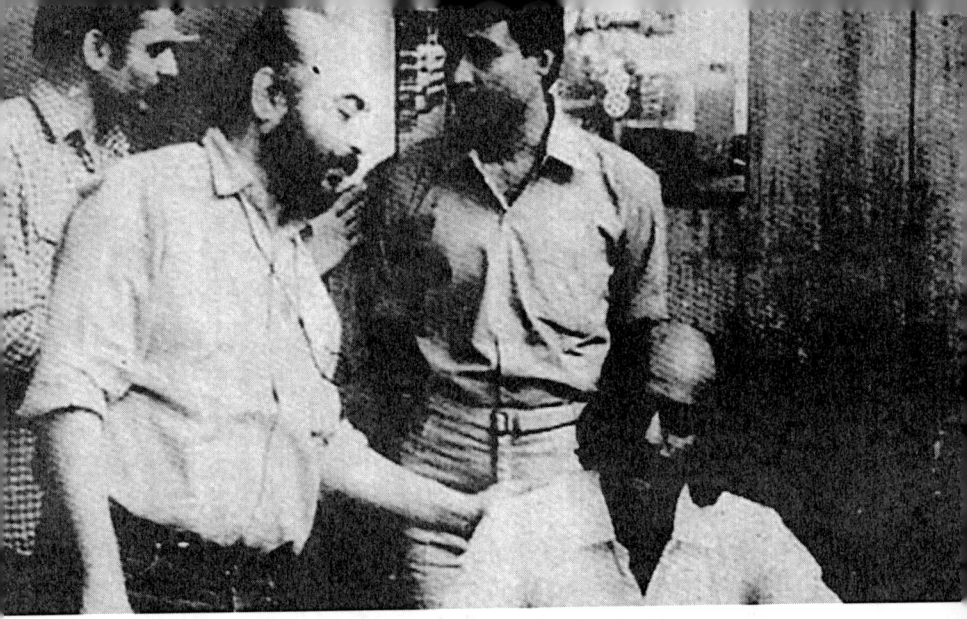

சுதந்திரத்திற்கு முன் பிரிட்டிஷ் இந்தியாவில் 1940ஆம் ஆண்டு பிறந்த கோவிந்த் நிகலாணி 1947ல் இந்தியா பாகிஸ்தான் பிரிவினையின்போது குடும்பத்துடன் இந்தியா வந்து சேர்ந்தவர். இந்தியாவின் புகழ்பெற்ற கறுப்பு வெள்ளை ஒளிப்பதிவின் மேதை என அறியப்படும் வி.கே.மூர்த்தி எனும் ஒளிப்பதிவாளரிடம் உதவியாளராக பணி புரிந்து பின் ஷியாம் பெனகலின் முதல்படமான ஆங்கூர் படத்துக்கு ஒளிப்பதிவாளராக பணியாற்றினார். தொடர்ந்து அவரோடு முக்கியாமன படங்களில் தன் பங்களிப்பை செய்தவர் 1980ஆம் ஆண்டு என் எஃப்டிசி தயாரிப்பில் ஆக்ரோஷ் (Aakrosh)எனும் தனது முதல் படத்தை இயக்கினார் தொடர்ந்து அர்த்சத்யா(Ardhsathya), த்மஸ்(Tamas), பார்ட்டி(Party), த்ருஷ்டி (Drishti), பிதா(Pita), துரோகால் (Droh Kaal) போன்ற சமூக அரசியலைத் தீவிரமாக பேசிய படங்களை இயக்கி இந்தியாவின் மிக முக்கியமான பேர்லல் சினிமா இயக்குனாராக அறியப்பட்டார். சிறந்த ஒளிப்பதிவாளர், சிறந்த இயக்குனர் என பத்துக்கும் மேற்பட்ட இந்திய அரசின் தேசிய விருதுகளைப் பெற்ற இவரது துரோகால்(DrohKaal) திரைப்படம் தமிழில் குருதிப்புனல் என வெளிவந்து அது இந்தியா சார்பாக அந்த வருடத்தின் ஆஸ்கார் விருதுக்கு பரிந்துரைக்கப்பட்டது.

கவுதம் கோஷ் Gautam Ghosh (born 24 July 1950)

சத்தியஜித்ரே, மிருணாள்சென், புத்ததேவ், தாஸ் குப்தா ஆகியோர் வரிசையில் வந்த வங்காள இயக்குனரான கவுதம்

கோஷ் பத்தே திரைப் படங்களைஎடுத்துஇந்திய சினிமாவில் தனித்த அடையாளத்தைப் பெற்றவர். கல்கத்தா பல்கலைக் கழகத்தில் பட்டம் படித்த துவக்க காலத்தில் நாடகத் துறையில் தீவிர ஈடுபாடு கொண்ட கவுதம் கோஷ் 1973ஆம் ஆண்டு தன் முதல் படமாக Hungry Autumn ஆவணப்படத்தை எடுத்தார் இப்படம் ஜெர்மனியில் நடைபெறும், Oberhausen Film Festival லில் சிறந்த படத்துக்கான விருதைப் பெற்றது. இவரது முதல்படம் தெலுங்கு மொழியில் வெளியானது. உருது மற்றும் ஹிந்தி இலக்கியத்தில் பிரபலமான கிருஷ்ண சந்தர் எழுத்தில் தெலுங்கானா நக்சலைட் இயக்கம் சார்ந்த கதையில் வெளியான படத்தின் பெயர் மா பூமி (Maa Bhoomi). அவரது முதல் படமே 1980ஆம் ஆண்டு நடந்த திரைப்பட விழாவில் சிறப்பு திரையிடலுக்கு தேர்வானது தொடர்ந்து அவ்வருடம் Karlovy Vary Film Festival மற்றும் Cairo and Sidney Film

மணி கவுல்

Festivals. ஆகிய திரைப்பட விழாக்களில் கலந்து கொண்டது. மேலும் Antarjali Yatra, Padma Nadir Majhi, Patang, Abar Aranye, Gudia, Kaalbela ஆகிய படங்களை இயக்கி பதினாறுக்கும் மேற்பட்ட தேசிய விருதுகளைப் பெற்றுள்ளார்.

1987ஆம் ஆண்டு வெளியான இவரது அந்தர் ஜாலி யாத்ரா வங்காள பிராமண வகுப்பில் நடக்கும் மூடத்தனமான சடங்குகளை விமர்சிக்கிறது. வயதான முதியவன் இறக்கும் போது உடன் இறக்க அவனுடைய மனைவி விரும்பவில்லை. ஆனால் சடங்குபடி நடக்கவேண்டி, இறக்கும் தருவாயில் இருக்கும் கிழவனுக்கு தன் மகளை கல்யாணம் செய்து கிழவனுடன் இறக்க தனது மகளையும் தூண்டுகிறான் ஒரு ஏழை பிராமணன்.

எல்லாம் திட்டப்படி நடக்க சுடுகாட்டில் கணவனோடு மனைவியையும் தனியாக விட்டுவிட்டு கிளம்புகின்றனர்.

கிழவன் இறந்தவுடன் இளம்பெண்ணும் உடன் கட்டை ஏற வேண்டும், ஆனால் அது நடக்கவிடாமல் தடை செய்கிறான்

பிணத்தை எரிக்க வந்த வெட்டியான். இளம்பெண்ணோ கணவனுக்கு உண்மையாக இருக்க போராட அவன் அவளை தடுக்க இறுதியில் கங்கைக் கரையில் அவர்களுக்குள் ஒரு காதல் முகிழ்கிறது.

மணி கவுல் Mani Kaul (25 December 1944 - 6 July 2011)

இந்திய கலைப்பட இயக்குனர்கள் என்றாலே வங்காளிகளாக மட்டுமே இருந்து வந்த காலத்தில் ராஜஸ்தானிலிருந்து வந்த முதல் இயக்குனர்.

பூனா திரைப்படக்கல்லூரியில் ரித்விக் கட்டக் ஆசிரியராக பணியாற்றிய அக்கல்லூரியின் பொற்காலத்தில் அவருடைய மாணவனாக பயின்றவர்.

பிரெஞ்சு நியூவேவ் உருவாக்கிய காமிராவால் எழுதுதல் எனும் ஆச்சர் தியரியில் முழுமையான நம்பிக்கைக் கொண்ட மணிகவுலின் படங்கள் மிகுந்த கவித்துவமும் தத்துவார்த்த பின்புலமும் கொண்டவை. ரேவுக்குப் பிறகு மிகுந்த அழகியல் தன்மையுடன் சினிமாவை கலையாக அணுகுபவர் என்ற பெயரும் இவருக்கு உண்டு. முதல் படம் Uski Roti *(1969)* அவருக்கு தேசிய அளவில் அங்கீகாரத்தை உருவாக்கித் தந்தது மூன்றாவது படமான துவிதா Duvidha *1973* ராஜஸ்தானின் புகழ்பெற்ற நாட்டுபுறக்கதையை அடிப்படையாக கொண்ட இப்படம் ஒரு புது மணப்பெண்ணை விட்டுவிட்டு கணவன்

புத்த தேவ் தாஸ்குப்தா

வெளியூருக்கு போனபின் அவளை ஒரு பேய் காதல் வலையில் வீழ்த்துவதும் அதனால் கணவன் மனைவிக்குமிடையே உண்டாகும் சிக்கல்களை பற்றி கூறும்படம். இப்படம் வெளிநாடுகளில் மிகுந்த வரவேற்ப்பை பெற்றது.

புத்த தேவ் தாஸ்குப்தா Buddhadeb Dasgupta **(1940)**

இவரும் ஒரு வங்காள இயக்குனர். கவிஞர் சத்யஜித்ரேவின் பால் தீவிர அபிமானம் கொண்டவர். மேற்கு வங்காளத்தில் Puruliya பகுதியில் பிறந்த அப்பா ரயில் ஊழியர் என்பதால் சிறுவயதிலேயே பல இடங்களுக்கு சுற்றுப்பயணம் மேற் கொண்டவர். இவர் கல்கத்தா பல்கலைக்கழகத்தில் பொருளாதாரப் பட்டம் பெற்றவர். கல்கத்தா பிலிம் சொசைட்டியில் சேர்ந்து விட்டோரியா டி சிகா, அகிரா குரசேவா போன்ற மேதைகளின் படங்களைப் பார்த்து இயக்குனராக விரும்பினார் 1968ஆம் ஆண்டு Samayer Kache (1968) குறும்படம் மூலம் இயக்குனராக அறிமுகமானார். அதைத் தன் ஆசான் சத்யஜித்ரேவுக்கு காண்பித்து அவரது பாராட்டைப் பெற்றார். தொடர்ந்து இவர் இயக்கிய Bagh Bahadur (1989), Charachar (1993), Lal Darja(1997), Mondo Meyer Upakhyan (2002) and Kaalpurush (2008), while Dooratwa (1978) and Tahader Katha (1993 என 25க்கும் மேற்பட்ட படங்களை இயக்கியிருக்கிறார்.

கிட்டத்தட்ட 12 தேசிய விருதுகள் சிறந்த படங்களுக்காக பெற்றிருக்கும் இவர் பெர்லின் திரைப்பட விழாவில் Spain International Film Festival in Madrid எனும் உயர்ந்த அங்கீகாரத்தை பெற்றார்.

அடூர் கோபால கிருஷ்ணன் Adoor Gopalakrishnan 3 July 1941 (age 76)

கேரள மாநிலம் அடூர் எனும் சிறிய நகருக்கு பெரிய புகழைப் பெற்றுத்தந்த கோபாலகிருஷ்ணன் கேரள அறிவுஜீவிகளின் இலச்சிணை என கொண்டாடப்படுபவர். எட்டு வயதில் நாடக நடிகராக கலை வாழ்க்கையைத் துவக்கியவர் பின் எழுத்துக்கு திரும்பி சில நாடகங்களை இயக்கவும் செய்தார். கல்லூரிப் படிப்பு முடித்தவுடன் திண்டுக்கல் காந்திகிராம் கல்வி நிறுவனத்தில் அரசு அதிகாரியாக 1961ல் சேர்ந்தவர் 1962ல் அந்த பதவியை துறந்து புனே திரைப்படக் கல்லூரியில் மாணவராக சேர்ந்தார். படிப்பை முடித்தபின். Chithralekha Film Society கேரளாவின் முதல் திரைப்பட சங்கத்தை நிறுவினார் 1972ஆம் ஆண்டு ஸ்வயம்வரம் என்ற படம்

மூலம் இயக்குனர் பயணத்தை துவக்கியவர் பதினொரு முழு நீளப்படங்களும் 30க்கும் மேற்பட்ட குறும்படம் மற்றும் ஆவணப் படங்களையும் இயக்கியிருக்கிறார்.அவருடைய படங்களில் Kodiyettam , Elippathayam, Mukhamukham, Anantaram, Mathilukal, Vidheyan and Kathapurushan ஆகியவை குறிப்பிடத்தக்க திரைப்படங்கள்.

1982ஆம் ஆண்டில் இவர் இயக்கிய எலிப்பத்தாயம் எனும் படத்துக்கு எதார்த்தம் மற்றும் நம்பகத் தன்மையான படைப்புக்காக British Film Institute Award எனும் மதிப்புமிக்க பரிசைப் பெற்றார். உலக விமர்சகர்கள் பரிசு எனப்படும் The International Film Critics Prize (FIPRESCI) இதுவரை ஆறு முறை இவரது வெவ்வேறு படங்களுக்கு வழங்கப்பட்டது. உலகின் சிறந்த திரைப்பட விழாக்களாக கருதப்படும் Cannes, Venice, Berlin, Toronto, London, Rotterdam அனைத்து தேசங்களின் திரைப்பட விழாக்களிலும் இவரது படங்கள் திரையிடப்பட்டிருக்கின்றன கிட்டத்தட்ட 17 தேசிய விருதுகள் இவரது படங்களுக்காக வழங்கப்பட்டிருக்கின்றன. மட்டுமல்லாமல் இந்திய அரசாங்கம் இவரது கலைச்சேவையை பாரட்டி பத்ம விபூஷன், பத்ம ஸ்ரீ ஆகிய விருதுகளை தந்து கவுரவித்திருக்கிறது. தற்போது திருவனந்தபுரத்தில் வசித்து வருகிறார்.

ஜி.அரவிந்தன். Govindan Aravindan (21 January 1935 - 15 March 1991)

கேரளாவைச் சேர்ந்த கோட்டயம் நகரில் பிறந்த அரவிந்தன் மாத்ருபூமி எனும் புகழ்பெற்ற இதழில் துவக்க காலங்களில் கார்டூனிஸ்டாக பணிபுரிந்தவர். சிறிய மனுஷனும் வல்லியலோகமும் எனும் அவருடைய கார்டூன்தொடர் மிகப்பெரிய வெற்றிபெற தொடர்ந்து வார இதழ்களுக்கு

கார்டூன்தொடர் வரைந்தும் எழுதியும் கொடுத்து வந்தார். காவலம் நாராயண பணிக்கர் என்பவருடன் நாடகத்துறையில் இணைந்த பிறகுதான் இவரது கலை வாழ்க்கை துரிதமாகியது. உத்தராயணம் 1974ஆம் ஆண்டு இவரது முதல் திரைப்படம் வெளியாகியது. சுதந்திரபோராட்ட பின்னணியில் மனிதர்களின் கயமைகளையும் கிழ்மைகளையும் தீவிரமாக அலசிய இத்திரைப்படம் மாநில அரசின் சிறந்த படத்துக்கான விருதைப் பெற்றது.

மட்டுமல்லாமல் இந்தியா சுதந்திரம் பெற்ற 25ஆம் ஆண்டுக்கான சிறந்த படமென்ற தேசிய விருதையும் பெற்றது. தொடர்ந்து காஞ்சன சீதா(Kanchana Sita),கும்மாட்டி(Kummatty) ,எஸ்தப்பன்(Esthappan), தம்பு (Thampu)போக்கு வெயில் (Pokku-veyil), சிதம்பரம் (Chidambaram)என சிறந்த படங்களை இயக்கி கேரளாவின் பெயரை இந்திய சினிமாவில் அழுத்தமாக பதித்தார், அரவிந்தனின் திரைப்படங்கள் மனித வாழ்வின் அபத்தங்களையும் அவலங்களையும் சன்னமான குரலில் பேசுபவை தொன்மம், ஆன்மிகம், தத்துவம், எதார்த்தம் என பல்வேறு புள்ளிகள் ஒன்றிணைந்த அவரது படங்கள் இந்திய இயக்குனர்களில் அவருக்கு தனித்துவமான அடையாளத்தை தந்துள்ளன.

சில படங்களுக்கு அவரே இசையமைப்பாளராகவும் அவரே படத்தொகுப்பாளராகவும் பணி புரிந்திருக்கிறார், அவர் இயக்கிய பதினெட்டு படங்களில் ஆறு படங்களுக்கு தேசிய விருது பெற்றுள்ளார்.

க்ரீஷ் காசரவள்ளி Girish Kasaravalli (3 December 1950)

கர்நாடக மாநிலம் ஷிமோகா மாவட்டத்தைச் சேர்ந்த தீர்த்தஹள்ளி எனும் சிறிய கிராமத்தில் பிறந்தார். கர்நாடகாவின் நாட்டுபுறக்கலையான யக்ஷகானா கலைஞரான கணேசராவின் பத்து குழந்தைகளுள் ஒருவராக பிறந்தவர். சிறுவயதில் டூரிங் டாக்கிஸ்கள் மூலமாக கன்னட வணிக சினிமாக்கள் மீது இவருக்கிருந்த ஆர்வத்தை தடம் மாற்றியவர் அவரது தாய்மாமன். அவர் கர்நாடகாவில் கலைகளுக்காகவே நினாசம் எனும் அமைப்பை உண்டாக்கி ஒரு கிராமத்தையே கலை கிராமமாக உருவாக்கியவர் கே.வி.சுப்பண்ணா எனும் பெயர் கொண்ட அவரது கலைசேவையை பாராட்டி ராமன் மாகசேசே விருது வழங்கப்பட்டிருக்கிறது. அத்தகைய கலை பாரம்பரிய பின்னணி அவருக்கிருந்த காரணத்தால் சினிமா பக்கம் அவரது கவனம் முழுமையாக திரும்பியது. 1975ஆம் ஆண்டு புனே திரைப்படக்கல்லூரியில் மாணவராக சேர்ந்த இவர் கன்னட சினிமாவின் கலை சினிமாவின் முன்னோடியான பி.வி.கரந்திடம் சோமனதுடி எனும் புகழ்பெற்ற படத்தில் உதவி இயக்குனராக சேர்ந்தார்.

புனா கல்லூரியில் தங்க விருது பெற்ற மாணவராக வெளியேவந்த காரணத்தாலோ என்னவோ அவர் இயக்கிய படங்களுக்கு இந்திய அரசின் தங்கத்தமாரை விருதுகளும் தொடர்ந்து கிடைத்துக்கொண்டேயிருந்தன. 1977ஆம் ஆண்டு முதல் படமான Ghatashraddha எனும் படத்தில் துவங்கி 1987ல் Tabarana Kathe,1988™ Bannada Vesha, 1990ல் Mane, 1996™ Kraurya, 1997ல் Thaayi Saheba, 2002ல் Dweepa என தொடர்ந்து சிறந்த படத்துக்கான தேசிய விருதுகள் அகில இந்திய அளவிலும் பிராந்திய மொழி பிரிவிலும் கிடைத்த படி இருந்தன. த்வீபா (Dweepa) என்ற படத்துக்காக 2001ஆம் ஆண்டு சிறந்த படத்துக்கான விருதை Moscow film festival லிலும், The Catholic Jury Award மற்றும் Ducats Award at the Manneham Film Festival Germany ஆகிய விருதுகளையும் Ghatashraddha (1977) என்ற படத்துக்கு மற்றும் NETPAC Award at Asiatica Filmediale, Rome விருதுகளைப் பெற்று உலக அளவில் தன் படத்துக்கான அங்கீகாரங்களை பெற்றுள்ளார். மேற்குறிப்பிட்ட பேர்லல் சினிமா அலையின் படங்கள் அனைத்தும் இந்திய அளவிலும், உலக அளவிலும் விருதுகளை அள்ளிக்குவித்தனவேயொழிய, தியேட்டர்களில் அதுவும் மெயின் ஸ்ட்ரீம் எனப்படும் சாதாரண பார்வை

யாளர்களைச் சென்றடைய வில்லை. தூர்தர்ஷன் தொலைக் காட்சியில் ஞாயிறு மதிய ஒளிப்பரப்பின் மூலமாக மட்டுமே சில ரசனைமிக்க பார்வையாளர்களிடம் சென்று சேர்ந்தது.

தமிழ் சினிமா 1977 - 1983 புதிய அலை

தமிழகத்தில் இது போன்ற தீவிர சினிமாவுக்கான முயற்சிகள் பல துவங்கி முழுமையடையவில்லை. ஆனால் வணிக சினிமா பெரும் தாக்கத்தை தமிழகத்தில் உண்டாக்கியது. 1977 முதல் 1983 வரை இந்த அலையில் பல எதார்த்த படங்கள் வெளியாகி பெரிய வணிக வெற்றி பெற்றன. இயக்குனர் பாரதி ராஜாவின் பதினாறு வயதினிலே 1977ஆம் ஆண்டு வெளியானதன் மூலமாக தமிழ்நாட்டில் ஒரு பெரிய ரசனை மாற்றத்தை உண்டாக்கியதைத் தொடர்ந்து அதே பாரதிராஜாவின் கிழக்கே போகும் ரயில்(1978), ருத்ரையாவின் அவள் அப்படித்தான்(1978),

மகேந்திரனின் முள்ளும் மலரும்(1978), உதிரிப்பூக்கள்(1979), பாலுமகேந்திராவின் அழியாத கோலங்கள்(1979), மூன்றாம் பிறை(1982), துரையின் பசி(1979), தேவராஜ் மோகனின் ரோசாப் பூ ரவிக்கைகாரி (1979), பாலச்சந்தரின் தண்ணீர் தண்ணீர்(1981) என சமூக எதார்த்த படங்கள் தொடர்ந்து வெளியாகி மக்களால் கொண்டாடப்பட்டு வணிக ரீதியாக மிகப்பெரிய வெற்றியும் பெற்றன. இவ்விதத்தில் தமிழர்களின் வெகுஜன ரசனை இதர மாநிலத்தவரைக் காட்டிலும் அக்காலத்தில் மேம்பட்டதாகவே இருந்து வந்திருக்கிறது.

அதேசமயம் இவை முந்தைய வடஇந்திய, கேரள பேர்லல் படங்களைப்போல திரைப்பட விழாக்களில் பங்கேற்கவோ, பரிசோ, உலக அங்கீகாரமோ பெற முடியாமல் போனது ஆச்சரய முரண்.

ஒருவேளை இந்தப் படங்களில் பாடல்காட்சிகள் இடம் பெறாமல் இருந்திருந்தால் மேற்சொன்ன தமிழ் படங்களும் கலைப்படங்களுக்கான அங்கீகாரத்தை அடைந்திருக்கக் கூடும் என்றபோதும் தமிழ் சினிமாவின் மிகச்சிறந்த படங்களாக மேற்சொன்ன படங்கள் இன்றும் இருந்து வருவது குறிப்பிடத்தக்கது.

(தமிழ் சினிமாவின் நியூ வேவ் (1977—1983) என ஆசிரியரின் தனிபுத்தகம் விரைவில் வெளிவரவிருக்கிறது).

அமெரிக்கா

ஹாலிவுட் அத்திப்பூக்கள் :

அமெரிக்கர்களுக்கும் இதர தேசத்தவர்க்கும் வித்தியாசமே கடிகாரம்தான்.

நமக்கெல்லாம் தேவைப்படும்போது மட்டும் பார்த்துக் கொள்ள கடிகாரம் கையில் கட்டப்பட்டிருக்கும், ஆனால் அமெரிக்கர்களுக்கு கடிகாரம் மூளையில், அதன் ஓட்டத்தில்தான் அவர்கள் கால்கள் ஓடிக்கொண்டேயிருக்கும். எனக்கு தெரிந்து அணிந்திருக்கும் ஜீன்ஸ் பேண்டைக்கூட கழட்ட முடியாமல் தூங்குபவர்களின் எண்ணிக்கை அமெரிக்காவில்தான் கணிசமாக இருக்கும்.

இப்படிபட்டவர்களின் பொழுதுபோக்கும் ஒரு உயிரியல் தேவை கருதியே நிகழ்கிறது. நடப்பதற்கும் சிரிப்பதற்குமே நேரம் ஒதுக்கி வாழ்வது போல பொழுதுபோக்கும் அங்கு தேவைக்கேற்ப தான் உற்பத்தி செய்யப்படுகிறது.

பிரம்மாண்டமான தீம் பார்க்குகள், உச்சஸ்தாயியில் கூக்குரலிடும் ராக் இசைகள் ஆகியவை அவர்கள் வாழ்க்கையோடு ஐக்கியமாக இதுவே காரணம். இதே எதிர்பார்ப்போடு தியேட்டருக்கு வந்து உட்காருபவனின் நேரத்தை வீணடிக்காமல் அசர வைக்கவேண்டும் என முயல்வதுதான் ஹாலிவுட் சினிமாக்கள்.

ராக் இசை கேட்பவன் சினிமாவுக்கு வந்தால் என்ன எதிர்பார்ப்பான்?

எது அவனை திருப்திபடுத்தும்? பிரம்மாண்டமும் வன்முறையும்தான்.

இதுவே காலம் மாற மாற இன்னும் இன்னும் என எதிர்பார்ப்பு கூடிக்கொண்டேயிருக்கிறது.

மற்ற நாடுகளில் நாயகன் ரெண்டு கால் ரெண்டு கை உள்ள மனிதனே போதும். ஆனால் அமெரிக்காவுக்கோ அவன் ஜேம்ஸ் பாண்டாக இருக்கவேண்டும் அது பத்தாமல் ராம்போ, டெர்மினேட்டர் என அவன் வளர்ந்து சூப்பர்மேன், ஸ்பைடர் மேன், பேட் மேன் என அதிசக்திகள் அனைத்தையும் பெற்று அப்படியும் அடங்காமல் ஹல்க் வரை ஊதி பெருக்கிவிட்டார்கள். இந்தச் சூழலில் அமெரிக்க

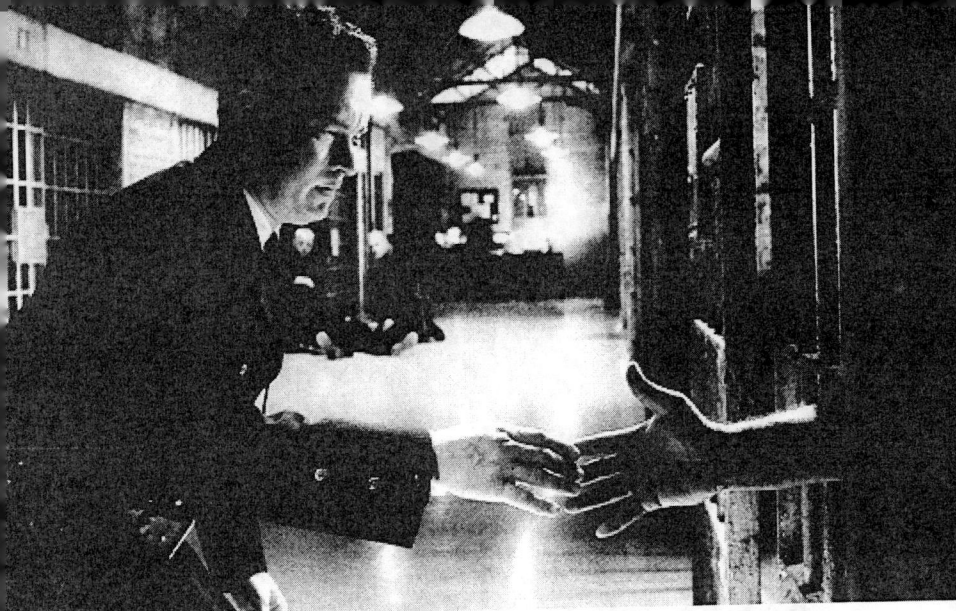

சினிமாவில் கலை என்பது மட்டும் தனியாக எப்படி இருக்கும், அதுவும் வன்முறைகளாகத்தான் இருக்கும். என்ன வித்தியாசமான வன்முறைகள், அதுதான் அங்கு கலை சினிமா. மற்ற நாடுகளில் மனித உணர்வை சினிமா எனும் கலையாக மாற்றுபவனே சிறந்த இயக்குனர். ஆனால் அமெரிக்காவிலோ வன்முறையை வித்தியாசமாக தத்துவ பின்புலத்தோடு அணுகுபவனே சிறந்த இயக்குனர்.

இன்று அமெரிக்காவில் சிறந்த இயக்குனராகப் போற்றப்படும் இயக்குனர்களான (Quentin Tarantino) குவாண்டின் டொரண்டினோ துவங்கி கோயன் பிரதர்ஸ் (Coen brothers), டேவிட் லிஞ்ச் (David Keith Lynch) கை ரிச்சி (Guy Ritchie) வரை என பலரும் வன்முறையின் குழந்தைகளே.

இந்தச் சூழலில் மனித நேயத்தையும் மனசாட்சியையும் சகமனிதன் பால் அன்பையும் வளர்க்கும் படங்கள் மிகக்குறைவு. அவற்றில், அப்படி அத்தி பூத்தாற்போல் வந்த இரண்டு படங்கள் த ஷாஷங் ரிடம்ப்ஷன் (The shawshank redemption) மற்றும் பாரஸ்ட் கம்ப் (Forrest Gump).

இரண்டுமே 1994ஆம் ஆண்டு வந்த படங்கள் என்பது இதன் சிறப்பு.

ஷாஷங் ரிடம்ப்ஷன் (shawshank redemption):

1994ஆம் ஆண்டு செப்டம்பர் 30—ல் பிராங்க் டாரபோண்ட் (frank darabound) இயக்கத்தில் வெளியான இப்படம்தான் 90களில் வந்த அமெரிக்க படங்களிலேயே

சிறந்த படமாகவும் ஒட்டுமொத்த அமெரிக்காவின் சிறந்த பத்து படங்களுள் ஒன்றாகவும் உலகசினிமா விமர்சகர்களால் கொண்டாடப்படுகிறது. காரணம் மனிதநேயத்தையும் சகமனிதன் மேல் ஒருவனுக்கு இருக்க வேண்டிய அன்பையும் சார்லி சாப்ளினுக்குப் பிறகு அமெரிக்க சினிமா வரலாற்றில் மனிதம் பற்றி அழுத்தமாக பேசிய மகத்தான படமாகவும்

கருதப்படுகிறது. இதன் காரணமாகவே இப்படம் வெளியானபோது படுதோல்வி . பல காரணங்களில், நாயகி பாத்திரம் இல்லை என்பதும் ஒரு காரணம். தோல்விக்கு மிக முக்கிய காரணம் அமெரிக்க ரசனையை அப்படம் திருப்திப்படுத்தவில்லை என்பதுதான். மேலும் அப்போது வெளியான ஃபாரஸ்ட் கம்ப் (Forrest Gump) மற்றும் பல்ப்

ஃபிக்சன் (Pulp Fiction) இரண்டு படங்களும் மிகப்பெரிய வெற்றிபெற்று ஒரு அலையை உருவாக்கி யிருந்த சமயம். அதனால் இப்படி ஒரு படம் ரிலீஸானபோது தியேட்டர் பக்கம் திரும்பியே பார்க்காமல் படுகுழியில் தள்ளி மண்ணை மூடி புதைத்து சிலுவையும் நட்டுவிட்டனர்.

சக்தி வாய்ந்த நல்ல படைப்பு, பெட்டியில் அடைக்கப் பட்டாலும் துள்ளி குதித்து உடைத்து காலத்தில் தன்னை விடுவித்துக்கொள்ளும் என்பதற்கு இப்படமே ஒரு சிறந்த சான்று. அதற்கேற்றார்போல அந்த ஆண்டு ஆஸ்கார் விருது போட்டிக்கு அனுப்பிவைக்கப்பட அதில் அதிர்ஷ்டவசமாக ஏழு பிரிவுகளில் போட்டியிட தேர்வு செய்யப்பட்டது. அதன்பின்தான் படத்தைப் பற்றிய தகவல் மெல்ல வாய்வழியாக பரவி அப்படியே உலகசினிமா ரசிகர்கள் பக்கம் பரவி கடைசியில் இப்படம் அவர்கள் மூலம்தான் காப்பாற்றப்பட்டது. உலகம் முழுக்க அனைவரும் கேசட்டு கடைகளில் இப்படத்தை கட்டாயம் எடுத்து வைக்குமாறு வேண்டி விரும்பி கேட்டுக்கொள்ள, அடுத்த வருடம் பல லட்சம் வீடியோ கேசட்டுகள் ஏற்றுமதி செய்யப்பட்டு அதிக விற்பனையில் சாதனை செய்தது. இப்போதும் டிவிடி விற்பனையில் முன்னணியில் இருக்கும் பழைய அமெரிக்கப்படங்களில் இதுவும் ஒன்று. 1997க்குப் பிறகு TNT தொலைக்காட்சி சானலில் கிட்டதட்ட தினசரி ஒளிபரப்பப் படும் அளவிற்கு இந்த படம் பெட்டி பெவிலியனுக்கு திரும்பிய பின் செஞ்சுரி தட்டியது.

அமெரிக்காவின் ஷாஷங் மாகாண சிறைச்சாலையில் மனைவியையும் அவள் காதலனையும் கொன்ற குற்ற வாளியான மரணதண்டனைக் கைதியான ஆண்டி ரூபின்ஸ் என்பவனைப் பற்றியது இக்கதை உடன் அவனது சக சிறைக்கைதிகள், வார்டன்கள், அதிகாரிகள் ஆகியவர்களின் வாழ்க்கையைப் பற்றியும் பேசுகிறது.

நாவலாசிரியர் ஸ்டீபன் கிங் (Stephen King) எழுதிய ரிடா ஹேவொர்த் & ஷாஷங் ரிடம்ப்ஷன் (Rita Hayworth and Shawshank Redemption) எனும் தலைப்பில் எழுதப்பட்ட கதையை அடிப்படையாகக் கொண்டு உருவாக்கப்பட்ட இத்திரைப்படம் IMDPயின் உலகின் சிறந்த படங்களுக்கான தரவரிசைப் பட்டியலில் ஏழாம் இடத்தை தந்து கவுரவித் துள்ளது.

இப்படத்தைத் தொடர்ந்து இயக்குனர் பிராங்க் டாரபோண்ட் (frank darabound) க்ரீன் மைல் Green mile (1999) மற்றும் தி மிஸ்ட் The Mist (2007) ஆகிய படங்களை ஸ்டீபன் கிங் (Stephen King) கதையைக் கொண்டே இயக்கினார். இந்த மூன்று படங்களும் அவரது ட்ரையாலஜி எனுமளவிற்கு விமர்சகர்களால் சிறந்த வரவேற்பைப் பெற்றுள்ளன என்பது குறிப்பிடத்தக்கது.

பாரஸ்ட் கம்ப் (forrest gump) 1994

டாம் ஹாங்ஸின் மிகச்சிறந்த நடிப்பில் உருவான இந்த படமும் அமெரிக்காவின் அதிசயம், காரணம் இப்படம் பேசும் விஷயம் அமெரிக்காவின் பொருள்சார்ந்த வாழ்க்கைக்கு எதிரானது. எந்த திட்டமிடலும் இல்லாமல் வாழ்க்கையை தன்போல வேடிக்கைப் பார்த்து நதிபோல அதன் போக்கில் வாழும்போது நேரும் அதிசயங்களையும் அமைதியையும் மகிழ்ச்சியையும் பேசும் படம் இது.

வானத்திலிருந்து காற்றின் தீராத பக்கங்களில் அசைந்தபடி பூமியை நோக்கியபடி கீழே இறங்கும் இறகை காமிரா கவனித்தபடி துவங்கும் கதை ஒட்டுமொத்த படத்தின் கதையையும் அதிலேயே சொல்லி முடித்து விடுகிறது. ஒரு பூங்காவில் அமர்ந்திருக்கும் டாம் ஹாங்ஸ் கையிலிருக்கும் புத்தகத்துள் இறகு வந்து விழ அருகிலிருக்கும் சிறுவனிடம் தன் கதையை அவன் சொல்ல துவங்குகிறான். முழு கதையும் முடிந்தவுடன் புத்தகத்தைத் திறக்க இறகு மீண்டும் வானில் பறந்து செல்வதுடன் படம் முடிவடைகிறது.

அந்த இறகின் பயணம்போல வாதத்தால் பாதிக்கப்பட்ட சிறப்புக் குழந்தையான நாயகன் எதிர்கொள்ளும் எதிர்பாரா சம்பவங்களும் உச்சமும் வீழ்ச்சியும் எதிர்பாரா திருப்பங் களுமே கதை.

வின்ஸ்டன் க்ரூம் (winston crum) என்பவர் எழுதிய நாவலை அடிப்படையாகக் கொண்டு ராபர்ட் ஜிமிக்ஸ் (robert zemeckis) இயக்கிய இப்படம் சிறந்த படம், சிறந்த இயக்கம், சிறந்த திரைக் கதை, சிறந்த படத்தொகுப்பு, மற்றும் சிறப்புக் காட்சியமைப்பு என ஐந்து பிரிவுகளில் ஆஸ்கார் விருது வாங்கியது.

நவீனயுகத்தின் முடிவும் பின் நவீனத்துவ யுகத்தின் துவக்கமும் :

பல்ப் பிக்ஷன் (pulp fiction, 1994)

1994ஆம் ஆண்டு ஹாலிவுட் உலகசினிமாவுக்கு வழங்கிய இன்னொரு அதிசயம் பல்ப் பிக்ஷன். இன்று ஹாலிவுட்டில் முன்னணி இயக்குனராகவும் உலகம் முழுக்க சினிமா ரசிகர்களிடையே தன் தனித்த பாணி மூலம் செல்வாக்கைப் பெற்றவருமான குவாண்டின் டொராண்டினோவின் இரண்டாவது திரைப்படம். 1992ல் வெளியான ரிசர்வேயர் டாக்ஸ் (Reservoir Dogs) தான் அவருக்கு முதல் படம்

உண்மையில் பல்ப் பிக்ஷன் (pulp fiction) அமெரிக்க சினிமா மட்டுமல்ல உலக சினிமாவின் போக்கையே திசைத்திருப்பிய

படம். அதுவும் வன்முறைக்கு பெயர்போன படமாக இருப்பினும் 1994ஆம் ஆண்டு கான் திரைப்பட விழாவில் சிறந்த படமாக தேர்வு செய்யப்பட்டு உலக சினிமாவின் வரலாற்றில் புதிய போக்கை உருவாக்கிய திரைப்படம்.

இதன் சிறப்பே கதை சொல்லுவதில் கையாளப்பட்ட புதிய உத்திதான் நவீனயுகம் முடிந்து அடுத்து பின் நவீனத்துவயுகம் என உலக சினிமா வரலாற்றைப் பகுத்துப் பார்க்குமளவிற்கு மிக முக்கியமான திரைப்படம் என்பதுதான் இதன் சிறப்பு.

காரணம் இதன் திரைக்கதையின் பன்முகக் கதையாடல் அமைப்பு. அதுவரை சினிமாவில் நேர்கோட்டில் கதை சொல்லும் காலம் முடிந்து காட்சி வரிசையை கலைத்து சொல்லுதல், தலைகீழாக சொல்லுதல், பல பாத்திரங்களின் நிகழ்வை கோர்த்துச் சொல்லுதல் போன்றவை இந்த படத்திலிருந்துதான் துவங்கின. இதற்கு முன் சில இயக்குனர்கள் இந்த பாணியில் கதை சொல்ல முயற்சி செய்திருப்பினும் (pulp fiction) பல்ப் பிக்ஷன்தான் அதில் முழுமையான வெற்றி பெற்றது. பிற்பாடு பல திரைப்படங்கள் உருவாகக் காரணமாக வழிவகை செய்தது.

பன்முக கதையாடல் கொண்ட பல்ப் பிக்சன் (pulp fiction) மூன்று வெவ்வேறு கதைகளை கலந்து நம்மிடம் வரிசை மாற்றிச் சொல்கிறது. முதலாவது, தலைவன் வின்சன்ட் வேகா (john trovlta) முதல் கதையின் கதாநாயகனாகவும், இவர்கள் மூவருடைய கதை ஏழு பகுதிகளாக நமக்கு காண்பிக்கிறது. இந்த ஏழுக்கும் கீழ்கண்ட தலைப்புகள்

முகவுரை — உணவு விடுதி (i)

"வின்சன்ட் வேகா மற்றும் மார்செல்லஸ் வால்லஸின் மனைவி" எனும் தலைப்புக்கான முன்னோடி.

"வின்சன்ட் வேகா மற்றும் மார்செல்லஸ் வால்லஸின் மனைவி"

"தங்க கைக்கடிகாரம்" எனும் தலைப்புக்கான முன்னோடி (a—நடந்தது, b—நடப்பது)

"தங்க கைக் கடிகாரம்"

"பாணி(Bonnie)யின் தருணம்)"

முடிவுரை—உணவு விடுதி (ii)

நான்காவது காட்சியின் ஒருபகுதி முதலிலும், தொடர்ந்து 4a, 2, 6, 1, 7, 4b, 3, 5 என்ற வரிசையில் இடம் மாற்றி பார்க்கும் போது முழு கதையும் நமக்கு புலப்படும்.

இப்படி வரிசை மாற்றி சொல்லப்பட்ட கதையில் முதலில் என்ன தொடர்ச்சி என புரியாமல் படம் பார்ப்பவனுக்கு இறுதிப்பகுதி வரும்போதுதான் திரைக்கதையின் முடிச்சுகள் புலப்படும். வேறு வழியே இல்லாமல் திரும்பவும் அவன் இரண்டாவது முறை படத்தை பார்க்கும் போது முழு திரைக்கதையும் அவனுக்கு புரிந்து படம் படு சுவாரசியமானதாக மாறிவிடுகிறது. இதுபோன்ற கதை சொல்லல் முறையை ஸ்பானிய பின் நவீனத்துவ இலக்கியங்களில் வந்து பெரு வெற்றிபெற்றிருக்கின்றன. ஜார்ஜ் லூயி போர்ஹே (Jorge Luis Borges), காப்ரியல் கார்சியா மார்க்வெஸ் (gabriel garcia marquez) போன்ற ஸ்பானிய எழுத்தாளர்கள் இதில் உலகபுகழ் பெற்றிருந்தனர். மேலும் இந்த பன்முக கதையாடல் ஸ்பானியர்களுக்கே உரித்தான கதை சொல்லும் பாணியாகவும் இருந்தது. இதுவே இலக்கியத்தில் பின் நவீனத்துவ பாணி என அழைக்கப்படுகிறது.

பின் நவீனத்துவம் (postmodernism) என்றால் என்ன ?

இதுபற்றி லேசாக தெரிந்துகொண்டால் இதுபோன்ற சினிமாக்களின் அவசியத்தை இன்னும் கூடுதலாக நம்மால் புரிந்துகொள்ள முடியும்.

உலகின் பிரச்சனையே அதிகாரம்தான். காலம் காலமாக ஒரு குறிப்பிட்ட இனமோ, தேசமோ தொடர்ந்து நம்மை அடிமைபடுத்தி வந்து கொண்டேயிருக்கிறது.

அந்த அடிமைத்தனம் பல்வேறு ரூபங்களில் நம் ஆழ்மனதில் திட்டமிட்டு திணிக்கப்பட்டுள்ளது. கறுப்பு என்றால் தீமை, வெள்ளை என்றால் தூய்மை போல பல விஷயங்கள்.

இவை எப்படி திணிக்கப்பட்டன என்றால் காலம் காலமாய் நாம் படித்த நம் இலக்கியங்கள், பேசும் மொழி, கலச்சாரம், பண்பாடு இதையெல்லாம் தீர்மானித்தவர்களே இதை நம்முள் திணித்திருக்கிறார்கள். நாம் என்ன பேச வேண்டும், என்ன உடுத்த வேண்டும், என்ன பெயர் வைக்க வேண்டும் என அனைத்திலும் அதிகாரம் ஊடுருவியிருக்கிறது

இப்படித்தான் அமெரிக்கா கறுப்பர்களையும் செவ்வியந்தியர்களையும் அவர்களது மூளைக்குள் அடிமைப் புத்தியை

குவாண்டின் டொரன்டினோ

திணித்து வைத்துள்ளது. இது அமெரிக்காவுக்கு மட்டுமல்ல எங்கெங்கல்லாம் இனக் குழுக்கள் ஆதிக்க இனத்தால் அடக்கிவைக்கப் பட்டுள்ளதோ அங்கெல்லாம் இப்படித்தான் அதிகாரம் மறைமுகமாக கலை, இலக்கியம், பண்பாடு கலாச்சாரமாக ஊடுருவியிருக்கிறது.

ஆகவே அசலான படைப்பு, இலக்கியம், கலை இதெல்லாம் மனிதனை சமமாக பாவிக்கவேண்டுமென்றால் நாம் நமக்கு சொல்லப்படும் கதைகளையும் இலக்கியங்களையும் சந்தேகப்பட வேண்டும்.

படைப்பாளியின் ரத்தத்தில் ஊறிக்கிடக்கும் அதிகாரம் சார்ந்த வெறி படைப்பில் இல்லாமல் இருக்கவேண்டும்.

ஆகவே சிறந்த வாசகன் அல்லது பார்வையாளனாக நாம் இருக்க வேண்டுமானல் நம்மை சுவாரசியப்படுத்தும் வரிசையான வழக்கமான ஒரு ஊர்ல ஒரு ராஜா இருந்தாரு பாணியை நிராகரிக்க வேண்டும்.

ஏனென்றால் ராஜான்னு சொல்லும்போதே கேட்பவன் அடிமையாக மாற்றப்படுகிறான், எனவே கதையை ஒழுங்காக சொல்லாமல் வரிசை கலைத்து சொல்லுதல், மாற்றி சொல்லுதல், தலைகீழாக சொல்லுதல் போன்ற உத்திகள் பயன்படுத்தப்படுகின்றன. இப்படி சொல்லப்படும் கதையில்

நம் மூளைக்குள் திணிப்புகள் இல்லை. மாறாக நாமே பாதி படைப்பாளனாக மாறி கதையை யோசித்து புரிந்து கொள்கிறோம்.

இதைத்தான் ஆசிரியன் இறந்துவிட்டான் என தத்துவவாதிகள் கோட்பாடாக கூறுகின்றனர்.

ஆசிரியன் இறந்துவிட்டான் என்றால் பார்வையாளன், வாசகன் உயிர் பெற்றுவிட்டான் என பொருள்.

இப்படி கதையை இதன் பொருட்டு மாற்றி சொல்லப்படும் படைப்புகள் பின் நவீனத்துவ படைப்புகள் என அழைக்கப் படுகிறது. நவீனத்துவ சினிமாக்களின் குறிப்பாக அமெரிக்க சினிமாக்களின் தொழில்நுட்ப வளர்ச்சி கவர்ச்சியான கதை சொல்லல் மூலம் பார்வையாளர்களை அடிமைப்படுத்தி போலித்தனமான பிம்பங்களை அவர்கள் மனதில் விதைப்பதால் உண்மைத்தன்மை என்பது படைப்புகளில் விலகிப்போய்விடுகிறது. நமக்குள் திணிக்கப்படும் சூப்பர்மேனும் பேட்மேனும் இப்படியாகத்தான் நம்மை அடிமைப்படுத்தி கைதட்டிக்கொண்டே கோக்கையும் பாப்கார்னையும் உண்ண வைத்து நம் உடம்பை அவர்கள்

பொருளை வாங்கும் குப்பை கூடையாக மாற்றிவிட்டன.

அதுவரை ஒரே நேர்க்கோட்டில் நாயகன் அறிமுகம், நாயகன் பிரச்சனை என கதைகளைப் பார்த்துப் பார்த்து புளித்துப் போனவனுக்கு திரைக்கதையாளனோடு அவனும் ஆடும் சவால் ஆட்டம், குப்பைத் தொட்டியாக பிம்பங்களை உள்வாங்கு வதிலிருந்து தப்பிக்க வைக்கிறது.

பார்வையாளனும் பங்கேற்கும் இந்த கலகக் காட்சி மொழியின் அரசியல் பெரும்பாலும் அதிகார வர்க்கத்துக்கு எதிராகவும் அதனைக் கலைத்து போடுவதாகவும் செயல்பட்டு ஒடுக்கப் பட்டவர்களின் குரலாக ஒலிக்கிறது.

இந்த பாணியில் ரன் லோலா ரன் (run lola run 1998), ஆல் அபௌவுட் மை மதர் (all about my mother, 1999), சிட்டி ஆப் காட் (city of god 2002), இன் தி மூட் பார் லவ் (in the mood for love 2000), சுங்கின் எக்ஸ்பிரஸ் (Chungking Express 1994), அமேலி (amelie, 2001), 21 கிராம்ஸ் (21 grams 2003), அமோரஸ் பெரோஸ்(amores perros 2000), பேபல் (babel 2006), மொமெண்டோ (memento 2000) என அடுத்தடுத்து உலகசினிமாவில் பல படங்கள் தடம் பதித்தன. இவற்றில் பெரும்பாலானவை ஸ்பானிய படங்கள். ஸ்பானிய படங்களின் இந்த வெற்றியைத் தொடர்ந்து கொரியப் படங்களும் கலைத்து சொல்லும் உத்தியை பயன்படுத்தி மை ஸாசி கேர்ள் (My Sassy Girl 2001), ஓல்ட் பாய் (oldboy 2003) மற்றும், ஸ்பிரிங் சம்மர் விண்டர் ஆட்டம் (Spring, Summer, Fall, Winter and Spring 2003) போன்ற படங்கள் உலக அளவில் அழுத்தமான முத்திரையைப் பதித்து உலக சினிமாவில் தங்களுடைய இருப்பையும் தக்கவைத்துக்கொண்டன.

1994ஆம் ஆண்டு அக்டோபர் 14ஆம் தேதி பல்ப் ஃபிக்சன் (pulp fiction) அமெரிக்காவின் திரையரங்குகளில் வெளியிடப்பட்டது. பீட்டர் பிஸ்கின்ட் Peter Biskind இவ்வாறு கூறுகிறார், "பிற போல் இப்படம் முதலில் சில அரங்குகளில் திரையிடப்பட்டு, பின்னர் மெதுவாக அதன் வெற்றியைப்

பொறுத்து பல அரங்குகளில் திரையிடப்படும் பழைய பாணி வெளியீட்டில் இல்லாமல் மாறாக ஒரே நேரத்தில் அதிரடியாக 1,100 அரங்குகளில் இப்படம் திரையிடப்பட்டது. அமெரிக்காவில் 100 மில்லியன் டாலர்களைத் தாண்டிய முதல் இண்டிபெண்டட் படம் என்ற பெருமையைத் தட்டிச் சென்றது.

படம் எப்படி பெரிய வெற்றியோ அது போல இப்படத்தின் திரைக்கதைப் புத்தகம் மிகப்பெரிய வெற்றி. அமெரிக்காவில் வெளியான திரைக்கதை நூல்களில் அதிகம் விற்பனையான சாதனை இந்தப் படத்தின் திரைக்கதைக்கு உள்ளது.

நேச்சுரல் பார்ன் கில்லர்ஸ்

டென்மார்க்

டாக்மே - 95

சினிமா புரட்சிகள் — இதுவரை

இதுவரை உலக சினிமாவை நான்கு பெரும் இயக்கங்கள் பெரும் புரட்சியாகவும் உன்னதமாற்றங்களையும் உருவாக்கிய தாகக் கருதப்படுகின்றன. முதலாவது ஐஸன்ஸ்டைன், புடோவ்கின் எனும் இரண்டு இயக்குனர்கள் மூலமாக ரஷ்யாவில் 1924ல் உருவான சோஷலிச சினிமாக்கள். இவை தன்னை இயக்கமாக அறிவித்துக்கொள்ளாவிட்டாலும் அதுவரையிலான சினிமா எனும் கலையை மடைமாற்றம் செய்த முதல் புரட்சி என சொல்லலாம். .

இரண்டாவது இத்தாலியின் நியோரியலிஸம் . இரண்டாம் உலகப்போருக்குப் பின் பெரும் இயக்கமாக வேரூன்றி உலகம் முழுக்க பாதித்தது, பல புதிய இயக்குனர்களின் படைப்புகள் உருவாகக்காரணமாக இருந்த இயக்கம் இது.

மூன்றாவது 1959—க்குப்பின் பிரான்சில் உருவான (New Wave).புதிய அலை இயக்கம். இது சினிமா எனும் கலையின் முழு பரிமாணத்தையும் வெளிக்கொணர்ந்து உலக சினிமாவின் ரசனையையே நான்கு இளைஞர்கள் மூலம் தலைகீழாக புரட்டிப்போட்டது.

மேற்சொன்ன மூன்று இயக்கங்கள் குறித்தும் எனது உலக சினிமா வரலாறு பாகம் 1 மற்றும் 2 ஆகியவற்றில் விரிவாக எழுதியிருக்கிறேன். இந்த வரிசையில் நான்காவதாக உலக சினிமா வரலாறு அங்கீகரித்துக் கொண்ட கலைப்புரட்சி இயக்கம் டாக்மே95, 1994—ல் டென்மார்க்கைச் சேர்ந்த இரண்டு இளம் இயக்குனர்களால் உருவாக்கப்பட்டது.

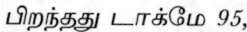

பிறந்தது டாக்மே 95,

மார்ச் 13, 1995ஆம் ஆண்டு சினிமா பிறந்து 100 ஆண்டுகள் ஆனதையொட்டி பிரான்ஸ் அதை கோலாகலமாக கொண்டாடியது. விழாவின் ஒரு பகுதியாக உலகின் தலைசிறந்த இயக்குனர்கள் அனைவரையும் அழைத்து சினிமாவின் எதிர்காலம், குறித்து கருத்தரங்கம் ஒன்றையும்

லர்ஸ் வான் டிரைர்

நிகழ்த்தியது. அந்த அரங்கில் டென்மார்க் நாட்டின் பிரதி நிதியாக கலந்துகொண்டார் இளைய இயக்குனர் லார்ஸ் வோன்டிரைர் அவரை மேடையில் அழைக்கும் முன் அரங்கிலிருந்த அவரது சகாக்கள் எழுந்து திடுமென பார்வை யாளர்களிடம் துண்டறிக்கைகளை விநியோகிக்க, அதனைத் தொடர்ந்து மேடையேறிய லார்ஸ் வான் டிரைர் டாக்மே 95 எனும் தாங்கள் தோற்றுவிக்கப்போகும் புதிய இயக்கத்தை அறிவித்தார். டாக்மே உருவாக காரணம்? 90—களின் துவக்கத்தில் சோவியத் ரஷ்யா துண்டுகளாக சிதறியபின் உலக அரசியலில் பல மாற்றங்கள் நடக்கத் துவங்கின. அமெரிக்கா சந்தையை விரிக்கத்துவங்க குளோபலைசேஷன் எனும் உலகமயமாக்கலின் ஆக்டோபஸ் கால்கள் எல்லா நாடுகளையும் விழுங்கத்துவங்கியது.

கோக்,பெப்சியில் ஆரம்பித்த படையெடுப்பு பிஸா,பர்கர் என விரிந்து உடை, உணவு, விவசாயம் அனைத்தையும் பாதித்து இன்று நம் பல நோய்களுக்கும் காரணமாகி அதற்கு பயன்படுத்தும் மருந்துகளையும் அவர்களே உற்பத்தி செய்து கிட்டதட்ட அந்த மருந்துகளுக்கான வர்த்தக சந்தையாகவும் இது நம்மை மாற்றியிருப்பது கண்கூடு.

இந்த உலகமயமாக்களின் இன்னொரு விளைவு சினிமா. பிரம்மாண்டம், ஸ்பெஷல் எபெக்ட்ஸ் என்ற ஹாலிவுட்டின் உத்திகள். இது உலகம் முழுக்க அனைவரையும் வசீகரித்தன,கோக்,பாப்கார்ன் வயிற்றுக்குள் போய் உடம்பைக்

தாமஸ் விண்டர் பெர்க்

கெடுக்க அதீத தொழில்நுட்பம் மூளைக்குள் சென்று அதுவரையான சினிமா ரசனையை மாற்றியது, ரசனை மாற்றத்தால் சமூக ஆரோக்கியமும் சீர்கெட்டது.

இதனை முதலிலேயே கண்டறிந்த டென்மார்க்கின் இரு இளைஞர்கள் இதனை எதிர்த்து உருவாக்கிய இயக்கம் தான் டாக்மே 95. ஒரு இயக்குனரின் படைப்பாற்றலை இந்த தொழில்நுட்பங்கள் கற்பழிக்கின்றன. ஹாலிவுட் ரசனைக்கு மாற்றாக தங்களது நிலத்தின் ரசனையையும் தங்களது வாழ்வையும் பிரதிபலிக்கும் படங்கள்தான் இதற்கு தீர்வு என முடிவெடுத்த அந்த இளைஞர்கள் கூடிபேச நாற்பத்தைந்தே நிமிடத்தில் உட்கார்ந்து எழுதி அதற்கான கொள்கை வரைவுகளையும்வரையறுத்தனர்.

இப்படியான பின்புலத்தில் உருவான இயக்கம் தான் டாக்மே95. இதனை உருவாக்கிய அந்த இளைஞர்கள் (Lars von Trier, Thomas Vinterberg) லர்ஸ் வான் டிரைர், தாமஸ் விண்டர் பெர்க். இருவருக்குமிடையில் பத்து வருட இடைவெளி இருந்த போதும் ரசனை, அரசியல் மற்றும் சிந்தனை ஆகியவற்றில் ஒத்த கருத்துள்ளவர்களாக இருந்தனர். இருவரும் பேசும்போது தங்களது படைப்பு சுதந்திரம் புறச்சூழல்களால் பறிக்கப்படுவதை உணர்ந்து இதிலிருந்து தப்பித்து அசலான உயிர்ப்பான சினிமாவை மீட்டெடுக்க எதையாவது செய்யவேண்டும் என யோசிக்கும் போது உருவானதுதான் டாக்மே 95. இருவரும் ஒத்த கருத்தில் ஒத்திசைந்த பின் அடுத்த 45 நிமிடத்தில் தங்களது டாக்மே 95க்கு பத்து விதிகளை திட்டமாக வரையறை செய்துகொண்டனர் இந்த பத்து விதிகளுடன் கூடிய அறிக்கைக்கு அவர்கள் சூட்டிய பெயர்

The Vow of Chastity

டாக்மே 95 / பத்து விதிகள் :

1. படப்பிடிப்பு அசலான இடங்களில் மட்டுமே ஷூட் செய்யப்பட வேண்டும். அரங்க நிர்மாணம் மற்றும் திரைக் கதைத் தாண்டிய கூடுதல் அலங்காரப் பொருட்கள் பயன் படுத்தப்படக்கூடாது. அப்படியே பயன்படுத்துவதாக இருந்தால் கதைக்கு அவசியம் தேவைப்பட்டால் மட்டுமே பயன்படுத்த வேண்டும்.

2. இயற்கை ஒலியைத் தவிர செயற்கை ஒலிகள் எதுவும் சேர்க்கக் கூடாது. பின்னணி இசைக்குக்கூட இந்த கட்டுப்பாடு. அதாவது திருவிழாவிலோ, காரிலோ காட்சி நடை பெறுவதாக இருந்தால் அங்கு இயல்பாக பயன்படுத்தப்படும் பாடல் பயன்படுத்தலாம்.

3. கேமரா செயல்பாட்டுக்கு கிரேன் உள்ளிட்ட உபகரணங்கள் எதுவும் பயன்படுத்தக்கூடாது, முழுவதுமாக கைகளால் அல்லது தோளில் சுமந்து மட்டுமே பயன்படுத்தப்பட வேண்டும்.

4. படப்பிடிப்பு முழுவதும் இயற்கை ஒளியே பயன் படுத்தப்பட வேண்டும் தளத்தில் சிறப்பு விளக்குகள் பயன்படுத்தக் கூடாது.

5. அதேபோல படப்பிடிப்புக்கு பின்பு ஆப்டிகல் கிரேடிங் போன்ற தொழில் நுட்பங்கள் பயன்படுத்தக்கூடாது .

6. படத்தில் கதைக்கு தொடர்பற்ற சண்டைக் காட்சிகள்,

சேர்க்கக் கூடாது கொலைகள் தவிர்க்கப்பட வேண்டும். ஆயுதங்கள் கூடவரையறைக்குட்பட்டே பயன்படுத்தப்பட வேண்டும்.

7. ஒரே நேரத்தில் இரண்டு வெவ்வேறான இடங்களில் நடப்பது போன்ற காட்சியமைப்புகள் தவிர்க்கப்பட வேண்டும்.

8. ஹாலிவுட் பாணியில் திரில்லர், ஆக்ஷன், பாண்டஸி மற்றும் வெஸ்டர்ன் போன்ற குறிப்பிட்ட வகைமாதிரி படங்களாக இருக்கக்கூடாது.

9. திரைப்பட வடிவில் 35 மிமீ இருக்க வேண்டும்.

10. படைப்பே பிரதானம் என்பதால் இயக்குனர் பெயர் இடம்பெறக்கூடாது. ஒரு இயக்குனராக எனது ரசனைகளுக்கு உண்மையாக ஒன்றை உறுதியாகக் கூறிக்கொள்கிறேன். நான் இனி கலைஞன் இல்லை, அந்த சுய அடையாளத்தை தவிர்த்து ஒரு சினிமாவை உருவாக்கும் பணி செய்கிறேன். அவ்வளவே என்னுடைய உச்ச நோக்கமெல்லாம் கிடைக்கும் கட்டமைவு மற்றும் பாத்திரங்களின் வழி மகத்தான உண்மையை வெளிக்கொணர்வது. தேர்ந்த ரசனையின் வழி மற்றும் அழகியலுடன் கூடிய படைப்பை இந்த சட்டகத்துள் கிடைப்பவற்றைக் கொண்டு உருவாக்குவேன் என உறுதி கூறுகிறேன்.

மேற்சொன்ன பத்து விதிகளுடன் கீழ் காணும் உறுதியையும் சேர்த்து அவர்கள் தங்கள் அறிக்கையாக உருவாக்கிய The

Vow of Chastity முன்பே சொன்னது போல பிரான்சில் சினிமா நூற்றாண்டு விழாவில் துண்டறிக்கையாக வெளியிட்டு பெரும் பரபரப்பை உருவாக்கினர்.

இப்படியான விதிகளுடன் யாராவது இக்காலத்தில் படமெடுக்க முடியுமா இதெல்லாம் ஒரு ஸ்டண்ட் என விமர்சித்தவர்கள் ஒருபுறம் இருக்க இன்னொருபுறம் தொழில்நுட்பம் இல்லாமல் இவர்கள் படம் எடுத்தால் அது திரையிடும் தகுதிகூட இல்லாமல் புகையடித்து மங்கலாகத்தான் இருக்கும் எனவும் சிலர் விமர்சித்தனர். வேறு சிலரோ என்னதான் இவர்கள் செய்யப் போகிறார்கள் என ஆவலுடன் காத்திருந்தனர்.

1998ஆம் ஆண்டு லண்டன் பிலிம் பெஸ்டிவல், டாக்மே 95 அறிவிப்பின் படி அந்த விதிகளை முழுவதுமாக பின்பற்றி இரண்டு படங்கள் திரையிடப்போவதாக அறிவிப்பு முன்கூட்டி வெளியாகவே இயல்பான பரபரப்பு விழாவில் தொற்றியிருந்தது.

தாமஸ்விண்டர்பர்க் என்பவர் Festen என்ற படமும் லார்ஸ்வோன்டிரைர் என்பவர்(Idiots), என்ற படமுமாக இருவருமே ஆளுக்கொருப் படத்துடன் களமிறங்கி யிருந்தனர்.

ஆதரவு கொடுத்தவர், வரவேற்றவர், விமர்சனம் செய்தவர், கேலி செய்தவர் என பலரும் டாக்மே படங்களின் திரையிடலுக்காக காத்திருந்தனர். மேலும் பிலிம் ரோல் அல்லாமல் டிஜிட்டலில் உருவாக்கப்பட்ட படம் என்பதும் கூடுதல் எதிர்பார்ப்பிற்கு இன்னொரு காரணம் .

டாக்மே 95 இயக்கத்தின் முதல் படம் என்ற அறிவிப்புடன் தாமஸ் விண்டர் பெர்க்கின் Festen. படம் திரையிடப்பட்டது. துவக்கத்திலேயே டாக்மே 95 என்ற சான்றிதழுடன் காட்சிகள் துவங்கின. கதை தனியாக வசிக்கும் ஒரு தந்தையின் 60—ஆம் வயது பிறந்த நாள் கொண்டாட்டத்துக்காக வெவ்வேறு இடத்திலிருந்து விடுதிக்கு வந்து சேரும் 3 பிள்ளைகளிடமிருந்து துவங்குகிறது.விழாவில் தந்தையின் நெருங்கிய உறவினர்கள், நண்பர்கள் என பெரும் கூட்டம் கூடுகிறது. அனைவருமே தந்தையின் உழைப்பைப் புகழ்ந்து தள்ளுகின்றனர். அப்போது யாரும் எதிர்பாராவிதமாக அவருடைய கடைசி மகன் கடந்த வருடம் இதே விடுதியில் இறந்து போன தன் சகோதரியின் தற்கொலைக்குக் காரணம்

தன் தந்தைதான் என குற்றம் சாட்டுகிறான். தங்களுடைய சிறுவயதில் தந்தையின் பாலியல் வன்புணர்வுக்குத் தானும் தன் இறந்த சகோதரியும் ஆட்பட்டதாகக் கூற விழாவிற்கு வந்த அனைவரும் அதிர்ந்து போகின்றனர். அதன் பிறகு நடக்கும் திருப்பங்களும் சுவாரசியமான சம்பவங்களும் தான் திரைக்கதை.

டாக்மேவின் முதல் படம் என்பதால் விதிகள் முழுமையாக கடைப்பிடிக்கப்பட்ட இப்படம் மிகச்சாதராண Sony DCR-PC3 Handy cam காமிரா மூலமாக படம் பிடிக்கப்பட்டு Mini-DV cassettes. மூலமாக பதிவு செய்யப்பட்டது என்பதை படம் பார்த்தவர்கள் யாரும் நம்பமாட்டார்கள், ஒளிப்பதிவில் அத்தனை துல்லியம். மேலும் பின்னணி இசை எதுவுமில்லாமல் வெறுமனே பார்ட்டியில் பயன்படுத்தப்பட்ட பாடல்கள் மட்டுமே பயன்படுத்தபட்டிருந்தன. Festen விமர்சனம், வணிகம் என இரண்டு ரசிகர்களையும் மகிழ்ச்சிப்படுத்தியது. டாக்மே95 முதல் படத்தின் வெற்றியைத் தொடர்ந்து அடுத்த படமான Idiots பக்கம் ஒட்டுமொத்தப் பார்வையும் ஆவலுடன் திரும்பியது. ஆனால் நடந்ததோ வேறு படத்துக்கு பல இடங்களில் கடும் எதிர்ப்பு. கான் திரைப்பட விழாவின் சிறப்பு திரையீட்டின் போது ஒரு விமர்சகர் படத்தை நிறுத்தச்சொல்லி கூச்சல் போடும், அளவுக்கு பாலியல் துய்ப்பு படத்தில் கட்டுக்கடங்காமல் இருந்தது. ஆனாலும் படைப்புரீதியாகவும் பரிசோதனை முயற்சிகளுக்காகவும் லார்ஸ் வோன் டிரையர் உலக சினிமாவில் இதற்கு முன்பே பெயர் வாங்கி பெருமை பெற்றிருந்தார்.

1984ஆம் ஆண்டு தி எலிமண்ட்ஸ் ஆப் க்ரைம் The Elements of Crime (1984), எனும் முதல் படத்திற்கே பிரான்ஸின் கான் விருது வாங்கியவர் தொடர்ந்து, Epidemic (1987), and Europa (1991). ஆகியப்படங்களை எடுத்து உலக சினிமாவில் தனி முத்திரை பதித்தார். அவரது இந்த முதல் மூன்று படங்களும் இணைந்து Europa trilogy என அழைக்கப்படுகின்றன. இந்த பெரிய வெற்றிகளுக்குப் பிறகு சொந்தமாக Zentropa எனும்

திரைப்பட கம்பெனியை உருவாக்கி பல படங்களைத் தயாரித்தவர்.

மேலும் அவ்வப்போது திரைப்பட விழாக்களில் இவர் உண்டாக்கும் சலசலப்புகளுக்கு பஞ்சமிருக்காது. அடிப்படையில் அவரது அப்பா ஜெர்மனியைச் சேர்ந்த யூதர். 1989—வாக்கில் மரணப்படுக்கையில் இருந்த அவரது தாயார், லார்ஸ் வோன் டிரைரை அழைத்து உண்மையில் உடற்கூறு ரீதியாக அவருடைய தந்தை ஒரு ஜெர்மானியர் நாஜி படையில் பணி புரிந்தவர் எனக்கூற அதை லார்ஸ் வோன் டிரைரும் உலகிற்கு வெளிப்படையாக அறிவித்தார்.

2011ஆம் ஆண்டு அவருடைய மெலன்கோலியா (Melancholia) படத்துக்காக பிரான்ஸ் கான் விருதுக்கு வந்திருந்தபோது பத்திரிக்கையாளர் சந்திப்பில் சிலர் அவரை வம்புக்கிழுக்கும் நோக்கத்தில் ஒரு நாஜியாக இப்போது எப்படி உணர்கிறீர்கள் எனக்கேட்க, அவர் உடனே "இப்போது எனக்கு ஹிட்லரின் பக்கம் சில நியாயம் இருப்பதாக உணர்கிறேன்" என்று அதை காமெடி என நினைத்துச் சொல்ல பெரும் சர்ச்சையாகி கான் விருது கமிட்டி அடுத்த ஒரு வருடத்திற்கு அவரை கான் விழாவில் பங்கேற்க தடை விதித்துவிட்டது. இந்த அவப்பெயரால் அவரால் கொஞ்ச காலம் வெளியில் தலைக் காட்ட முடியவில்லை. மீண்டும் புகழ் வெளிச்சத்துக்கு வர அவர் ஒரு திட்டமிட்டார்.

2014ஆம் ஆண்டு வெளியான தனது Nymphomaniac எனும் படம் அதன் படுபயங்கர பாலியல் காட்சிகளில் உலகையே பேசவைத்தது. மொத்தம் நான்கரை மணிநேர

Mifune's Last Song

படம் இரண்டு வால்யூம்களாக மாற்றப்பட்டு லண்டன் திரைப்பட விழாவில் முதல் திரையீடு செய்யப்பட்டு மிகப்பெரிய வெற்றியைப்பெற்றது.ஆனாலும் இந்த படத்துக்கும் விமர்சகர்கள் கடுமையாக எழுந்தன. இது உயர்தர நீலப்படம் என சிலர் நிராகரித்தனர். ஆனால் வேறு சிலரோ இவரது முந்தையப் படங்களான Antichrist(2009),Melancholia(2011) ஆகியவற்றைச் சேர்த்து டிப்ரஷன் டிரையாலஜி என வரையறுத்து படத்துக்கு தகுதியைக் கூட்டினர்.

இப்படியான விமர்சன ரீதியாக லார்ஸ் வோன் டிரையர் பல பிரச்சனைகளை சந்தித்திருப்பினும் திரைப்பட மொழிச்சார்ந்த அவரது அணுகுமுறை காரணமாக உலகின் தலைச்சிறந்த இயக்குனர்களுள் ஒருவராகவே போற்றப் படுகிறார்.

MIFUNE'S LAST SONG - டாக்மே 95 '3' :

டாக்மே வரிசையில் மூன்றாவதாக வந்து அசத்திய படம் மிஃபுனேயின் கடைசி பாடல் இதை இயக்கியவர் SOREN KRAGH-JACOBSEN (March2,1947) இந்தப் படமும் முழுக்க முழுக்க டாக்மே விதிகளுக்குட்பட்டே எடுக்கப்பட்டு, பலத்த வரவேற்பைப் பெற்றது. படத்தில் நடித்த அனைவரும் ஹோட்டலில் தங்கவில்லை, மாறாக ஒரே கேரவனிலேயே தங்கினர். மேலும் அவரவர் சொந்த உடைகளையேப் பயன்படுத்தினர். டென்மார்க்கில் துவங்கிய இந்த டாக்மே95, இயக்கம் பிற்பாடு இத்தாலி, சிலி, அமெரிக்கா, ஸ்பெயின் என பல நாடுகளுக்கும் பரவியது, அனைவரும் டாக்மே95 குழுவினரிடம் ஒப்புதல் வாங்கி அதன் கொள்கைகளுக்கு உட்பட்டே படங்களை இயக்கி டாக்மேவின் அங்கீகாரத்துடன் படத்தை வெளியிட்டனர். 2004ஆம் ஆண்டு இத்தாலியில் வெளியான Cosi x Caso எனும் தனது 35வது படத்துடன் டாக்மே95 இயக்கம் முடிவுக்கு வந்தது. டாக்மே95 உருவாக்கிய லார்ஸ் வோன் டிரைர் மற்றும் தாமஸ் விண்டர்பெர்க் ஆகிய இருவரும் 2005ல் கூட்டாக அறிக்கைவிடுத்து அந்த இயக்கத்துக்கு முற்றுப்புள்ளி வைத்துக்கொண்டனர் .

டாக்மே 35 படங்களில் சில முக்கியமான படங்கள் பட்டியல்: Dogme#1:Festen Dogme#2:TheIdiots Dogme#3:Mifune'sLastSong Dogme#4:TheKingIsAlive Dogme#5:Lovers Dogme#6:JulienDonkey-Boy Dogme#8:Fuckland Dogme#12:ItalianforBeginners Dogme#14:JoyRide Dogme#18:TrulyHuman Dogme#21:Kira'sReason:\ALoveStory Dogme#23:Resin Dogme#28:OpenHearts Dogme #31: El desenlace.